राजहंस प्रकाशन प्रा. लि.

फुलपाखरू

जगदिश देवरे

राजहंस प्रकाशन

फुलपाखरू
जगदिश देवरे

संपादक : विनया खडपेकर

प्रकाशक
दिलीप माजगावकर
राजहंस प्रकाशन प्रा. लि.
१०२५, सदाशिव पेठ
पुणे - ४११ ०३०
फोन - (०२०) २४४७३४५९
E-mail : rajhansprakashan1@gmail.com
Website : www.rajhansprakashan.com

Phulpakharu
Jagdish Deore

शशिरुज बंगलो, सहदेव नगर
पंपिंग स्टेशनजवळ, गंगापूर रोड
नाशिक ४२२ ०१३
E-mail : jddeore@gmail.com

मुखपृष्ठ : चंद्रमोहन कुलकर्णी

अक्षरजुळणी :
मुग्धा दांडेकर
श्रीडी ग्राफिक्स, ९८२२७०७९७१

मुद्रितशोधन : शुभदा जोशी

आवृत्ती पहिली : मे २०२२

राजहंस क्र. E-05-2022

ISBN 978-93-91469-32-0

दादा व ऋषीस...

मनोगत

'फुलपाखरू' ही माझी पहिली कादंबरी. लिखाणाची इच्छा फार पूर्वीपासून होती, पण त्यासाठीचा निवांत वेळ मिळत नव्हता. जानेवारी २०२०ला प्राध्यापकी थांबवली आणि लिखाणाकडे वळलो. वयाच्या अठ्ठावन्नाव्या वर्षी जीवनात एक वेगळाच रंग भरला गेला. एका वेगळ्याच अफाट विश्वाचे दरवाजे उघडले गेले. इथल्या ज्ञानाची विविधता बघून अचंबित व्हायला होत होतं, हा अनुभव अतिशय सुखद होता.

लहानपणापासूनच दादांनी म्हणजे माझ्या वडिलांनी आम्हा भावंडांमध्ये वाचनाची आवड निर्माण केली होती. घरात एकनाथी रामायणाचं सामूहिक वाचन होई. पुढे मित्रपरिवारही तसाच भेटत गेला. अरुण चौधरी, दिनकर अत्तरदे, गिरीश किणीकर असे आम्ही जळगावच्या आकाशवाणी टॉवरजवळच्या चौफुलीवर दररोज संध्याकाळी भेटत असू. तिथे आमच्या वेगवेगळ्या विषयांवर चर्चा झडत. यात सिनेमा, जागतिक राजकारण, अर्थकारण यांसारख्या विविध विषयांवर चर्चा रंगत.

उच्च शिक्षणासाठी पुण्यात असाताना तर विज्ञानावरच्या चर्चांना उधाण आलं. पुण्यात आम्हा विद्यार्थ्यांबरोबर तेथील प्राध्यापक मंडळीही या चर्चांमध्ये हिरिरीने भाग घेई. याच चर्चांतून 'सिंथेटिक ब्लड' या विषयावर मला सेमिनार घ्यावा लागला होता.

पुण्याची प्रतिकृती असलेल्या नाशिकमधे आल्यावर मित्रांचं, परिचितांचं कोंडाळं करून विविध विषयांवर चर्चासत्रं चालूच राहिली.

जुन्या गंगापूर नाक्यावरचं आण्णाचं 'श्रीराम हॉटेल' हा आमचा अड्डा होता. यात डॉ. सचीन जाधव, अमोल देशमुख, आनंद भट, अभिजीत शिंदे नियमित भेटत असू. असेच केव्हातरी नाशिकचे प्रसिद्ध रेडिओ जॉकी रूद्रा, भूषण हजेरी लावत. या कट्ट्यावर अधूनमधून येणाऱ्यांमध्ये डॉक्टर, इंजिनियर, उद्योजक, कवी, कलाक्षेत्राशी निगडीत मान्यवर असत.

'आकाशातले तारे आपल्याला दिसतात, त्यावेळी ते तिथेच असतात का?' याचा ऊहापोह चर्चा, वादविवाद, महिनाभर लांबला होता किंवा उगाचच लांबत होता.

कट्ट्यावर विज्ञान, रामायण, महाभारत, चित्रपटसृष्टी यांसारखे विविध

विषय येऊन जायचे.

याच मंडळींनी लिहिण्यासाठी प्रोत्साहन दिलं. माझ्यामागेच लागले म्हणाना! त्यात अमोल देशमुख व अमोद सहस्रबुद्धे यांचा हेका जास्त होता.

लिखाणास सुरुवात केल्यावर दोनचार पानं लिहून झाली की, ती मी माझ्या पत्नीला वाचून दाखवी, ती माझी सर्वात पहिली वाचक, श्रोती.

कादंबरी लिहून झाल्यावर सुधीर एकांडेकडे टायपिंगला दिली. टायपिंग पूर्ण झाल्यावर लोकांना ती कादंबरी भावली की नाही, हे जाणून घेण्यासाठी त्याच्या झेरॉक्स प्रती काढल्या आणि त्या प्रा. के. डी. शिंदे, प्रा. व्ही. आर. सोनवणे, प्रा. कल्पना सोनवणे, कॅप्टन चंद्रकांत सनेर, श्रीनिवास साहेब, प्रा. शेख तसेच 'Long walk of freedom' नेल्सन मंडेलांवरचं पुस्तक ज्यांनी मराठीत आणलं अशा श्री. अशोक मोकाशी साहेबांना दिली. तसेच विविध साहित्याचे सुजाण वाचक एस. आर. पाटील यांना एक प्रत दिली. या सर्वांकडून खूप चांगला प्रतिसाद मिळाला.

मग मी धैर्य एकवटून सुप्रसिद्ध विचारवंत, वक्ते व प्रवचनकार विवेक घळसासींना कादंबरीची एक प्रत त्यांच्या नागपूर मुक्कामी पाठवली. काही दिवसांनी व्हॉट्सॲपवर त्यांनी त्यांची प्रतिक्रिया पाठवली. तीच प्रतिक्रिया त्यांची फोनवर अनुमती घेऊन या कादंबरीसाठी प्रस्तावना म्हणून घेतलेली आहे, मी त्यांचा कायम ऋणी असेन. श्रीमती मंजुषा देव यांनी माझं अशुद्ध लेखन शुद्ध करून मोलाचं सहकार्य केलं. याबद्दल मी त्यांचा आभारी आहे, तसेच श्रीमती कविता साळुंके यांचं मोलाचं सहकार्य लाभलं.

माझी पहिलीच कादंबरी राजहंस प्रकाशनासारख्या अग्रगण्य प्रकाशनाने स्वीकारली, याबद्दल मी दिलीप माजगावकर यांचे मन:पूर्वक आभार मानतो. कादंबरीचं साक्षेपी संपादन श्रीमती विनया खडपेकर यांनी केलं, त्यांनाही धन्यवाद.

कादंबरीचं देखणं आणि नेटकं मुखपृष्ठ साकारणारे चंद्रमोहन कुलकर्णी आणि पुस्तकाचं सौष्ठव घडवणाऱ्या 'राजहंसी' टीमलाही मनापासून धन्यवाद.

माझ्या सर्व नातेवाईक मंडळी, मित्रमंडळी व कुटुंबीय त्याचबरोबर बऱ्याच अभ्यासू लोकांकडूनही मोलाची माहिती, मार्गदर्शन लाभलं. यात नाव घेण्यासारखे आर्किटेक्ट सचिन गुळवे, मेरीचे सुहास पाटील, विलास तांदळे, रवी राज अशा बऱ्याच परिचितांचा समावेश आहे. यांच्या प्रोत्साहनानं, सहकार्यानं ही कादंबरी पूर्ण करू शकलो व आपणासारख्या सुज्ञ वाचकांसमोर ठेवू शकलो.

मी आपणा सर्वांचा शतश: आभारी आहे.

जगदिश देवरे

‘फुलपाखरू’च्या निमित्ताने

प्रा. जगदिश देवरे यांच्या ‘फुलपाखरू’ या कादंबरीवर मी काही लिहावे, अशी सूचना त्यांनी केली; तेव्हा मी थोडा बुचकळ्यात पडलो. मला वाटले की, काही आध्यात्मिक/धार्मिक स्वरूपाची कादंबरी असावी आणि मला या विषयात आवड असल्याने ते अशी सूचना करत असावेत! कादंबरीच्या नावावरून तरी ती तशी असावी, असे वाटत नव्हते, हेही खरेच! पण प्रसिद्धीपूर्वची प्रत हाती आली आणि मी वाचू लागलो; तेव्हा लक्षात आले की, ही कादंबरी आध्यात्मिक/धार्मिक विषयावरची नाहीच, पण नावावरून वाटली तशी ती ललित लेख वा कलाकृतीही नाही. ती गुन्ह्याचा पट असलेली रहस्यमय वाटणारी कादंबरी आहे. तसा मी अधिकच बुचकळ्यात पडलो. अगदी तरुण वयातही मला कधी अशा कादंबऱ्या वाचल्याचे स्मरत नाही. पण ‘हाती घ्याल ते तडीस न्या’ हा न्यायाने मी कादंबरी वाचायला सुरुवात केली आणि कादंबरी मनाची पकड घेत गेली!

सध्या सर्व जग इस्लामी आतंकवादाच्या संकटाने हैराण झाले आहे. नाना प्रकारचे जिहाद जग बघत आहे. जेथे मुसलमान अल्पसंख्य आहेत, तेथे ते अलगाववादाचे हत्यार उगारत आहेत आणि बहुसंख्य आहेत, तेथे अल्पसंख्याकांविषयी असहिष्णू भूमिका घेत आहेत. हिंसा, रक्तपात, घातपात या मार्गाने या कट्टरपंथी मंडळींना काय साधायचे आहे, हेही जगाच्या लक्षात येऊ लागले आहे! सर्व जग इस्लामच्या झेंड्याखाली आणायची या उग्रपंथी लोकांची योजना आहे. हिंदुस्थान या योजनेत होरपळून निघत आहेच, पण लोकशाही मानणारी राष्ट्रेच नव्हे तर मुसलमानी देशही या होरपळीतून सुटलेले नाहीत. ‘इस्लाम इथून तिथून एक आहे,’ हा विचारही भ्रमाचा भोपळा ठरला आहे. शिया-सुन्नी संघर्षाने ऐक्याच्या भ्रमाला फोडले आहे. ही समस्या वाढत असतानाच ती आटोक्यात कशी आणायची, याचाही विचार होऊ लागला आहे.

असा विचार करणारे मुळात एक चूक करतात. इस्लाम म्हणजे अमन, शांती या विचारावर ते भाबडेपणाने विश्वास ठेवतात. मूळ धर्म चांगलाच आहे, पण काही माथेफिरू इस्लामला वापरून घेत आहेत – असेही त्यांना वाटते. त्यामुळे लोकशाही, मतपरिवर्तन, संवाद यामार्गाने ही समस्या सोडवता

येईल, अशा कविकल्पनेत ते रमून जातात. पण आक्रमण, अतिक्रमण आणि अत्याचाराची प्रेरणा देणारी ही जिहादी विचारसरणी आहे, हे मान्य करूनच हा प्रश्न सोडवता येईल. इस्लामच्या अगदी प्रारंभापासूनच ही प्रवृत्ती दिसून येते. भारत तर याच कारस्थानाचा वारंवार शिकार बनला आहे. थेट हत्या, अपराधी कृत्ये, बाँबस्फोट अशा हिंसक घटनांपासून ते लव्ह जिहाद, लँड जिहाद, मनोरंजनाच्या नावाखाली प्रचार आणि अमली पदार्थांच्या बाजारापर्यंत सर्व मार्गाने दिसणारे कारस्थान कोणत्याही शांतीप्रिय विचाराचे मानता येणार नाही. यावर चर्चा हा मार्ग कसा असू शकतो? फुटीरता हाच स्वभाव असणाऱ्यांचे हृदयपरिवर्तन केवळ ऐक्याच्या एकतर्फी घोषणांतून कसे होईल? 'सारे जहाँसे अच्छा । हिंदोस्ताँ हमारा' म्हणणारा कवीही फाळणीनंतर पाकिस्तानातच गेला की नाही? त्यामुळे इस्लामी आतंकवादावर वास्तव दृष्टिकोन ठेवला पाहिजे हेच खरे!

असा वास्तव दृष्टिकोन ठेवण्यासाठी आतंकवाद्यांची कार्यपद्धती, प्रचाराचे त्यांचे तंत्र, यात होणारा पैशाचा खेळ हे सर्वसामान्यांना कळणे महत्त्वाचे आहे. भाबडेपणाऐवजी वास्तव, सावध आणि समर्थ भूमिका घेण्यासाठी सर्वसामान्यांचे प्रबोधन होणे गरजेचे आहे. या दृष्टीने 'फुलपाखरू' ही कादंबरी यशस्वी झाली आहे, असे मला वाटते. जातीय अथवा धार्मिक द्वेषाचा स्पर्शही न होऊ देता, अभिनिवेशाचा आधार न घेता किंवा कसलेच आकांडतांडव न करता उग्रवादाची कार्यपद्धती, प्रचारतंत्राचे स्वरूप उलगडून दाखवण्यात प्रा. जगदिश देवरे यांना मोठे यश आले आहे. त्याबद्दल मी लेखकाचे मनापासून अभिनंदन करतो. मनाची पकड घेणारी प्रवाही लेखनशैली, आलंकारिकतेचा सोस न ठेवता साध्याच पण प्रभावी निवेदनाने कादंबरी तटस्थ तरी ठाम संदेश देणारी ठरली आहे.

'फुलपाखरू' आहे तरी काय ?

कादंबरीबद्दल; त्यातही रहस्याचा मागोवा घेणाऱ्या कादंबरीबद्दल लिहिताना एक पथ्य पाळणे आवश्यक असते. ते पथ्य म्हणजे तपशिलाचा गौप्यस्फोट न करणे! 'सुरुवात चुकवू नका आणि शेवट सांगू नका!' अशी पूर्वी रहस्यमय चित्रपटाची जाहिरात केली जात असे. याही कादंबरीची कथावस्तू उलगडून दाखवणे योग्य नाही, असे मला वाटत असल्याने मी तो पडदा उघडणार नाही. पण कादंबरीच्या शीर्षकाविषयी उलगडा झाल्याने फारसे काही बिघडणार नाही. म्हणून त्याबाबत काही सांगत आहे.

नाशिक शहर हे शांत, सुरक्षित, परंपरा आणि नवतेला श्रद्धेने जपणारे शहर आहे. एक तीर्थक्षेत्र म्हणून ते प्रख्यात आहेच. भारतीय अस्मितेची अखंड प्रेरणा असणाऱ्या श्रीरामांच्या सहवासामुळेही नाशिकची मोठी महती आहे. पौराणिक आणि ऐतिहासिक दृष्टीनेही नाशिकचे थोरपण निर्विवाद आहे. कुंभमेळ्याने या शहरास विश्वप्रसिद्धीही लाभली आहे. औद्योगिक, कृषी, शिक्षण या क्षेत्रांतही नाशिकचा ठसा उमटलेला आहे. प्रगतीच्या सुवर्ण त्रिकोणातील (मुंबई-पुणे-नाशिक) एक महत्त्वाचा बिंदू हे शहर आहे. विकसित आणि विस्तारित होत असतानाही या शहराने आपले 'गावपण' छान जपले आहे. पूर्वसूचना न देताही कुणाकडे सहज जाता येण्यात हे 'गावपण' जसे आहे, तसेच 'वेळच नाही हो'ची लटकी सबब न सांगता सणवार, उत्सव, संमेलनात सहभागी होणेही याच गावपणाचा पुरावा आहे. स्नेह, अगत्य, आस्था जपणाऱ्या या शहराशी निगडित या कादंबरीची कथा आहे.

गंगापूर धरण ही नाशिकची फक्त जलसाठ्याची जागा नाही. हे धरण नाशिककरांच्या जीवनातील एक जिवंत व्यक्तित्त्वच आहे. त्याच्या जलसाठ्याचे विहंगदर्शन घेतले, तर ते निळेशार अथांग पाणी फुलपाखराच्या उभ्या पंखासारखे दिसते. लेखकानेच असा उल्लेख तीनदा केलाही आहे. त्यामुळे 'फुलपाखरू' म्हणजे गंगापूर धरण हे स्पष्टच आहे. हे फुलपाखरू विकृत मानसिकतेच्या दृष्टीस पडते. केवळ फुलपाखरूच नव्हे तर त्याच्या आसपासचे समृद्ध जीवन, बहरलेली गावे हेही देशद्रोह्यांच्या डोळ्यात सलते. तेच उद्ध्वस्त करण्याचा डाव कसा रचला गेला, त्याची पाळेमुळे थेट पाकिस्तानात कशी आहेत – हे सारे फार चांगल्या पद्धतीने या कादंबरीत मांडले गेले आहे. सावध गुप्तचर यंत्रणा, दक्ष पोलीसदल यांना या कटाचा सुगावा कसा लागतो, तो कट हाणून पाडण्यासाठी कशी व्यूहरचना केली जाते – हे सारे मुळातून वाचणेच आवश्यक आहे.

विशाल पटावरील ज्ञानपुष्पे!

'फुलपाखरू' ही कादंबरी एका आतंकवादी कृत्याभोवती गुंफली गेली आहे हे खरेच, पण मला आणखी एका गोष्टीकडे वाचकांचे लक्ष वेधायचे आहे. प्रा. जगदिश देवरे यांच्या विपुल माहितीच्या भांडाराचा जागोजागी वाचकाला अनुभव आल्याशिवाय राहात नाही. लेखकाचे विविध विषयांतील ज्ञान वाचकाला अचंबित करून टाकते. प्रतिपाद्य विषयाच्या विशाल पटावर ही ज्ञानपुष्पे उमलली आहेत आणि तेथे वाचकाचे मनच फुलपाखरू बनून जाते. ॲस्ट्रॉनॉमी,

ॲस्ट्रॉफिजिक्सपासून श्रीमद्भागवत, वेद, उपनिषदे, गीता, इतिहास इथपर्यंतचे संदर्भ या विषयात येतात. पिस्तुल, स्फोटके (डेफ्त चार्जर्स)पासून विविध क्षेपणास्त्रांपर्यंतचा लेखनातील उल्लेख आश्चर्यचकित करणारा आहे.

गंगापूर धरण असो किंवा नाशिकचा इतिहास असो, विस्तृत माहितीचा साठाच वाचकाला मिळतो. अतिरेक्यांची कार्यपद्धती जशी कळते, तशी तपास यंत्रणेचीही माहिती मिळते. ही कथा ज्या ज्या भागात घडते-मग ते देशातले भाग असोत की पाकिस्तानातील असोत – इतकी तपशीलवार वर्णने लेखकाने केली आहेत की, लेखक प्रत्यक्ष त्या भागात दीर्घकाळ राहिला आहे, असेच वाटावे. रस्ते, हॉटेल्स, रेल्वे, बसमार्ग, नक्सली भाग आणि तेथील कारवाईचे वर्णनही असेच आहे. एवढेच कशाला, चिकन बनवण्याची रेसिपीही लेखक अशी सांगतो की, जणू कुणी शेफच ती सांगतो आहे. कधी कधी काही वर्णने जरा लांबली, असे वाटत असले; तरी लेखकाच्या अफाट माहितीची, विस्तृत वाचनाची आणि प्रतिपादनाशी समरसून जाण्याच्या लेखकाच्या क्षमतेची ओळख त्यातून होते हे नाकारता येणार नाही! केवळ दोनशे पानांमध्ये एक भलामोठा पट, एक थरारक नाट्य लेखकाने समर्थपणे गुंफले आहे. हे वाचताना आपण सर्व कथावस्तूचा एक भागच बनून जातो. हे लेखकाचे यशच मानायला पाहिजे. एका वेगळ्या विषयावरची कादंबरी वाचल्याचे समाधान मला मिळाले. कादंबरीचे तंत्र, तिचा आकृतिबंध याची समीक्षा हा माझा हेतू नाही. अधिकारही नाही. पण मराठीत क्वचितच स्पर्शिल्या जाणाऱ्या एका विषयाला लेखकाने हात घातला आणि नेटकेपणाने तो मांडला, असे नक्की म्हणता येईल. प्रा. जगदिश देवरे यांच्या या कादंबरीचे मी मनापासून स्वागत करतो आणि तिच्या प्रकाशनासाठी शुभेच्छा देतो.

विवेक घळसासी
नागपूर

संदर्भसूची

- https://pdfroom.com/books/the-incredible-history-of-indias-geography/EBgje0nzdoN
- https://www.google.com/maps/place/Jinnah+International+Airport+(JIAP)/@24.9007815,67.165914,711m/data=!3m1!1e3!4m5!3m4!1s0x3eb339c72ec76665:0xec5d1d821453c988!8m2!3d24.9007815!4d67.1681027
- https://en.wikipedia.org/wiki/Inter-Services_Intelligence
- https://meetingorganizer.copernicus.org/EGU2010/EGU2010-1999-1.pdf
- https://en.wikipedia.org/wiki/Jaish-e-Mohammed
- https://en.wikipedia.org/wiki/History_of_Nashik
- https://www.jstor.org/stable/42929907
- https://en.wikipedia.org/wiki/Islam
- https://www.youtube.com/watch?v=7SByv1VEf3Y
- https://www.salahtimes.com/india/nashik
- https://en.wikipedia.org/wiki/Indian_Mujahideen
- https://timesofindia.indiatimes.com/videos/news/2001-parliament-attack-when-terror-struck-indias-temple-of-democracy/videoshow/79697131.cms
- https://www.hindisarkariresult.com/tulsidas-biography-hindi/
- https://medium.com/@jijnasa/hanuman-chalisa-predicts-distance-between-sun-and-earth-b6e95ffe628f
- https://en.wikipedia.org/wiki/Faisal_Mosque
- https://www.google.com/maps/ Hawksbay Resort
- https://en.wikipedia.org/wiki/Maharashtra_Police
  महाराष्ट्र शासन GOVERNMENT OF MAHARASHTRA नाशिक जिल्हा
  NASHIK DISTRICT EGOVERNANCE MEDIA GALLERY NIC NASHIK
- https://en.wikipedia.org/wiki/Research_and_Analysis_Wing
- 11 Facts About The India's Research And Analysis Wing (RAW) That Are Unknown To Most Of Us by Rishabh Banerji
- https://www.counterview.net/chhara port
- https://pngrb.gov.in/pdf/public-notice/EOI04052018_1.pdf
- https://en.wikipedia.org/wiki/Operation_Lyari
- https://www.skyscanner.co.in/routes/khi/isb/karachi-to-islamabad.html
- https://en.wikipedia.org/wiki/Pakistan_International_Airlines history
- https://www.arabnews.pk/node/1771836/pakistan plane
- https://en.wikipedia.org/wiki/National_Cadet_Corps_(India) NCC

- https://www.veethi.com/images/maps/districts/maharashtra/gadchiroli_district_map.png

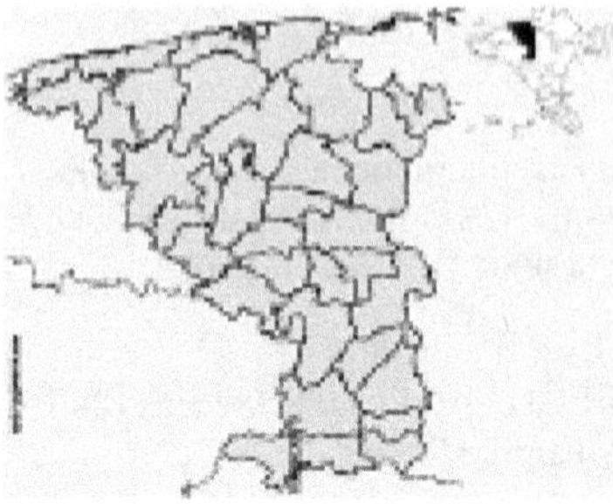

shape of gadchiroli district, yellow in color, is like bear (अस्वल),

https://encrypted-tbn0.gstatic.com/images?q=tbn:ANd9GcTcK2EvbcPseCGatUMxW-1HpdEZMjniTMSzTgVl9xW3wyjMTNL1wGbmqZvvqy0s4-5aMr8&usqp=CAU

- https://en.wikipedia.org/wiki/Kanu_Sanyal
- https://en.wikipedia.org/wiki/Charu_Majumdar
- https://en.wikipedia.org/wiki/Naxalite%E2%80%93Maoist_insurgency#:~:text=The%20insurgency%20started%20after%20the,India%20(Marxist%E2%80%93Leninist).
- https://gadchirolipolice.gov.in/C60
- https://www.youtube.com/watch?v=iFZQK53XKng
- https://indianexpress.com/article/explained/gadchiroli-naxal-attack-who-are-the-c-60-commandos-5707615/
- IOSR Journal of Applied Geology and Geophysics (IOSR-JAGG) e-ISSN: 2321–0990, p-ISSN: 2321–0982.Volume 2, Issue 5 (Jul-Aug. 2014), PP 01-05 www.iosrjournals.org www.iosrjournals.org 1 | Page
- https://www.google.com/maps/dir/Aheri,+Maharashtra/19.2496166,80.3723243/19.240949+,+80.386359/@19.2409108,80.3855615,735m/data=!3m1!1e3!4m13!4m12!1m5!1m1!1s0x3a2d7bde1da90517:0x47bf3f2730b1c96a!2m2!1d80.0059101!2d19.4133545!1m0!1m3!2m2!1d80.386359!2d19.240949!3e0

A- Ajay Sharma team; S-Sandeep patil team; N- Nakshali

- https://gadchiroli.gov.in/tourist-place/wadadham-fossils-park/
- https://www.youtube.com/watch?v=_x2wtQj-agc
- https://youtu.be/-zp9J1Nrr0o
- https://en.wikipedia.org/wiki/Chitrakote_Falls
- https://timesofindia.indiatimes.com/topic/Jaish-e-Mohammed
- https://youtu.be/h6IWU_TrIg8
- https://youtu.be/dPUFtY087vU
- https://youtu.be/aPe8qn7ProQ
- https://en.wikipedia.org/wiki/Faisal_Mosque
- https://hal-india.co.in/
- https://en.wikipedia.org/wiki/Hindustan_Aeronautics_Limited
- https://www.cfr.org/backgrounder/raw-indias-external-intelligence-agency
- https://en.wikipedia.org/wiki/Muttahida_Qaumi_Movement_%E2%80%93_London
- https://en.wikipedia.org/wiki/Karachi#Social_issues
- https://en.wikipedia.org/wiki/Environment_of_Karachi
- https://www.thethirdpole.net/en/pollution/karachi-water-pollution/
- https://tribune.com.pk/story/1586452/turtles-turning-away-karachis-beaches
- https://www.hindustantimes.com/world/gangs-of-lyari-brutal-tales-of-violence-from-karachi-s-wild-west/story-FnnMkjtalnJmGdyobyws6K.html
- https://youtu.be/zzeebA2GIaM
- https://youtu.be/lIXAEzGjzTY
- https://youtu.be/PouZYMzSXAM
- https://youtu.be/KRx4pxscBnc

https://en.wikipedia.org/wiki/Gangapur_Dam

shape of gangapur dam like butterfly.

- https://archive.hnsa.org/doc/depthcharge6/index.htm
- https://archive.hnsa.org/doc/depthcharge6/part9.htm
- https://en.wikipedia.org/wiki/Godavari_River
- http://www.ijirae.com/images/downloads/vol1issue2/ACE10090.April14.15.pdf Godavari flood.
- https://citeseerx.ist.psu.edu/viewdoc/download?doi=10.1.1.673.5863&rep=rep1&type=pdf
- https://en-gb.topographic-map.com/maps/ej0x/Nashik/
- http://www.onefivenine.com/village.dont?method=displayVillage&villageId=258913
- https://www.google.com/maps/place/Sawari+Baba+Mandir/@20.0375611,73.6796852,2942m/data=!3m1!1e3!4m5!3m4!1s0x0:0xd0468e37d71b2f55!8m2!3d20.0375611!4d73.6796852?hl=en
- https://grmb.gov.in/grmb/mythology#:~:text=The%20story%20of%20the%20Godavari,thus%20crops%20can't%20grow.
- https://www.jstor.org/stable/42929907
- https://meetingorganizer.copernicus.org/EGU2010/EGU2010-1999-1.pdf
- https://www.google.com/maps/dir/LNG+Jetty,+Unnamed+Road,+Chhara,+Gujarat+362720/Jawhar,+Maharashtra/Nashik,+Maharashtra/@19.9220571,73.3486025,3288m/data=!3m1!1e3!4m20!4m19!1m5!1m1!1s0x3be321f97830875b:0x8b56d4a710632cef!2m2!1d70.7393369!2d20.7224997!1m5!1m1!1s0x3be7428974fe32ef:0xdc76db7ca5cbdb7a!2m2!1d73.2312946!2d19.9050038!1m5!1m1!1s0x3bddd290b09914b3:0xcb07845d9d28215c!2m2!1d73.7898023!2d19.9974533!3e0?hl=en
- https://www.youtube.com/watch?v=4W1RFdtS2EM
- http://drvartak.blogspot.com/2013/03/dr.html
- https://archive.org/details/ScientificKnowledgeInVedas

।। १ ।।

त्या घनदाट वडराईतून धावत जाताना शंकरला दरदरून घाम येत होता. आपण बघितलेलं दृश्य किती भयानक होतं, याची त्याला जाणीव होत होती. त्या आडदांड निगरगट्ट माणसानं ज्याला ते सय्यद म्हणत होते, त्यानं त्या माणसाचा डावा हात आपल्या उजव्या हातात धरून मनगटातून पिरगळला होता, ज्याच्या वेदना थेट त्याच्या खांद्यापर्यंत आणि तेथून मज्जारज्जूच्या वरच्या टोकापर्यंत पोहोचल्या होत्या. त्या वेदनांनी त्या माणसानं गुरासारखी किंकाळी मारली होती. तरी सय्यदनं त्याचा हात सोडला नव्हता. त्यानं अजून एक पीळ त्याच्या मनगटाला दिला.

पकडलेल्या माणसाला धरून तिथं एकूण चार जण होते. सय्यद त्या माणसाच्या डाव्या हाताला धरून त्याच्याशी बोलत होता आणि दोघे जण त्याच्या उजव्या हाताला उभे होते. त्या माणसाच्या समोरच्या बाजूला त्यांच्यापैकी कुणीही उभं नव्हतं. त्याची समोरची बाजू साधारण सहा-सात फुटांपर्यंत मोकळी होती. त्या पुढे वडाची मोठाली झाडं होती.

शंकर त्या आडदांड सय्यदच्या उजव्या हातापासून साधारण दहा फुटांवरील वडाच्या झाडाच्या खोडामागे लपून त्या वडाच्या पारंब्यांमधून जास्तीतजास्त बघण्याचा प्रयत्न करत होता. तो डोळे मोठे करून समोरचं दृश्य बघत होता.

त्याचवेळी त्याला फट-फट-फट असे दबके आवाज जाणवले आणि त्या माणसाला घेरून उभ्या असलेल्यांचे हात एकाच वेळेला आपआपल्या गळ्यांपर्यंत गेले आणि त्यांनी स्वत:चेच गळे दाबून धरायचा प्रयत्न सुरू केला. तेव्हा शंकरच्या लक्षात आलं, की तीन बंदुकीच्या गोळ्या त्या माणसांच्या समोरच्या बाजूनं आल्या होत्या. त्यांनी सय्यदसकट त्या दोघांच्या गळ्याचा वेध घेतलेला होता.

तिघंही जमिनीवर पडले होते, त्यांच्या हातांच्या बोटांमधून घळाघळा रक्त

वाहत होतं, त्यांचा रक्त थांबवण्याचा प्रयत्न व्यर्थ जात होता. आता ते आचके द्यायला लागले होते. डोळ्यांची बुबुळं वरती चढली होती, पायांनाही आचके बसत होते.

शंकरकडून पुढचं बघवलं गेलं नाही. आपलं हृदय फार जोरात धडधडतंय, त्याचा आवाज आपल्याच कानांमध्ये घुमतोय, ढोलसारखा. आपले हातपाय थरथर कापतायत, कितीही प्रयत्न केला तरी ती थरथर थांबत नाही, हे शंकरला जाणवलं. तो पटकन आपल्याच तोंडावर हात दाबून धरून वळला आणि आपली पाठ वडाच्या खोडाला जेवढी दाबून धरता येईल तेवढी त्यानं दाबून धरली.

आता त्याला कसलाही आवाज येत नव्हता, मागे वळूनही न बघता शंकर पळत सुटला, आपल्या उबदार सुरक्षित घराकडे. पळताना, कुणी मारलं त्यांना? का मारलं? हे सर्व प्रश्न अनुत्तरित होते.

शंकरला रात्रभर झोप लागली नाही. डोळे बंद केले, की त्याला वडराईतलं दृश्य दिसे. सकाळी उठल्याबरोबर काकांची भेट घ्यायचं त्यानं ठरवलं. सकाळी उठून सर्व आवरून तो तडक काकांच्या घरी गेला.

शंकरनं आपल्या काकांच्या बंगल्याच्या दरवाजाची बेल दाबली. त्या बंगल्याच्या दारावर पाटी होती 'प्राध्यापक जगन्नाथ दिगंबर देव'. त्यांना सर्वजण प्राध्यापक 'जेडी' म्हणून ओळखत.

दरवाजा शंकरच्या काकू मालतीताईंनी उघडला. शंकरला बघून त्यांनी हसत विचारलं, "अरे, शंकर आज अचानक इकडे कसा?"

"काकांकडे थोडं काम होतं. आहेत का काका?" शंकरने विचारलं.

"आहेत ना, त्यांच्या अभ्यासिकेत आहेत. तू जा, मी चहा बनवून आणते." मालतीताई म्हणाल्या.

शंकरनं अभ्यासिकेचं दार लोटलं तर जेडी सर समोरच्या पाच बाय तीनच्या लाकडी टेबलाच्या मागे खुर्चीवर बसलेले त्याला दिसले. पांढराशुभ्र झब्बा आणि पायजमा त्यांनी घातलेला होता. त्यांचं काहीतरी लिखाण चाललेलं होतं, दरवाजाचा आवाज ऐकून त्यांनी वर बघितलं तर त्यांना समोर शंकर दिसला.

त्यांनी पेन खाली ठेवला व म्हणाले, "अरे, एवढ्या सकाळी कसा आलास? बस."

शंकर त्यांच्या समोरच्या खुर्चीवर बसला.

त्याच्या काकांच्या अभ्यासिकेत सगळीकडे कपाटं आणि त्या कपाटांमध्ये

पुस्तकं भरलेली होती; सर्व प्रकारची इतिहास, भूगोल, वेदांपासून विज्ञानापर्यंत.

आपल्यावरील कालचा प्रसंग शंकरनं काकांना थोडक्यात सांगितला. काकांनी सर्व शांतपणे ऐकून घेतलं आणि मग काका म्हणाले, "शंकर, तुला त्यांनी बघितलं नाही ना?"

शंकर म्हणाला, "नाही."

"मग ठीक आहे, मी बघतो काय ते."

तोपर्यंत काकू आत आल्या व शंकरच्या शेजारच्या खुर्चीत बसल्या आणि विचारलं

"कसं येणं केलंस?" "काय काम काढलंस तुझ्या काकांकडे?"

तेव्हा जेडी सरच म्हणाले,

"काही नाही गं, आपण बोलू यावर नंतर. तू त्याला चहा वगैरे काही देणार आहेस की नाही?"

काकू म्हणाल्या, "येईलच चहा आता."

शंकर एकोणीस वर्षांचा होता आणि नाशिकच्या केटीएचएम कॉलेजमध्ये बी.एस्सी. (फिजिक्स) करत होता. त्याच्या काकांनी एम. एस्स्. पुणे युनिव्हर्सिटी डिपार्टमेंटमधून केलं होतं व काकूंनी एम.एस्सी. (फिजिक्स) केटीएचएम मधून केले होते. त्यामुळे शंकरला कुठलीही विज्ञानाची अडचण आली की तो काका-काकूंकडे येत असे. शंकरला बारावीत पुणे बोर्ड परीक्षेत ९७% गुण मिळाले होते. तरी तो बी.ई. किंवा एम.बी.बी.एस. ला नव्हता गेला. त्याला प्युअर सायन्समध्येच करिअर करायचं होतं. तो एक मेहनती व हुषार विद्यार्थी होता. त्याचबरोबर त्याला फुटबॉल खेळायलाही खूप आवडे. रविवारचा पूर्ण दिवस तो ग्राऊंडवरच असे. त्यामुळे त्याचे बौद्धिक आणि शारीरिक अंग ठणठणीत होतं.

त्याला काका आणि काकूंबरोबर वेगवेगळ्या विषयांवर चर्चा करण्यास खूप आवडे. त्याला ॲस्ट्रॉनॉमी आणि ॲस्ट्रॉफिजिक्स नावाचा एक पेपर होता. त्यात आपली ग्रहमाला, आपली आकाशगंगा व बऱ्याच आकाशगंगांपासून आपलं हे तयार झालेलं विश्व, या संदर्भातला अभ्यासक्रम होता. तो ऐच्छिक पेपर असूनही शंकरनं तो घेतला होता.

अंतरिक्ष प्रवास या विषयावर एकदा काकांशी चर्चा करताना त्यांनी ऋषी व्यासांनी लिहिलेल्या श्रीमद्‌भागवत् स्कंद-९ अध्याय-३ मधील श्लोक सत्तावीस ते छत्तीसचा संदर्भ सांगितला होता. या संदर्भानुसार-

काकूदमी नावाचा राजा होता. त्याला रेवती नावाची कन्या होती. ती वयात

आल्यावर तिच्यासाठी चांगला वर या राजास पृथ्वीवर मिळत नव्हता, म्हणून त्यानं विचार केला की, यासंदर्भात ब्रह्मदेवाला विचारावं. म्हणून राजा आपल्या कन्येला – रेवतीला – घेऊन ब्रह्मलोकात गेला. तिथे ब्रह्माला भेटल्यावर राजानं सांगितलं की, माझी मुलगी उपवर झाली आहे, तिला योग्य वर सुचवा.

तेव्हा ब्रह्मा हसून म्हणाले, 'अरे राजन, तू पृथ्वीवरून ब्रह्मलोकी आलास तेवढ्या वेळात पृथ्वीवरची सत्तावीस चतुर्युगं संपली. त्यामुळे तुझ्या काळातलं आता तिथे कोणीही शिल्लक नाही, तुझं गोत्रसुद्धा संपलेलं आहे. पण तू पृथ्वीवर परत जाशील तेव्हा बलरामाचा जन्म होऊन तो उपवर झालेला असेल. तो तुझ्या मुलीसाठी योग्य वर असेल.' मग राजा काकूदमीनं पृथ्वीवर येऊन रेवतीचं लग्न बलरामाशी लावून दिलं.

यावर चर्चा करताना जेडी काका म्हणाले होते, त्या काळात आम्हाला अंतरिक्ष प्रवास माहीत होता. रेवती आणि तिचे वडील अंतरिक्ष प्रवास करून पृथ्वीवर परत आले, पण त्यांच्या वयामध्ये विशेष फरक पडला नाही. पण जे पृथ्वीवरच होते, त्यांच्या पिढ्यानपिढ्या संपून गेल्या. आत्ताचं आमचं विज्ञान पण हेच सांगतं. अंतरिक्षात वय पृथ्वीच्या संदर्भात खूपच कमी वाढतं, जवळजवळ वाढत नाही. सरांनी पुढे सांगितले होते, आपल्या उत्तर आकाशात अभिजीत (वेगा) नावाचा तारा आहे, जो उत्तर तारामंडलातला दोन नंबरचा तेजस्वी तारा आहे, त्याच्या ग्रहमालेत एका ग्रहावर पृथ्वीसदृश्य जीवन असण्याची शक्यता एका रशियन शास्त्रज्ञानं व भारतातल्या डॉक्टर पी.व्ही. वर्तक यांनी संशोधनानंतर सांगितली आहे. तो तारा साधारण सव्वीस प्रकाशवर्षं दूर आहे.

काकूंनी "चहा घे" म्हणून आवाज दिल्यावर शंकर परत वर्तमानकाळात आला. शंकरनं चहा घेतला.

काका त्याला म्हणाले, "माझे मित्र मंगलसिंग साटम ॲडिशनल पोलीस कमिशनर आहेत, यांच्याशी मी बोलतो. मग बघूया काय होते ते."

"ठीक आहे." असं म्हणून शंकर निघून गेला. त्याला कॉलेजला जायचं होतं.

जेडी सरांनी साटम साहेबांना दुपारी फोन लावला,

"नमस्कार, साटम साहेब."

"नमस्कार सर, कशी आठवण काढलीत?"

"भेटायचं होतं." सर म्हणाले.

"मी आज संध्याकाळी फ्री आहे, कुठं भेटायचं? बोला." साटम साहेबांनी विचारलं.

"सोमेश्वरच्या संदर्भात बोलायचं होतं." सर म्हणाले.

"चार जणांच्या खुनाबद्दल बोलायचं आहे कां?" साटम साहेब म्हणाले.

"चार?!! तीन खून ना?" सरांनी आश्चर्यानं विचारलं.

"तीन नाही, तिथे चार खून झालेत आणि ते प्रकरण बरंच गंभीर दिसतंय. काहीतरी मोठं अघटित घडविण्याचा त्यांचा बेत होता असं दिसतंय." साटम साहेबांच्या आवाजात चिंता जाणवत होती.

पण सरांना शंकरनं तीन लोकांविषयी सांगितलं होतं.

"अरे मंगल," सर आता एकेरीवर आले. त्यांचे आणि साटम साहेबांचे संबंध तेवढे जवळचे होते.

"तू माझा पुतण्या शंकरला ओळखतोस ना?"

"हो, बी.एस्सी. करतोय तोच ना? अरे, एवढा चुणचुणीत मुलगा कोण विसरेल? त्याचं काय?" साटम साहेबांनी विचारलं.

"तो त्या वेळी तिथे होता. हे आत्ताच त्यानं मला सांगितलं. पण तो तीन जणांविषयी सांगत होता. त्याच्या समोर कुणीतरी त्यांना गोळ्या घातल्या. चौथा माणूस ज्याला त्या तिघांनी घेरलं होतं, तो शंकर तिथे असेपर्यंत जिवंत होता."

पलीकडे बराच वेळ शांतता होती.

"अच्छा! म्हणजे तिथे एकूण कमीत कमी पाच जण तरी होते." साटम साहेब म्हणाले.

"नाही. सहा, शंकरला धरून." सर म्हणाले.

"जेडी, तू शंकरला घेऊन लगेच माझ्या ऑफिसला ये." साटम साहेब म्हणाले. त्यांच्या आवाजात अस्वस्थता होती.

"मंगल, तो कॉलेजला गेलेला आहे. त्याला या सगळ्यापासून दूर ठेव. त्याच्या अभ्यासात यामुळे अडथळा निर्माण व्हायला नको." सर म्हणाले.

"अरे जेडी, मला हे समजत नाही का? पण त्याच्या तोंडून मला सर्व ऐकायचं आहे." साटम साहेब म्हणाले.

"ठीक आहे, असं कर तू संध्याकाळी माझ्या घरीच ये. रोहिणीला पण घेऊन ये. जेवण आपण इकडेच करू. मी शंकरलाही यायचा निरोप देतो."

"ठीक आहे, आम्ही संध्याकाळी सात वाजता तुझ्याकडे येतो." साटम साहेब म्हणाले.

"चल, भेटू संध्याकाळी." सर म्हणाले.

"हो." साटम साहेब म्हणाले आणि त्यांनी फोन ठेवला.

आज सकाळी दहा वाजता साटम साहेब के.टी.एच.एम.समोरील पोलीस

आयुक्तालयात पोहोचले, त्याचवेळी त्यांच्या लक्षात आलं की काहीतरी वेगळं आहे. त्यांच्या केबिनजवळ पोहोचल्यावर दारात पांडुरंग हवालदारानं त्यांना कडक सॅल्युट केला.

साटम साहेबांनी मान हलवून तो स्वीकारला आणि ते आपल्या टेबलाजवळच्या खुर्चीत जाऊन बसले, तोपर्यंत पोलीस इन्स्पेक्टर सलीम पठाण केबिनमध्ये आले. त्यांनी साटम साहेबांना कडक सॅल्युट केला.

साटम साहेब म्हणाले, ''बस सलीम, आज सकाळीच काय गडबड आहे?'' टेबलावरची फाईल चाळत त्यांनी विचारलं.

''सर, चार मर्डर एकाच ठिकाणी!''

साटम साहेबांनी सावकाश वरती बघितलं. नाशिकसारख्या शहरासाठी ही फार मोठी गोष्ट होती, चार खून एकाच ठिकाणी.

''सर्व एकाच कुटुंबातील आहेत का?'' साटम साहेबांनी विचारलं. त्यांना वाटलं भाऊबंदकी, वाटे-हिस्से यावरून काही भानगड झाली असावी.

''नाही साहेब, प्रकरण वेगळंच दिसतंय. तिघांच्या गळ्यात आणि चौथ्याच्या डोक्यात गोळी झाडली असं प्रथमदर्शनी दिसतंय. तिकडे श्वान-पथक पाठवलं होतं, पण उपयोग झाला नाही.''

अचानक आंतरिक उर्मीनं साटम साहेब म्हणाले, ''चल पठाण, स्पॉटवर जाऊ.''

सरकारवाडा पोलीस स्टेशन जे के.टी.एच.एम. कॉलेजसमोर आहे, तिथून सोमेश्वर धबधबा साधारण साडेसात किलोमीटर आहे.

गंगापूर रोडनं जाताना कवडे-लॉन्स जवळून उजवीकडे वळण घेऊन, पुढच्या उजव्या वळणावर सोमेश्वर धबधबा गोदावरी नदीवर आहे. तिथं पोहोचल्यावर नदीच्या पलीकडे त्यांनी गाडी थांबवली. पठाण व साटम साहेब खाली उतरले. तिथून साधारण पन्नास फूट पायी चालत गेले. तिथे चाळीस ते पन्नास वडांच्या झाडांचं फार जुनं रान होतं. ते अगदी गोदावरी नदीला लागून होतं.

तो परिसर सर्वांत शांत व निवांत होता. बरेच निसर्गप्रेमी, विद्यार्थी त्या ठिकाणी मनन, चिंतन करण्यासाठी येऊन बसत. वाचनासाठी, लिखाणासाठी ही सर्वांत चांगली जागा म्हणून ओळखली जात होती.

इथल्या नैसर्गिक रूपाला धक्का न लावता साधारण दोन ते तीन वडांच्या झाडांनंतर एक चौकोनी दगड झाडाच्या खोडाजवळ ठेवलेला होता. त्या दगडाच्या आजूबाजूच्या व वरच्या पारंब्या छाटलेल्या होत्या. त्यामुळे तिथं बसणाऱ्या व्यक्तीला पूर्ण एकांत मिळत असे. ते दगड फक्त एकच व्यक्ती

बसू शकेल अशा आकाराचे होते. त्या भागात जाणून बुजून साधे इलेक्ट्रिक दिवे पण लावलेले नव्हते, त्यामुळे तिथे फक्त सूर्याचा प्रकाश असे. सूर्य मावळला की तिथे नैसर्गिक अंधार पडे. त्याला अपवाद फक्त पौर्णिमेच्या रात्रीचा असे. पौर्णिमेच्या रात्री संथपणे वाहणाऱ्या गोदावरी नदीचा पृष्ठभाग चांदीसारखा चमकत असे. मध्येच एखाद्या माशानं पाण्याच्या वर उसळी मारलेली असे. परत तो पाण्यात सूर मारे, तेव्हा त्या माशानं सूर मारला, त्या जागेपासून पाण्यावर तरंग निर्माण होत आणि त्या जागेपासून लांब जाताना त्या तरंगांचे वर्तुळ मोठे-मोठे होत जाई. त्यावेळी असं वाटे की अतिशय तलम चांदीच्या चादरीवरून ती वलयं पुढेपुढे सरकतायत. त्याचबरोबर धबधब्याचा आवाज या सर्व पार्श्वभूमीवर खंड न पडता येत राहतो, जो बऱ्याचदा मनन करणाऱ्यांना समाधी स्थितीत घेऊन जातो.

अमावस्येला मात्र रात्री या जागेत कोणीही थांबत नाही.

साटम साहेब आणि पठाण त्या वडाच्या वनातून पुढे जात गोदावरी नदी व वडाचे वन यामधील चार-पाच फूट मोकळ्या जागेत आले. साटम साहेबांनी बघितलं की साधारण दोन वडांच्या मध्ये चार ते पाच फूट अंतर आहे. पण जिथे ही घटना घडली, तिथे साधारण सात ते आठ फूट जागा मोकळी होती. त्या जागेच्या सर्व बाजूंनी वडाच्या झाडांची दाटी होती.

मृतदेह मरणोत्तर तपासणीसाठी व शवविच्छेदनासाठी पाठविण्यात आले होते. चार जणांच्या मृतदेहाच्या बाह्य रेषा त्या जागेवर रेखाटलेल्या होत्या. त्यातील तीन बऱ्याच जवळ जवळ होत्या, त्यांच्या पायाजवळची माती बरीच विस्कटलेली होती. म्हणजे ते बराचवेळ जमिनीवर टाचा घासत असतील पण चौथा, तिथून थोड्या अंतरावर होता. तो पटकन मेला असावा, असा प्राथमिक अंदाज साटम साहेबांनी लावला.

त्यांनी पठाणकडे बघितल्यावर पठाण म्हणाले, ‘‘यातल्या एकाचं नाव अस्लम होतं. तो भद्रकालीत राहणारा होता. अस्लम रिक्षा चालवत असे. त्याच्या खिशातल्या आधार कार्डवरून त्याच्या घरी पोलीस पोहोचल्यावर असं समजलं की, उरलेले तिघं कालच नाशिकला आले होते, नाशिक बघण्यासाठी.’’

त्या तिघांच्या येण्याने अस्लम अस्वस्थ झाला होता, असं त्याच्या पत्नीनं सांगितल्याचं पठाण म्हणाले. अस्लमच्या पत्नीनं त्या तिघांना अगोदर कधीच बघितलेलं नव्हतं, असंही ती म्हणाली.

साटम साहेब स्पॉटपासून लांब जात, धबधब्यावरच्या पुलाकडे जाऊ

लागले, तसे पठाण पण त्यांच्या मागे निघाले.

पाठीमागे वळून न बघता साटम साहेब म्हणाले,

"पठाण, त्या अस्लमच्या पत्नीला पोलीस स्टेशनला बोलाव. या अस्लमचे मित्र व नातेवाईक कोण आहेत, शोधून काढा."

"तिला पोलीस स्टेशनला यायला सांगितलंय साहेब." पठाण म्हणाले.

"ती साधारण अकरा वाजता पोलीस स्टेशनला येईल. चार वाजेपर्यंत आपल्याला शवविच्छेदनाचे रिपोर्टस पण मिळून जातील." पठाण म्हणाले.

"ठीक आहे." साटम साहेब म्हणाले व आपल्याच विचारात गाडीच्या पुढच्या सीटवर जाऊन बसले.

गाडीच्या पुढून फिरून जाऊन पठाण चालकाच्या सीटवर बसले व त्यांनी गाडी सुरू करून सरकारवाडा पोलीस स्टेशनकडे पिटाळली.

गाडी पोलीस स्टेशनवर पोहोचली, तेव्हा साटम साहेब झटकन गाडीतून उतरून सरळ त्यांच्या केबिनमध्ये गेले.

ते त्यांच्या खुर्चीत बसतात तोपर्यंत पठाण पण तिथे पोहोचले व म्हणाले, "अस्लमची पत्नी आलेली आहे."

साटम साहेब म्हणाले, "पाठव तिला आत."

पुढच्या पाचव्या मिनिटाला चाळीशीच्या आसपास असलेल्या, सलवार कमीज घातलेल्या निमगोऱ्या स्त्रीनं केबिनमध्ये कावऱ्या-बावऱ्या नजरेनं प्रवेश केला.

पांडुरंग हवालदारानं तिला साटम साहेबांच्या समोर उभं केलं.

"आपका नाम?" साहेबांनी मृदू स्वरात तिला विचारलं.

"वहिदा, साहब" तिनं जमिनीवर नजर ठेवत उत्तर दिलं.

"अस्लम से आपका निकाह कब हुआ था?" साहेबांनी विचारलं.

अस्लमचं नाव येताच तिच्या डोळ्यात टचकन पाणी आलं.

जड स्वरात ती म्हणाली, "बीस साल हो गए साहब."

"अस्लम क्या काम करता था?" साहेबांनी विचारलं.

"रिक्षा चलाते थे साहब, रोज सुबह फजर के बाद घर-से निकलते थे और मगहरीब के वक्त वापिस आते थे."

साटम साहेबांच्या काहीच लक्षात आलं नाही.त्यांनी पठाणांकडे बघितलं.

"फजर म्हणजे सूर्योदयाअगोदर केला जाणारा नमाज आहे सर आणि मगहरीब हा संध्याकाळी. आपल्या नाशिकमध्ये पश्चिमेकडे मक्केच्या दिशेला तोंड करून, अल्लाची प्रार्थना करण्याच्या ह्या वेळा आहेत." पठाण म्हणाले.

बापरे! फारच मेहनती होता. साटम साहेबांच्या मनात विचार आला, पण वरकरणी दरडावत त्यांनी वहिदाला विचारलं,

"मग त्याच्या जेवणाचं काय?"

"सुबह उनको मैं खाने का डिब्बा करके देती थी साब." वहिदा व्याकुळ स्वरात म्हणाली.

"या अल्ला, क्यों हुआ है उनके साथ ऐसा? रोज सुबह और शाम बढी दर्गा नमाज पढने जाते ही थे, चाहे कुछ भी हो जाए, वे नमाज का वक्त नहीं चूकने देते थे. वो अल्लाह के ही बंदे थे."

"साहब, जिन्होंने ये काम किया, उन्हें छोडना नहीं." असं म्हणून ती ढसाढसा रडू लागली.

साटम साहेबांनी पांडुरंग हवालदाराकडं बघितलं, पांडुरंगनं थंड पाण्याचा ग्लास वहिदा समोर धरला. तिने ग्लास डाव्या हातात घेतला. उजव्या हातानं आपल्या पांढऱ्या ओढणीनं अश्रू पुसले, मग पाण्याचा ग्लास उजव्या हातात घेऊन सावकाश पाणी प्याली. मग तिनं ग्लास पांडुरंगला परत देत म्हटलं, "शुक्रिया भैय्या!"

पांडुरंगनं कुठलीही प्रतिक्रिया व्यक्त केली नाही.

साटम साहेबांकडे बघत ती म्हणाली, "साहब परसों वो तीनों हमारे शोहर के साथ दोपहर को आये, पर वो रिक्षा में ही बैठे रहे. सिर्फ मेरे शोहर घर में आये, कुछ सहमे सहमे से थे."

"उन्होंने कहा ये भिवंडीसे आये हैं, परवरदिगार (अल्लाह) का कुछ काम है, तो मुझे उनके साथ जाना है. शायद रात देर से वापिस आऊँगा."

मै तभी सोची, कि अगर अल्लाह-का नेक काम करने आये हैं तो ऐसे मुँह छुपा-के रिक्षा में ही क्यों बैठे हैं? उनके पास कुछ सामान-भी नहीं दिख रहा था.

मैंने ऐसा मेरे शोहर को कहा. तो बोले, "उनके बारे में कहीं भी कुछ भी मत बोलना." तभीच मुझे शक हुआ था, पर मैं अपने शोहर से कुछ ना बोली.

"क्या आप उन तीनों को पहचानोगी?" पठाणने विचारलं.

"हां साब, मैं अपने शोहर को बिदा करने गई, तो उन्हें देखा और उन्हें सलाम भी किया" वहिदा म्हणाली. पठाणनं साटम साहेबांकडे बघितलं, साटम साहेबांनी मान हलविली. लगेच पठाणनं फाईलमधले तिघांचे, फक्त तिघांचे फोटो काढले, अस्लमचा काढला नाही. ते फोटो वहिदाला दाखविले त्याबरोबर तिच्या तोंडातून अस्पष्ट किंकाळी बाहेर पडली आणि ओढणी तिनं आपल्या तोंडाला लावली.

"हांऽऽ हां साब यहीच थे, इन्हीं हरामजादों ने मेरे शोहर को मारा होगा. अल्लाह ने उन्हे तुरंत सजा दी है. ये तीनों नरक मे जाएंगे साहब" आणि ती हंबरडा फोडून रडायला लागली.

पठाणनं पांडुरंगकडे बघून मान हलवली, पांडुरंगनं वहिदाला बाहेर नेलं. साटम साहेब व पठाण बराच वेळ शांतपणे बसून होते. शेवटी साटम साहेब म्हणाले, "फॉरेन्सिक रिपोर्ट आले की मला ताबडतोब दाखव."

साधारण दुपारी चार वाजता शवविच्छेदनाचा अहवाल आला. चारपैकी तीन जणांच्या गळ्यातून गोळ्या आरपार गेलेल्या होत्या. त्यांना गोळ्या साधारण पंधरा ते वीस फुटांवरून मारण्यात आल्या होत्या.

चौथा, जो अस्लम होता, त्याला मात्र अगदी जवळून डोक्यात गोळी झाडलेली होती. त्याच्या कपाळाच्या डाव्या बाजूला पिस्तुलाची नळी टेकवून गोळी झाडण्यात आली होती. कारण त्याच्या कपाळाच्या जखमेजवळ गोळीच्या दारूचे, गनपावडरचे अवशेष सापडले होते. तो तात्काळ ठार झाला होता.

घटनेत वापरलेलं पिस्तुल ग्लॉक १७ प्रकारातलं असल्याचा फॉरेन्सिक रिपोर्ट होता. ते ऑस्ट्रिया मेड सेमी ऑटोमॅटिक पिस्तुल होतं. यात एकूण सतरा गोळ्या असतात. हे पिस्तुल पॉलिमरपासून तयार केलेलं असतं आणि पन्नास मीटर म्हणजे एकशे चौसष्ट फुटांपर्यंत याचा मारा अचूक असतो. पिस्तुलमधून गोळी झाडल्यावर तीनशे पंचाहत्तर मीटर एवढं अंतर फक्त एका सेकंदात पार करतं. (१३५० km/hr) पण या पिस्तुलला सायलेन्सर लावलेलं होतं त्यामुळे गोळ्यांचा वेग काही प्रमाणात कमी झालेला होता.

साटमांचा चेहरा चिंताग्रस्त झाला. नाशिकसारख्या ठिकाणी अशा पद्धतीचं पिस्तुल की जे एफ.बी.आय.ची माणसं वापरतात, त्याचा वापर करण्यात आला होता. हे प्रकरण काहीतरी वेगळं आहे, हे त्यांच्या लक्षात आलं. त्यांनी पठाणला अस्लमची पत्नी वहिदावर नजर ठेवण्याची व्यवस्था करायला सांगितली. तिला भेटायला येणाऱ्या प्रत्येकावर लक्ष ठेवायला सांगितलं.

याच संदर्भात आज जेडी सरांचा फोन होता. शंकरनं, सरांच्या पुतण्यानं हा प्रसंग प्रत्यक्ष बघितलेला होता. साहजिकच त्यांना शंकरशी प्रत्यक्ष बोलण्याची उत्सुकता होती.

।। २ ।।

इस्लामाबादमधील इंटर सर्व्हिस इंटेलिजन्स (आयएसआय) या संस्थेचा

सर्वेसर्वा म्हणजे डायरेक्टर जनरल असद अख्तर, जो ७ नोव्हेंबर २०१४ पासून हा पदभार सांभाळत होता. या संस्थेचा मुख्य उद्देश पूर्ण जगातून माहिती गोळा करणं, तिचे ॲनॅलिसीस करणं, आणि योग्य ठिकाणी वापरणं.

डायरेक्टर जनरल असद अख्तर समोर याकूब खान बसलेला होता. याकूब खानची व असद अख्तरची ओळख कराची बंदरावरची होती. दोघांना जोडणारा एक धागा म्हणजे पैसा होता. जेव्हा-जेव्हा ते भेटत, तेव्हा-तेव्हा त्यांचा विषय एकच असे, पैसे कमवायचे वेगवेगळे मार्ग.

आता तर असद अख्तरनं आयएसआयमध्ये नोकरी स्वीकारली होती. तेव्हापासून याकूब भारतात काय घातपात करता येईल याचा विचार करत होता. जेणेकरून आयएसआयकडून भरपूर पैसा उपटता येईल. आपला व अख्तरचा आर्थिक लाभ करून घेता येईल. तेव्हापासूनच याकूब भारतातल्या सर्व घटनांवर बारकाईने लक्ष ठेवत होता. आता तर असद अख्तर आयएसआयच्या सर्वोच्च पदावर जाऊन बसला होता. असद अख्तरच्या प्रगतीनं याकूबला पैसे कमवण्याचं साधन सापडलं होतं आणि त्याचा तो पुरेपूर फायदा करून घेणार होता.

आत्ता याकूब एक मास्टर प्लान घेऊन असद अख्तरला भेटायला आलेला होता. या संदर्भातील तयारी तो दोन वर्षांपासून करत होता. त्याचं टार्गेट होतं नाशिक.

याकूब खाननं नाशिक शहर निवडताना खूप विचार केला होता. तसंही नाशिक काही मेट्रो सिटी नाही. मग तो या शहराचा का विचार करत होता? दिल्ली, मुंबई, मद्रास, बंगलोर, कलकत्ता यांच्याऐवजी त्यानं नाशिक का निवडलं होतं?

शहर निवडतांना, भारताचा विचार करतांना, त्याचा इतिहास अभ्यासतांना त्याला असं जाणवलं की इ.स. १२०६ च्या आधी भारत हे पूर्णपणे हिंदू राज्य होते. त्या अगोदर जी काही आक्रमणं भारतावर झाली ती भारतात फार आतपर्यंत पोहोचू शकली नव्हती.

जसं अलेक्झांडर इ.स.पूर्व ३२६ला आला. पोरसशी युद्ध कसाबसा जिंकला, पण पुढे जायची त्याची हिंमत झाली नाही. पुढील मगध राज्य पोरसपेक्षा फार प्रबळ आहे हे त्याला समजलं होतं, त्याच्या सैन्यालाही माहीत होतं. त्यामुळे त्याला भारताच्या वायव्य सीमेवरूनच परतावं लागलं. जी काही त्याची माणसं मागे राहिली ती काळाच्या ओघात पूर्णपणे भारतीय संस्कृतीत मिसळून गेली, भारतीय झाली.

याकूबच्या असंही लक्षात आलं की, इ.स. पूर्व ६५०० ते इ.स. १००० पर्यंतचा काळ हा भारताचा वैदिक काळ म्हणून समजला जातो.

साधारण इ.स. पूर्व ८०० ते इ.स. ५०० पर्यंत भारताचं सोनेरी युग समजलं जातं. इ.स. पूर्व ६०० मध्ये भगवान महावीरांनी जैन धर्माचा फार प्रबळ धर्मप्रचार व प्रसार केला. तर इ.स. पूर्व ५००मध्ये सिद्धार्थ गौतमनं बौद्ध धर्माची स्थापना केली.

याच काळात, इ.स. पूर्व ५०० ते इ.स. १०००, हिंदू धर्मामध्ये कर्मकांडाला ऊत आला असावा. त्यामध्ये हिंदू एवढे अडकले की, बाकी सर्व गोष्टी त्यांना दुय्यम वाटायला लागल्या. अस्पृश्यता खूप वाढली, कर्मकांडं वाढल्यामुळे क्रयशक्ती कमी झाली, शिक्षण ही ठरावीक लोकांचीच मक्तेदारी होऊन बसली. त्यांची शिक्षणावरची आस्था उडाली. 'असेल हरी तर देईल खाटल्यावरी' अशी त्यांची मानसिकता झाली. याचा फायदा अरब, तुर्की, मुस्लिम, ब्रिटिश यांना मिळाला.

या वर्षांमध्ये या आक्रमकांनी काय नाही केलं? ही धर्मावरील, संपत्तीवरील व मानसिकतेवरील आक्रमणं वेगवेगळ्या आक्रमकांची थेट १९४७ पर्यंत चालू होती. म्हणजे जवळ जवळ ९४६ वर्ष. गझनीच्या मोहम्मदानं (इ.स. १००१) भारतास वायव्येकडून पोखरायला सुरुवात केली. भारतात साधारण इ.स. १२०६ मध्ये तुर्की, मामलूकने दिल्ली ताब्यात घेतली होती. तेव्हापासून १५२६ पर्यंत उत्तरेत अफगाणी राजवट होती. १५२६च्या पानिपत युद्धात बाबरानं इब्राहिमखानला मारून दिल्ली ताब्यात घेतली.

याकूब पश्तून होता आणि हे अफगाणीही पश्तून जमातीचे होते. त्यांनी साधारण ३२० वर्षे दिल्ली ताब्यात ठेवली.

१५२६ पासून १८५७ पर्यंत दिल्ली मुघलांच्या ताब्यात होती. म्हणजे साधारण ३३१ वर्षे मुघलांची राजवट होती. यातल्या बऱ्याचशा अफगाणिस्तान-मधून येणाऱ्या लुटारूंच्या टोळ्या होत्या. त्यांना फक्त लूट करायची होती. त्यांचा ज्ञानाशी काही संबंध होता का? अशी शंका यावी. कारण त्यांनी नालंदा, तक्षशीलासारखी जगप्रसिद्ध विद्यापीठं जमीनदोस्त केली. त्यांनी तलवारीच्या जोरावर बऱ्याच हिंदूंना मुस्लिम धर्म स्वीकारायला लावला होता हे याकूबच्या लक्षात आलं.

त्यानंतर म्हणजे १८५७ ते १९४७ पर्यंत म्हणजे साधारण ९० वर्ष ब्रिटिशांचं राज्य बऱ्याच भूप्रदेशावर होतं. ते ज्ञानी होते, तसेच बेरकी होते. हे याकूबला माहीत होतं. भारतीयांना गुलामीत ठेवण्यासाठी त्यांनी भारतीय

शिक्षणपद्धती मोडीत काढली. त्यांना काम करणारे कारकून हवे होते. तसंच त्यांना भारतीयांचा देशाभिमान संपवायचा होता. तशी शिक्षण पद्धती त्यांनी भारतीयांवर लादल्याचं याकूबला जाणवलं. या इंग्रजांनीच हिंदू व मुसलमानांमध्ये फूट पाडल्याचं त्याच्या लक्षात आलं.

त्यांच्या सैन्यास ने-आण करण्यासाठी, वेगवेगळ्या प्रांतांमध्ये दळणवळण नीट होण्यासाठी त्यांनी रेल्वे व पोस्ट ऑफिसेस सुरू केली. ही रेल्वे आणि पोस्ट ऑफिसेस सुरू करताना त्यांना भारतीयांच्या प्रगतीशी काहीही घेणं-देणं नव्हतं. ते फक्त त्यांची सोय बघत होते. ब्रिटिशांनी भारतात सुरू केलेल्या या रेल्वेमध्ये फक्त आणि फक्त इंग्रजांनाच नोकरी मिळे. भारतीयांना रेल्वेत नोकरीही करण्याचा अधिकार नव्हता. त्यांनी नवीन सुधारणा व कायदेही असे आणले की जेणेकरून त्यांना उघडपणे भारत लुटता येईल.

याकूब खान जसजसा भारताचा अभ्यास करू लागला, तसं त्याच्या लक्षात येत होतं की, १२०६ ते १९४७ म्हणजे जवळ जवळ ७४१ वर्षे भारत परकीय अंमलाखाली होता. त्यात त्याची मानसिक, आर्थिक कुचंबणा केली गेली, लूट केली गेली, त्याची उत्कृष्ट शिक्षण पद्धती मोडीत काढण्यात आली.

एवढ्या अत्याचारानंतरही आज हिंदू धर्म टिकून आहे, फक्त टिकूनच नाही, तर जगातील बरेच प्रगत देश याच भारतीय संस्कृतीचं, वैदिक संस्कृतीचं गुणगान करतात. हिंदू संस्कृतीतील परंपरा, प्रथा यांचं कौतुक करतात. त्यांच्या योगसाधनेला सर्व जग मान्यता देतं. त्यांच्या कुटंब-व्यवस्थेचा आदर करत पूर्ण विश्वाला घर मानणाऱ्या त्यांच्या संकल्पनेला आज जग नमस्कार करतं.

त्यांनी स्वत:हून आजपर्यंत कुणावरही त्यांच्या धर्मविस्तारासाठी आक्रमण केलेलं नाही. हे सर्व जगाला माहीत आहे, तरीही त्यांचा हिंदू धर्म जोपासला जातोय, लोकप्रिय होतोय.

त्यांच्या सर्वसमावेशक संकल्पनेमुळे त्यांच्या देशात बाहेरून आलेले तिथेच राहिले आणि भारतीय होऊन गेले. त्या मातीत एकरूप झाले.

याकूब या विचारानं खूप अस्वस्थ झाला. त्याला लहानपणापासून मदरशात शिकवलेल्या शिकवणीमुळे तो हिंदूद्वेष्टा झाला होता.

इ.स. पूर्व ६५०० ते इ.स. १२०६पर्यंत म्हणजे जवळजवळ ७७०६ वर्षं की त्याहूनही अगोदरपासून या भूमीवर हिंदू संस्कृती होती. इस्लामी राजवट फक्त ६५१ वर्षं होती. तरी आम्ही असं कसं मानतो, की भारत हे इस्लामी राष्ट्र होतं? हा आलेला विचार याकूबनं मनातून झटकून टाकला आणि भयभीत होऊन इकडे-तिकडे बघू लागला.

हा आलेला विचार जर एखाद्या कट्टर, धर्मवेड्या इस्लामीनं ऐकला, एखाद्या 'जैश-ए-मोहम्मद'च्या पदाधिकाऱ्याला समजला तर, आपण तर मरूच, पण आपल्या कुटुंबाचेही धिंडवडे काढून त्यांना हे ठार मारतील.

त्यानं परत आपलं मन भारत विरुद्ध कारवाईवर केंद्रित करायचं ठरविलं. इथून पुढे कधीही भारतीय संस्कृतीचा अभ्यास करायचा नाही, त्यांचा इतिहास अभ्यासायचा नाही, त्यांच्याविषयी काहीही चांगला विचार करायचा नाही असं त्यानं ठरविलं.

पण या सर्व विचारांनी त्याच्या असं लक्षात आलं की, भारतीयांना युद्धात नाही हरवता येत. ज्ञानात नाही हरवता येत. त्यांचा धर्म परिपूर्ण आहे, त्यांच्या धार्मिक भावना मनापासून असतात, तोंडदेखल्या नाहीत.

मग, त्यांच्या धार्मिक भावनांवर, त्यांच्या धार्मिक श्रद्धेवरच घाव घालावा. असं ठिकाण निवडावं की जे धार्मिकदृष्ट्या, पौराणिकदृष्ट्या अतिमहत्त्वाचं आणि त्याचबरोबर जर ते ऐतिहासिकदृष्ट्या आणि आधुनिक औद्योगिक दृष्ट्या महत्त्वाचं असेल तर फारच चांगलं. त्यावेळी त्याच्या समोर नाशिक हे महाराष्ट्रातलं तीन नंबरचं शहर आलं.

भारतात सर्वांत जास्त पूजला जातो तो शंकर, ज्याला शिवशंकर पण म्हणतात. भारतीय संस्कृतीत अतिशय महत्त्व असलेला ॐ हा शिवाचाच उद्‌गार मानला जातो. यातूनच विश्‍व निर्माण झालं असं समजलं जातं. भारतात याच शंकराची सर्वांत जास्त मंदिरं आहेत. त्यात महत्त्वाची बारा ज्योतिर्लिंगं आहेत. त्यातलं एक त्र्यंबकेश्‍वरला नाशिकच्या पश्‍चिमेला आहे. हे एक महत्त्वाचं धार्मिक स्थान नाशिकजवळ आहे.

नाशिक हे पुराणातही महत्त्वाचं आहे. श्रीराम हा विष्णूचा सातवा अवतार. सीता व लक्ष्मणासोबत वनवास काळात याच नाशिकमधील पंचवटीत श्रीराम वास्तव्यास होते.

तसंच रामशेजसारखा कडवा किल्लाही इथंच आहे.

कण्हेर किल्ल्याचा परिसरही याच जिल्ह्यात, बागलाण भागातला. याच गडाच्या पायथ्याशी साधारण १६७० ते १६७२च्या दरम्यान शिवाजी महाराजांचा जिवलग शिलेदार रामाजी पांगेरानं आपल्या अवघ्या सातशे पायदळ साथीदारांच्या सोबतीनं उघड्या मैदानात मोगलांच्या, दिलेरखानाच्या तीस हजार घोडदळाची कत्तल केली होती. जीव मुठीत घेऊन दिलेरखान पळून गेला होता. या आणि अशा ऐतिहासिक शौर्य-कथा नाशिकच्या परिसरात विखुरलेल्या होत्या.

एच.ए.एल.सारखी भारत सरकारची मोठी औद्योगिक कंपनी पण नाशिकच्या जवळच आहे. या सर्वांचा विचार करत याकूबनं नाशिक टार्गेट करायचं ठरवलं.

।। ३ ।।

जेडी सरांच्या घराची बेल वाजली. मथुरानं, कामवाल्या मावशीनं दार उघडलं तर दारात साटम साहेब व त्यांच्या पत्नी रोहिणी होत्या.

मथुरा लगेच त्यांना हसतमुखानं म्हणाली, ''या साहेब, सर व ताई तुमचीच वाट बघतायत.''

मथुरा जवळजवळ तीस वर्षांपासून सरांकडे कामाला होती. आता ती जशी काही घरचीच सदस्य झाली होती. कुणाला काय हवंय, काय नाही हे तिला माहीत असे. ती राहायला सरांच्याच घरी होती.

ते दोघे घरात आले. बैठकीत बसलेले जेडी सर व मालती ताई त्यांना दिसले. तेवढ्यात जेडी सर म्हणाले,''या! शंकर येईलच एवढ्यात.''

साटम साहेब पाच फूट नऊ इंच उंचीचे होते. एखाद्या खेळाडूला शोभेल अशी त्यांची अंगकाठी होती. रंग गोरा होता. डोक्यावरचे केस बारीक कापलेले होते तरी ते कुरळे आहेत हे लक्षात येत होतं. त्यांनी पांढऱ्या रंगाचा टी शर्ट व आकाशी निळ्या रंगाची जीन घातलेली होती. रोहिणी, साटमांच्या पत्नी एम.ए. सायकॉलॉजी होत्या व आर.वाय.के. कॉलेजमध्ये प्राध्यापिका म्हणून काम करत होत्या.

जेडी सर आणि मालती ताई सोफ्यावर बसलेले होते. साटम साहेब सरांच्या उजव्या हाताला सोफ्यावर येऊन बसले व रोहिणी मालतीताईंच्या डाव्या हाताला येऊन बसल्या.

साटम साहेब म्हणाले, ''मालतीताई कसं चाललंय?''

मालतीताई हसत म्हणाल्या, ''ठीक आहे सर्व. तुमची ड्यूटी काय म्हणते? मला तर नेहमी तुम्हां डिपार्टमेंटच्या लोकांचं कौतुक वाटतं.''

''कशामुळे ताई?'' साटम साहेबांनी विचारलं.

''दिवाळी असो, दसरा असो, होळी असो की रंगपंचमी तुम्हां डिपार्टमेंटच्या लोकांना ड्यूटी असतेच. लोक सण साजरे करतात आणि तुम्ही मात्र आमचं रक्षण करण्यासाठी, आम्हाला सुरक्षित ठेवण्यासाठी आपल्या कुटुंबीयांना सोडून शहरभर गस्त घालत असता.'' मालतीताई म्हणाल्या.

''तो तर आमच्या नोकरीचाच भाग आहे. ही नोकरी स्वीकारताना आमची

मानसिकता त्यासाठी तयार केलेली असते.'' साटम साहेब म्हणाले.

तेवढ्यात बेल वाजली. ''शंकर आला असेल.'' जेडी सर म्हणाले.

मथुरानं दार उघडलं, ''काय म्हणतेस मावशी?'' शंकरनं मथुरेस विचारलं.

''काही नाही.'' हसत मथुरा म्हणाली.

बैठकीत आल्यावर शंकरनं साटम साहेब आणि रोहिणीकडे बघून ''नमस्कार काका-काकू'' असं म्हटलं.

''काय म्हणतोयस शंकर? कसं चाललंय तुझं?'' साटम साहेबांनी विचारलं.

''तसं सर्व ठीकच म्हणावं,'' शंकर जेडी सरांकडे बघत म्हणाला.

मालतीताई सोफ्यावरून उठत जेडी सरांकडे बघत म्हणाल्या, ''तुम्ही तिघं अभ्यासिकेत बसा, मी तिकडे कॉफी पाठवते.'' ''चल रोहिणी, आपण भारतीय बैठकीत बसू.''

अभ्यासिकेत बसल्यावर औपचारिक गप्पा सुरू होत्या, तोपर्यंत मथुरा कॉफी घेऊन आली.

मथुरा कॉफी देऊन गेल्यावर साटम साहेबांनी शंकरकडे बघत म्हटलं, ''बोल शंकर, तू काय बघितलंस?'' शंकरनं जेडी सरांना जे सांगितलं ते जसंच्या तसं साटम साहेबांना सांगितले.

शंकरनं सांगितलेल्या घटनाक्रमाने साटम साहेबांचे समाधान झालं नाही. ते म्हणाले.

''शंकर, तू घरून निघाल्यापासून सर्व सविस्तर सांग.''

शंकर थोडावेळ स्तब्ध झाला. त्याने शब्दांची जुळवाजुळव केली. त्याला माहीत होते की, बोलताना अंऽऽ अंऽऽ केलेलं जेडी काकांना आवडत नाही. त्याने क्षणभर जेडी सरांकडे बघितलं, सरांनी हुंकार भरला, मग साटम साहेबांकडे बघून शंकरने सांगायला सुरुवात केली.

''काका, साधारण दुपारी तीन वाजता माझं कॉलेज संपलं. काल प्रॅक्टिकल नव्हतं त्यामुळे तीनलाच मोकळा झालो.''

''सकाळी घरातून बाहेर पडताना देव्हाऱ्यात देवांना नमस्कार करायला गेलो तेव्हा बाबा, माझे वडील हनुमानचालीसा म्हणत होते. तेवढ्या वेळात हनुमानाने लहानपणी सूर्य गिळण्याचा प्रयत्न केल्यासंदर्भातील ओळी बाबा म्हणत होते.

''जुग सहस्त्र जोजन पर भानू, लिल्यो ताही मधुर फल जानू ''

''या ओळींनी थोडं कुतूहल जागं झालं, पण कॉलेजला जायचं असल्याने मी माझी सॅक घेतली, सीडी १०० ची चावी घेतली, हेल्मेट घेतलं आणि

आईला म्हणालो, “येतो गं आई.”, आणि घरातून बाहेर पडलो. कॉलेजला गेलो.”

“तीन वाजता मोकळा झाल्यावर पुन्हा मनात हनुमानचालीसाचा विचार आला. कुठंतरी निवांत बसावं असं ठरवलं.”

“मी आईला फोन करून सांगितलं की मी वडराईत जातोय. वडांच्या झाडांचा समूह असलेली जागा. जशी आमराई तशी वडराई.”

“मग मी के.टी.एच.एम. कॉलेजच्या पार्किंगमधून माझी मोटरसायकल घेतली व गंगापूर रोडनं गंगापूर धरणाच्या दिशेनं निघालो. ऊन बऱ्यापैकी होतं, पण डोक्यावर हेल्मेट असल्याने जाणवत नव्हतं.”

“कवडे लॉन्सच्या जवळ उजवीकडे वळून मोटारसायकल श्री व्यंकटेश बालाजी मंदिराच्या मोकळ्या आवारात लावली. व्यंकटेशाचं दर्शन घेतलं.”

“इथली बालाजीची मूर्ती थेट तिरूमला-तिरूपती देवस्थानातून आलेली आहे.”

“मोटरसायकल तिथंच ठेवून मी पायीच वडराईकडे निघालो. सोमेश्वर धबधब्याचा पूल ओलांडून डावीकडे गेलो. तिथे पन्नास-साठ वडांची झाडं आहेत. मी नदीकडच्या वडाच्या झाडांकडे गेलो. जिथून गोदावरीचं पात्र दिसेल अशा वडाच्या झाडाला लागून ठेवलेल्या दगडावर नदीकडे तोंड करून बसलो. माझी सॅक काढून ठेवली. सगळीकडे नीरव शांतता होती. फक्त साळुंकीचं गुंजारव चालू होतं. मधूनच एखादा भारद्वाज पक्षी, त्याचे सुंदर चमकदार तपकिरी पंख फैलावत जाताना दिसत होता.”

“वडराईत मी एकटाच असल्याचा मला भास झाला. त्याचवेळी माझ्या मनात हनुमानचालीसाच्या ओळी आल्या, की ज्या महाकवी तुलसीदासांनी लिहिलेल्या होत्या. परत माझ्या मनात त्या ओळी गुंजारव करू लागल्या. त्या ओळींचा अर्थ लावण्यात, आकडेमोड करण्यात गढून गेलो होतो.”

“त्याचवेळी मला माणसाच्या ओरडण्याचा आवाज आला.”

“मी सॅकमध्ये सर्व वस्तू ठेवल्या व आवाज आला त्या बाजूला अतिशय सावधपणे थोडं अंतर गेलो, कारण तो ओरडण्याचा आवाज भीतिदायक होता. तेव्हा मला काही अंतरावर ते चारजण दिसले. काहीतरी अघटित आहे, असं मला जाणवलं. तेव्हा वडराईत मला दुसरी कोणीही व्यक्ती दिसली नाही.”

“मी घाबरून त्यांना माझा सुगावा लागणार नाही, अशा पद्धतीनं झाडामागे लपून बघण्याचा प्रयत्न करत होतो. तोच फट, फट, फट, असे तीन आवाज आले आणि जे चौथ्याला धमकावत होते ते तिघे मरून पडले.”

"मी खूपच घाबरलो आणि आवाज न होऊ देता मी त्या वडराईच्या बाहेर पडलो आणि पळतच बालाजी मंदिराच्या माझ्या मोटरसायकल जवळ आलो. मी घामाघूम झालो होतो. पटकन गाडी स्टार्ट करून घरी परतलो. त्याचवेळी ठरवलं की, हे जेडी काकांच्या कानावर घालायचं."

आताही शंकरचा चेहरा भितीनं काळवंडला होता. अभ्यासिकेत ए.सी. चालू असतानाही त्याला घाम फुटला होता.

साटम साहेबांनी त्याची अवस्था बघितली आणि म्हणाले, "ठीक आहे शंकर, घाबरू नकोस. मी बघतो काय आहे ते."

जेडी सरांनी वातावरण हलकं करण्यासाठी विषय बदलला. "शंकर, तू जी आकडेमोड केलीस ती सांग बरं." शंकर उत्साहात येऊन सांगू लागला,

"जुग सहस्त्र जोजन पर भानू, लिल्यो ताही मधुर फल जानू" हा हनुमानचालीसातील १८वा श्लोक आहे

जुग म्हणजेच युग, सहस्त्र म्हणजे एक हजार, जोजन म्हणजे योजन.

युग बारा हजार वर्षांचं मानलं जातं, यात बरेच वेगवेगळे मतप्रवाह आहेत. पण मी बारा हजार वर्षं घेतलं, शंकरने थांबून जे.डी. सरांकडे बघितलं. सरांनी मान डोलवली.

शंकर पुढे सांगू लागला. सहस्त्र म्हणजे एक हजार, आणि अंतर मोजण्यासाठी पूर्वी वापरात असलेलं एकक म्हणजे योजन.

या संदर्भात गुप्त काळातले भारताचे महान गणितज्ज्ञ आर्यभट्ट यांनी इ.स. ५५० पूर्वी एक योजन म्हणजे आठ मैल किंवा आजच्या भाषेत १२.८ कि. मी. होतात असं सांगून ठेवलंय. जे. डी. सरांनी हुंकार भरला.

मग मी कॅल्क्युलेटर घेतला आणि त्यावर टाईप केलं; १२००० × १००० × १२.८ मग बरोबरचं चिन्ह दाबलं, उत्तर मिळालं १५,३६,००,००० कि.मीटर. आधुनिक विज्ञानानं पृथ्वी आणि सूर्य यांच्यातलं अंतर सांगितलंय १४,९५,१०,००० कि.मीटर. जेव्हा सूर्य पृथ्वीच्या सर्वांत जवळ असतो तेव्हा सूर्य आणि पृथ्वीतील अंतर १४,७१,००,००० कि.मी. एवढं असतं. आणि ज्यावेळी पृथ्वीपासून सूर्य सर्वांत लांब असतो, त्यावेळचं अंतर १५,२१,००,००० कि.मी. एवढं असतं. म्हणून बऱ्याचदा सूर्य आणि पृथ्वी यांच्यातलं सरासरी अंतर १५,००,००,००० कि.मी. एवढं सांगितलं जातं.

तुलसीदास (१४९७-१६२३) हे हिंदी साहित्यातील महान कवी होते. त्यांनी लिहिलेले 'रामचरितमानस' हे महाकाव्य जगातल्या सर्वश्रेष्ठ शंभर काव्यांमधलं ४६ व्या क्रमांकावर गणलं जातं.

तुलसीदासांना महर्षी वाल्मिकींचा अवतार मानलं जातं, रामलीला तुलसीदासांनीच सुरू केली. हनुमानचालीसातील चाळीस श्लोकांपैकी १८ वा श्लोक म्हणजे 'जुग सहस्त्र जोजन पर भानू, लिल्यो ताही मधुर फल जानू'.

तुलसीदासांनी हनुमानचालीसातील या १८व्या श्लोकात वापरलेलं पृथ्वी व सूर्यातलं अंतर हे नक्कीच इ.स. १६२३च्या अगोदर सांगितलेलं असेल. कारण तुलसीदासांनी १६२३ ला इहलोकीची यात्रा संपवली.

क्रिस्टीयन हायजेन्स यांनी १६५३ साली पृथ्वी व सूर्य यांच्यातलं अंतर आधुनिक जगाला सर्वांत पहिल्यांदा सांगितलं, त्यात वेळोवेळी बदल होत गेले आणि मग २०१२ साली हे अंतर १४,९५,९७,८७०.७०० किलो मीटर ठरवण्यात आलं.

तुलसीदासांनी हनुमानचालीसात पृथ्वी व सूर्य यांच्यातलं वापरलेलं अंतर १५,३६,००००० कि.मी. सांगितलं. तुलसीदासांनी त्यांच्या श्लोकांमध्ये वापरलेलं अंतर २.६७५% ने जास्त असलेलं दिसतं. अर्थात तुलसीदास काही वैज्ञानिक नव्हते, मग त्यांना हे अंतर कसं माहीत होतं? म्हणजेच हे अंतर नक्कीच भारतीय पूर्वजांनी शोधून काढलेलं असावं, असा विचार माझ्या मनात आला.

तेवढ्यात मथुरा अभ्यासिकेत आली. तिनं तिघांसाठी चिकन सूप आणलं होतं. त्यांच्या पाठोपाठ मालतीताई आणि रोहिणी पण आल्या.

"अरे वा! वास तर फार छान येतोय सुपाचा," साटम साहेब म्हणाले. त्या सर्वांनी सूप बाऊल घेतले आणि सुपाचा आस्वाद घेऊ लागले. तेव्हा जेडी सरांनी विचारलं, "आज काय बेत आहे?" तेवढ्यात रोहिणीच म्हणाली, "कढीपत्ता चिकन." साटम साहेब उत्स्फूर्तपणे म्हणाले, "हे काय असतं?" तेव्हा रोहिणी म्हणाली, "मला मालतीताईंनी आज कढीपत्ता चिकन कसं बनवायचं, ते शिकवलं."

साटम साहेब मिश्किलपणे रोहिणीकडे बघत म्हणाले, "पण तू शिकलीस का?"

"म्हणजे काय? प्रात्यक्षिकासह!" रोहिणी म्हणाली.

"असं?" साटम साहेब म्हणाले, "सांग बरं, कसं केलंस ते?"

आता सरांच्या आणि मालतीताईंच्या चेहऱ्यावर हसू आलं, शंकरही सर्व विसरून त्यांच्या चेष्टा मस्करीत सामील झाला.

रोहिणीनं सुपाचा एक घोट घेतला आणि म्हणाली,

"ऐका साटम साहेब, चिकन स्वच्छ धुवून घेतलं, मग त्यातलं थोडं चिकन

शिजायला ठेवलं. थोड्या पाण्याबरोबर, खूप नाही अगदी थोडं, हो ना ताई?''

मालतीनं हसत मान डोलावली. परत साटम साहेबांकडे बघत रोहिणी म्हणाली, ''आणि हो, चिकनपण खूप शिजवायचं नाही. एखादी शिट्टी होऊ द्यायची कुकरची'' तिनं परत मालतीताईंकडे बघितले. मालतीनं मान डोलावली.

मग कढईमध्ये थोडं शेंगदाणा तेल टाकलं. त्यात मोहरी टाकली, आता रोहिणी स्वत:शीच बोलल्यासारखं सांगत होती, अगदी बारकाईने आठवून, जस ती आत्ताच सर्व प्रोसेस करतेय.

मोहरी तडतडायला लागल्यावर भरपूर कढीपत्ता टाकला, चांगला परतला. जेव्हा कढीपत्त्याचा छान वास यायला लागला आणि त्याचा रंग चमकदार हिरवागार झाला, तेव्हा त्यात थोडं चिकन टाकलं. चिकन बरोबर तिखट, मसाला, हळद, मीठ टाकून पाच मिनिटांपर्यंत हलवून सर्व एकजीव केलं. मग उरलेल्या चिकनमध्ये गूळ, चिंच जे पाण्यात कालवलेलं होतं ते टाकून चांगलं हलवलं, यातही चिकन मसाला, थोडं सूप एकत्र करून कढईतल्या अगोदरच्या चिकनमध्ये टाकलं. चांगलं हलवलं, मग त्या कढईवर झाकण ठेवून थोडं शिजवलं. झालं, कढिपत्ता चिकन तयार! आणि तिनं मालतीताईंकडे बघितलं. दोघींनी एकमेकींना हात उंचावून टाळी दिली.

साटम साहेब डोळे मोठे करून दोघींकडे मग सरांकडे बघत म्हणाले, ''बापरे! किती पदार्थ टाकलेत? त्यांचा क्रम, प्रमाण, त्यांना लागणारी आच, ते ठरावीक उष्णतेवर किती वेळ ठेवायचे ह्या सर्व गोष्टी लक्षात ठेवणं आणि हा काही एकच प्रकार नाही पदार्थाचा, असे शेकडो प्रकार आपल्या भारतात बनतात. धन्य आहे ती भारतीय नारी. म्हणूनच भारतीय संस्कृतीत यांना गृहलक्ष्मी असे म्हणतात.'' सरांनीही यावर मान डोलवली. तेवढ्यात मथुरा आली आणि मालतीताईंकडे बघत म्हणाली, ''ताटं लावू ताई? साडे आठ वाजलेत.''

''लाव, मी आलेच. जेवायला बसायचं आता?'' सरांकडे बघत मालतीताईंनी विचारलं.

''हो हो मला तर ती रेसिपी ऐकूनच खूप भूक लागलीये'' सर म्हणाले. मग सर्वजण डायनिंगकडे निघाले. डायनिंगकडे जाता जाता साटम साहेबांनी शंकरला विचारलं ''त्या वडराईजवळ कुठलं वाहन नाही दिसलं का? रिक्षा वगैरे सारखं?''

शंकर म्हणाला ''नाही काका.''

''अच्छा!'' साटम साहेब म्हणाले, ''बालाजी मंदिराच्या पार्किंगमधून तुझी

मोटरसायकल घेतलीस तेव्हा तिथल्या पार्किंगमध्ये काही सांगण्यासारखं दिसलं का?''

शंकर म्हणाला, ''विशेष काही नाही. त्या दिवशी गर्दीही नव्हती. मी माझी मोटरसायकल लावली तेव्हा फक्त माझीच गाडी होती आणि हो, एक रिक्षा होती, पण मी नीट लक्ष दिलं नाही, मला वडराईत जाण्याची घाई होती. जेव्हा माझी गाडी घेऊन निघालो, तेव्हाही पार्किंग जवळ-जवळ रिकामंच होतं. फक्त तीच एक रिक्षा उभी दिसली. पण त्यात कुणीच नव्हतं. शक्यतो रिक्षेचा मालक रिक्षेतच थांबतो, पण त्या रिक्षेत कोणीच नव्हतं एवढे नक्की.''

साटम साहेब म्हणाले ''ठीक आहे.''

ते तिघे डायनिंग टेबलवर बसले. मालतीताई, रोहिणी यांनी मथुरेला मदतीला घेऊन ताटं तयार केली होती. मग मालतीताई आणि रोहिणी पण डायनिंग टेबलाच्या खुर्च्यांवर येऊन बसल्या. मथुरेनं सर्वांसमोर ताटं ठेवली.

सर्वांच्या ताटांच्या डाव्या हाताला स्टीलच्या तांब्यांमध्ये पाणी भरलेलं होतं. तांब्याच्या शेजारी एक-एक स्टीलचा पेला ठेवलेला होता. प्रत्येकाच्या ताटात उजव्या बाजूला बाजरीच्या भाकरी, प्रत्येक पूर्ण भाकरीचे चार समांतर तुकडे करून ठेवलेले होते. त्यांचा आकार काहीसा त्रिकोणी होता. भाकरीच्या बरोबर विरूद्ध दिशेला म्हणजे ताटात डाव्या बाजूस चिकनची भाजी असलेली मोठी ताटली होती. भाजी आणि भाकरीच्या मध्ये जेवणाऱ्याच्या बाजूने पांढराशुभ्र वाफाळणारा भात वाढलेला होता. त्या भाताचा सुगंध दरवळत होता. भाताच्या विरुद्ध बाजूला चिकनच्या ताटलीपासून सुरुवात करून कांदा, लिंबू, नागलीचे पापड व मीठ लावलेलं होतं. ताटाच्या बाजूला उजव्या हाताला एका वेगळ्या डिशमध्ये कढीपत्ता चिकन वाढलेलं होतं. त्याचा दरवळ सगळीकडे पसरला होता.

जेडी सरांनी तांब्यातलं थोडं पाणी हातात घेतलं, ते ताटाभोवती फिरवलं आणि मनोभावे ताटाला नमस्कार केला आणि म्हणाले, ''बसा.'' सर्वजण त्या चविष्ट जेवणावर तुटून पडले. सुरुवातीची पाच मिनिटं कोणीच बोलत नव्हतं. सर्वांचं लक्ष फक्त आणि फक्त जेवणावर केंद्रित होतं. मथुरा कोणाला काय हवं ते बघत होती. पुढच्या पंधरा मिनिटात सर्वांची जेवणं आटोपली. सर्वांनी तृप्तीचा ढेकर दिला. बेसीनजवळ जाऊन हात स्वच्छ धुतले आणि बैठकीत सोफ्यावर येऊन बसले.

मथुरा सर्वांसाठी बडिशेप घेऊन आली. सर्वांनी चमचाभर बडिशेप घेतली व तोंडात टाकून चघळू लागले. सर्वांच्या चेहऱ्यावर आत्मतृप्तीचं समाधान

दिसत होतं.

साटम साहेब म्हणाले, ''अरे जगन्नाथ, तुझ्याकडं जेवायला यायचं म्हणजे मालतीताईंच्या हातचं जेवण घ्यायचं, मग दुसऱ्या दिवशी मला कृषीनगरच्या जॉगिंग ट्रॅकवर पाच फेऱ्या जास्त माराव्या लागतात, एवढं जेवण होतं.'' सर्वजण हसायला लागले. थोड्या वेळाने शंकर उठला आणि म्हणाला ''काका, मी निघतो.'' मालतीने मथुरेला आवाज दिला आणि शंकरला म्हणाल्या, ''अरे, कढीपत्ता चिकन घेऊन जा डब्यात तुझ्या बाबांसाठी आणि आईसाठी.'' मथुरा एक स्टीलचा डबा, जो कापडी पिशवीत ठेवलेला होता, घेऊन आली. मालतीनं डबा शंकरच्या हातात ठेवला. तो अजून गरम लागत होता. शंकरनं सर्वांचा निरोप घेतला व आपल्या घरी जायला सरांच्या घरातून बाहेर पडला.

।। ४ ।।

इस्लामाबादच्या आय.एस.आय. ऑफिसमध्ये डायरेक्टर जनरल असद अख्तर समोर याकूब खान बसलेला होता. त्यानं त्याचा सर्व प्लान डायरेक्टर जनरलच्या कानावर घातला व त्या संदर्भातील फाईल त्यानं त्यांच्यासमोर सरकवली. असद अख्तरनं फाईलमधील पाने चाळली मग फाईल बंद करून आपल्या सिगरेटच्या पाकिटातून सिगरेट काढून दोन्ही ओठांच्यामध्ये धरली. याकूब खान पटकन उठला आणि आपल्या लायटरनं तोंडातली सिगरेट पेटवली. लायटर बंद करून आपल्या खिशात टाकत परत तो त्याच्या खुर्चीत येऊन बसला.

जनरलनं एक मोठ्ठा झुरका घेऊन आपल्या छातीत सिगरेटचा धूर भरून घेतला आणि सावकाश तोंडातून सोडला.

''प्लान अच्छा है,'' जनरल म्हणाला. ''इस बार हम उनके दिल पे हमला करेंगे.'' आणि तो कुत्सितपणे हसला. याकूबला जनरलच्या चेहऱ्यावर एक विकृत समाधान दिसत होतं. जनरल म्हणाला, ''मियाँ आपको मेरी तरफ से क्या चाहिए बोलो.''

याकूबनं खुर्चीतल्या खुर्चीत थोडी चुळबुळ केली, मग मनात आलेला विचार झटकून म्हणाला, ''मुझे जैश-ए-मोहम्मद के जनाब मसूद अझर की मदद लगेगी इस पाक इरादे को नतीजे तक पहुंचाने में.'' याकूब म्हणाला.

''ठीक है.'' जनरल म्हणाला. ''मसूद अझर से आपकी मुलाकात तय कर देता हूँ, वो अभी मुलतान में हैं. कुछ दिन बाद वो इस्लामाबाद आएंगे तो

आपकी उनसे मुलाकात तय की जायेगी.''

''जी जनाब, खुदा हाफीज'' याकूब खान खुर्चीतनं उठत म्हणाला आणि ऑफिसच्या बाहेर पडला.

याकूबच्या कपाळावर आणि काखेत घाम जमा झाला होता. जनरलच्या समोर जिभेच्या टोकावर आलेले शब्द ओठ दाबून ठेवल्यामुळे बाहेर पडले नव्हते, म्हणूनच त्याची खुर्चीतल्या खुर्चीत चुळबुळ झाली होती.

आपण ही मोहीम अगोदरच सुरू केलेली आहे आणि त्यात थोडासा – खरंच थोडासाच का? याकूबच्या मनात विचार आला – गोंधळ झाला आहे, हे त्याने जनरलपासून लपवून ठेवलं होतं. त्यांच्या परवानगीविना आपण केलेलं वर्तन त्यांना आवडलं नसतं, ते संतापले असते आणि त्या संतापात आपली किती मानहानी केली असती हे अल्लाच जाणे.

अशा उद्धट, चिडखोर, घमेंडी मालकांचा एक वर्ग असतो. छोट्या-छोट्या गोष्टींवरून आपल्या हाताखाली काम करणाऱ्यांना हिणवायची, कस्पटासमान समजण्याची त्यांची प्रवृत्ती असते. स्वत:ला ते सर्वज्ञ समजतात, चारचौघांमध्ये. सर्वांना ते तुच्छ मानतात. सर्व गोष्टी ते पैशात मोजण्याचा प्रयत्न करतात. त्यांच्या या स्वभावामुळे मनापासून, आपलं समजून काम करणारा सहकारी, सेवकवर्ग यांना कधीच मिळत नाही. त्यांचा सेवकवर्ग अशा मालकांपासून बऱ्याच गोष्टी लपवून ठेवतो. त्यास त्यांचाही नाईलाज असतो. म्हणूनच याकूबनं जनरलजवळ आपण केलेल्या आणि फिस्कटलेल्या उद्योगाचा उल्लेख केला नव्हता.

याकूबनं भिवंडीतल्या सैय्यदला फोन करून नाशिक व त्याच्या आजूबाजूच्या ठिकाणांची रेकी करायचं काम दिलं होतं. कुठलाही बोभाटा न करता हे काम करायला सांगितलं होतं. सैय्यद एका हातमागाच्या कारखान्यात रोजंदारीवर कामाला होता. ज्यावेळी याकूबनं त्याला सांगितलं की, तुला या कामाचे पाच हजार मिळतील, तेव्हा सैय्यद आनंदानं हे काम करायला तयार झाला होता. तेव्हा याकूबनं सांगितलं होतं की अली नावाचा माणूस तुझ्याकडे येईल आणि तुला काय करायचं ते सांगेल.

अली, याकूबच्या आतल्या गोटातला माणूस होता. अली अगोदर सैन्यात होता, पण दोन वर्षातच त्यानं ती नोकरी सोडली आणि याकूबला येऊन मिळाला. अली शार्प शूटर होता आणि त्याला वेगवेगळ्या गन जमा करण्याचा छंद होता. हा छंद जोपासण्यासाठी तो साम, दाम, दंड, भेद सर्व वापरून त्याला हवी असलेली गन त्याच्या संग्रही आणत असे.

एकदा तो 'फातिमा जिन्ना' रोडवरच्या 'अवारी टॉवर्स' हॉटेलमध्ये मित्रांबरोबर गेला होता. तिथला बार आणि फूड खूप चांगलं होतं. त्या हॉटेलच्या गच्चीवर बार्बेक्यू होतं, तिथं ते बसले होते. त्यांनी त्या दिवशी 'ग्रील्ड मटण रिब्स' आणि 'स्पाईसी बीफ कबाब' मागवले होते.

ते चवीनं हे पदार्थ खात असताना तिथे दोन अमेरिकन पण जेवण घेत होते. त्यांनी काळ्या रंगाचा कोट आणि पँट घातली होती, कोटाच्या आत कॉटनचा पार्क ऍव्हेन्यूचा पांढरा शर्ट घातलेला होता आणि दोघांच्या गळ्यात टाय होते. कराचीच्या वातावरणाशी हे फार विसंगत होते. त्यातल्या एकाला दारू जास्त झाल्याचं जाणवत होतं. त्याच्या प्लेटमधल्या इटालियन पिझ्झाचा तुकडा काटा-चमच्याने घेताना त्याला बराच प्रयत्न करावा लागत होता.

त्याच वेळेला अलीच्या लक्षात आलं की, त्यांच्या कमरेला पिस्तुल अडकवायचे पट्टे बांधलेले आहेत, पण त्यात पिस्तुलं नाहीत. ते जाणवताच त्याच्या मनामध्ये उकळ्या फुटू लागल्या. आता त्याचं लक्ष ना मित्रांच्या पांचट विनोदांकडे होतं, ना प्लेटमधल्या रूचकर बीफ कबाबकडे.

वॉशरूमला जायचं निमित्त करून तो आपल्या खुर्चीतनं उठला, तेव्हाही मित्रांनी त्याला टोमणा मारला आणि सगळे खिदळायला लागले, पण अलीचं या कशाकडेच लक्ष नव्हतं. तो बार्बेक्यू आणि बसायच्या टेबलांमधल्या पॅसेजमधून चालत गेला आणि समोरच उभ्या असलेल्या वेटरला, ज्याने पांढरा पठाणी आणि त्यावर नारंगी पाकिस्तानी जॅकेट घातलेलं होतं, त्याला सहज विचारलं,

"वो दोनों अमेरिकन इसी हॉटेल में ठहरे हैं क्या?"

"हां जनाब" हसत त्या वेटरनं अलीला उत्तर दिलं. "ट्रॅव्हलर्स रूम, जो अपने हॉटेल की सबसे बेस्ट रूम में से है, उस में रूके हैं."

अलीने सावकाश वेटरच्या पठाणी शर्टच्या खिशात पन्नास रूपयांची नोट सरकवली, "उनका रूम नंबर?"

वेटरनं इकडे तिकडे बघत अलीला रूम नंबर सांगितला होता आणि अली आता त्या रूमच्या दारासमोर उभा होता.

लॉबीमध्ये नीरव शांतता होती, खूप खोल दरीतून ऐकू येत असल्यासारखा हॉटेलच्या ऑर्केस्ट्राच्या संगीताचा आवाज येत होता, कोणी जनानी गायिका, "बाबुजी धिरे चलना, प्यार मे जरा संभलना हाँ बडे धोखे है, बडे धोखे है इस राह में" हे गीता दत्त यांनी गायलेले, मजरूह सुलतानपुरीने लिहिलेले ओ.पी. नय्यरने संगीतबद्ध केलेले, 'आर पार' या चित्रपटातले गाणे आळवत

होती. अलीनं मानेला एक लहानसा झटका देऊन त्या गाण्यातील शब्दांच्या अर्थाकडे दुर्लक्ष केलं.

आपल्या पँटच्या उजव्या बाजूच्या पाठीमागच्या खिशातनं एक लेदरचं लहानसं पाकीट काढलं, त्यावरची चेन त्याने उघडली, त्या चेनच्या उघडण्याचा आवाज पण त्याला त्या नीरव शांततेत जाणवला, त्याने पटकन आजूबाजूला बघितलं, सर्व काही पहिल्यासारखंच होतं. त्या पाकिटात त्याची लहान लहान अवजारं होती. कुठल्याही प्रकारचा दरवाजा त्याच्या सहाय्याने त्याला उघडता येत होता. त्यातलं एक ओपनरच्या आकाराचं अवजार त्यानं त्या रूमच्या दरवाजाच्या की-होलमध्ये सरकवलं आणि एक झटका दिला. खट आवाज होत दरवाजा उघडला. अली पटकन आत शिरला आणि आतून दरवाजा लॉक करून टाकला.

पाच मिनीटं तसाच आवाज न करता दरवाजाला पाठ लावून तो कानोसा घेत राहिला. त्या नीरव शांततेत काहीच फरक पडला नव्हता. रूममध्ये दरवाजाजवळच्या छतावर लावलेल्या लहान दिव्याचा प्रकाश फक्त पाझरत होता. पण त्यातही त्याला रूममध्ये समोरच असलेला डबल बेड पांढऱ्याशुभ्र चादरीनं व्यवस्थित लावलेला दिसत होता.

त्या कॉटच्या डाव्या हाताला एक लेदरची खुर्ची आणि त्याच्या शेजारी टीपॉय होता आणि त्याही पलीकडे टू सीटर सोफा दिसत होता. त्याला हवी असलेली वस्तू टीपॉयवर होती, त्या दारूड्या अमेरिकनचं पिस्तुल, ते दिसताच अली झटकन टीपॉयजवळ गेला आणि अधाशासारखं त्यानं ते पिस्तुल आपल्या उजव्या हातात धरलं. त्याच्या खडबडीत उबदार स्पर्शानं तो शहारला. दुसऱ्या एजंटचं पिस्तुल त्याला दिसलं नाही. ते शोधण्यात वेळ घालवणं त्याला धोकादायक वाटत होतं. त्याने ते 'ग्लॉक १७' पिस्तुल आपल्या पँटच्या डाव्या खिशात टाकलं, आपण दुसरीकडे कुठेही हात लावलेला नाही हे त्यानं आठवून बघितलं आणि झटकन रूमच्या बाहेर आला.

दरवाजातून बाहेर पडताना रूमालानं दरवाजा जेथे पुसणं गरजेचं होतं तिथं पुसून त्यानं दार लॉबीच्या दिशेनं ओढलं. खटकन आवाज करत दरवाजा लॉक झाला.

लॉबीतनं चालत तो लिफ्टकडे गेला. लिफ्टनं तो सर्वांत वरच्या मजल्यावर पोहोचला जिथे त्याचे मित्र बसले होते. ते दोघं अमेरिकन्स अजून पिझ्झाच मटकावत होते.

अलीला या सर्व हालचालींना पंधरा मिनिटांच्या वर लागलेले नव्हते.

एवढा वेळ तर वॉशरूममध्ये लागतोच, तो स्वत:शीच म्हणत मनातल्या मनात हसला. त्याला आपल्या खिशातल्या पिस्तुलाचा उबदार स्पर्श सारखा जाणवत होता. पुढच्या पंधरा मिनिटात ते सर्वजण बाहेर पडले. तोपर्यंत अलीचा एक डोळा कायम त्या अमेरिकन्सवर होता. ते अजून खात बसले होते.

या हॉटेलच्या रिसेप्शनवर फक्त सीसी टी.व्ही. लावलेले होते, मध्ये कुठेही सीसी टी.व्ही. हॉटेल मालकानं लावलेले नव्हते. 'कस्टमर्स प्रायव्हसी पॉलिसी'. अलीला हसू फुटलं. हेच ग्लॉक १७ पिस्तुल घेऊन अली दुबईमार्गे भारतात आलेला होता. कस्टम्समध्ये त्याचे मित्र होते. सैन्यात असल्याचं ओळखपत्रही या ठिकाणी उपयोगी पडलं होतं. त्यामुळे त्याला पिस्तुल घेऊन सहज बाहेर पडता आलं होतं. हाच अली भिवंडीतल्या सैय्यदला भेटून त्यानं त्याला नाशिकमध्ये कुठं कुठं रेकी करायची, काय करायचं, त्या जागांचा बंदोबस्त कसा आहे, त्यांची लांबी, रुंदी, उंची या सर्वांची माहिती गोळा करायला सांगणार होता.

याकरिता त्यानं सैय्यदला भारतीय दोन हजार रुपये दिले आणि काम झाल्यावर तीन हजार मिळतील, असं सांगितलं. 'मी दोन दिवसांनी तुला परत भेटायला येईन, त्या वेळेपर्यंत सर्व माहिती गोळा करून ठेव. मी आता परत मुंबईला जाणार आहे.'

अलीनं सैय्यदला हे खोटंच सांगितलं. तो सैय्यदचा सावलीसारखा पाठलाग करणार होता, त्याच्या नकळत.

सैय्यदनं आणखी दोन मित्रांना घेऊन नाशिक गाठलं होतं. तिथंच अलीच्या मनात पाल चुकचुकली होती. जेवढी माणसं जास्त तेवढी सुरक्षितता कमी, तरी त्यानं संयम राखायचं ठरवलं.

नाशिकला सैय्यदनं एका रिक्षावाल्याला घेऊन नाशिकचं पंचवटी, रामकुंड, काळाराम मंदीर, सीतागुंफा पालथी घातली. तेथून ते ओझरच्या एच.ए.एल.पाशी गेले. पण त्यांना आतमध्ये जाता आलं नाही. गेटवरूनच परत पाठवण्यात आलं. तिथून आल्यावर त्र्यंबकेश्वरला जाऊन परतताना कश्यपी धरण बघून गिरणारे मार्गे त्यांनी गंगापूर धरण बघितलं आणि मग सोमेश्वर मंदिर.

सोमेश्वर मंदीर बघून ते वडराईत आले होते. रिक्षा त्यांनी बालाजी मंदिराच्या पार्किंगमध्येच लावली होती. अली या प्रत्येक ठिकाणी त्यांच्या मागावर होता, जास्तीत जास्त दहा ते पंधरा फुटांचं अंतर ठेवून, कारण सैय्यदनं खऱ्या अलीचा चेहरा बघितलेलाच नव्हता.

सैय्यदला भेटायला गेलेल्या अलीचा चेहरा नकली दाढी आणि मिशांनी

झाकलेला होता. त्यामुळे त्याचा चेहरा म्हणजे केसांचं जंगलच दिसत होतं. त्यात वरून डोक्यावर गोल्फ कॅप होती आणि आताचा अली गुळगुळीत दाढी केलेला होता.

गंगापूर धरणातून बाहेर पडताना त्यांचा रिक्षावाला ज्याला ते अस्लम म्हणून हाक मारत होते, जोरजोरात हातवारे करून सैय्यदशी वाद घालत होता. ज्या वेळी अस्लमच्या लक्षात आलं की, हे फक्त नाशिक बघण्यासाठीच फिरत नाहीत, तर त्यांचा उद्देश वेगळाच आहे. तेव्हा त्याचं आंतरिक मन त्याला सांगायला लागलं होतं, 'ये अल्लाह के सही बंदे नहीं हैं' ते काहीतरी घातपात करण्याच्या उद्देशानं विचित्र माहिती गोळा करत आहेत.

एच.ए.एल.च्या कंपाऊंड वॉलची उंची किती, किती चौकीदार पहाऱ्यावर असतात असे प्रश्न जेव्हा त्यांनी सयाजी साळुंकेंना – अस्लमच्या मित्राला – विचारले, जे एच.ए.एल.च्या गेटवर ड्यूटीला होते, तेव्हाच त्याला शंका यायला लागली होती. पण सयाजी काही कच्च्या गुरूचा चेला नव्हता. त्यानं वीस वर्षं मिलिटरीमध्ये काढली होती. तिथून निवृत्त झाल्यावर त्याला ही नोकरी मिळाली होती. त्यानं अस्लमची रिक्षा आत सोडली नाही, असं अगोदर कधीच झालं नव्हतं. पण अस्लमनेही आग्रह धरला नाही. तो गेटवरूनच परत फिरला. असंच प्रत्येक ठिकाणी चाललेलं होतं. अस्लमला लवकरात लवकर यांच्यापासून सुटका करून घ्यायची होती. त्यांना सोमेश्वर धबधबा आणि वडराई बघायची होती. मग मुंबई नाक्यावरच्या स्टँडवर सोडायचं होतं.

साधारण तीनच्या आसपास अस्लम आणि ते तिघं वडराईत पोहोचले. तेव्हा सैय्यद, अस्लमची समजूत घालायचा प्रयत्न करत होता. पाकिस्तानच्या कोण्या मोठ्या माणसाने त्यांना हे काम दिलं होतं. दोन दिवसांचे त्याला पाच हजार मिळणार होते. हे काम अल्लाचं आहे असं तो म्हणत होता, 'इन हिंदुस्थानी काफिरों को सजा देनी है', असं सैय्यद अस्लमला सांगत होता. साधारण असरच्या वेळेला म्हणजे संध्याकाळच्या नमाजच्या वेळेला हे सर्व चाललेलं होतं.

अस्लम फारच अस्वस्थ झालेला होता. 'या हिंदुस्थानमध्ये, माझ्या या नाशिकमध्ये, जिथं मी लहानाचा मोठा झालो, शिकलो, कामधंद्याला लागलो, इथे माझे जसे मुसलमान मित्र आहेत तसेच किंवा त्यापेक्षा जास्त माझे हिंदू मित्र आहेत. त्यांच्या गणेशोत्सवात माझ्या रिक्षातून कितीतरी गणपतींच्या मूर्ती मी त्यांच्या घरी पोहोचविल्या आहेत, कितीतरी वेळा मी त्यांच्या आरतीला हजर राहिलो आहे. माझ्या प्रत्येक कार्यक्रमाला ही सर्व मंडळी आवर्जून आलेली

आहेत आणि हा कोण सैय्यद? ज्याला मी कालपर्यंत ओळखत पण नव्हतो, तो मला हिंदूंविरुद्ध ऊठाव करायला सांगतोय. माझ्या या नयनरम्य नाशिकमध्ये घातपात करायला बघतोय, हरामजादा.'

अस्लमनं त्याला स्पष्ट शब्दात सुनावलं, "मेरा अल्ला कभी नहीं चाहेगा कि जिस जमीं पे तुम पैदा हुए, जिस धरती का अनाज तुम खाते हो, जिस गोदामैय्या का पानी तुम पीते हो, उसी शहर, उसी शहरवासियों से गद्दारी करना. मैं अभी जाकर पुलिस को इत्तला करता हूँ."

सैय्यद आता हाथापायीवर येऊन पोहोचला, त्याने अस्लमचा डावा हात पिरगळला आणि म्हणाला, "हमसे गद्दारी करोगे?"

हा सगळा तमाशा अली दहा फुटावरून त्यांच्या नकळत बघत व ऐकत होता. त्यानं त्याचवेळी याकूबला कराचीत फोन केला. अलीचा फोन भारतातनं आला तेव्हा याकूब कराचीतल्या आपल्या घरापासून जवळच असलेल्या त्याच्या मित्राच्या 'हॉक्स बे' रिसॉर्टच्या व्हरांड्यात बसलेला होता.

कराची पाकिस्तानच्या दक्षिणेला आहे आणि तिच्या दक्षिणेला अरबी समुद्र आहे. या शहरात ऐंशी टक्के मुसलमान आणि वीस टक्के दुसऱ्या पंथाचे म्हणजे गुजराथी, सिंधी, पंजाबी वगैरे लोक राहात होते. भारतातल्या मुंबईसारखीच कराची ही पाकिस्तानची आर्थिक राजधानी आहे.

रिसॉर्टच्या व्हरांड्याला तपकिरी फरशा लावलेल्या होत्या. व्हरांडा साधारण वीस फूट रूंदीचा होता, व्हरांड्याच्या शेवटी लोखंडी ग्रील लावलेले होते ज्याला पांढरा रंग दिलेला होता. व्हरांड्याच्या पायऱ्यांपासून साधारण शंभर फुटांवर अरबी समुद्राचं निळंशार अथांग पाणी पसरलेलं दिसत होतं. अलीनं थोडक्यात त्याला परिस्थिती सांगितली, आणि म्हणाला "यातला एक जरी जिवंत राहिला तर आयुष्यात कधीच नाशिकमध्ये घातपात करता येणार नाही. यांच्या सर्व सिक्युरिटी सिस्टिम्स कामाला लागतील. आपल्यालाही इथला गाशा गुंडाळावा लागेल. काय करू?" अली म्हणाला. तिकडे याकूब बराच वेळ काहीही न बोलता विचार करत होता. समुद्र अतिशय शांत होता. याकूबच्या मनामध्ये अलीच्या फोनमुळे उठलेल्या वादळापेक्षा फारच शांत. आपण अंमलात आणत असलेलं सर्व फिसकटलंय, हे त्या फोनमुळे त्याच्या लक्षात आलं होतं.याकूब सावकाश अलीला म्हणाला, "हमने आदमी गलत चुने, उडा दो सब को, पीछे कोई भी सबूत मत छोडना और तुरंत कराची निकल आओ."

"ठीक है," अली म्हणाला. फोन बंद करताना त्याला त्याच्या हातामध्ये

कंपनं जाणवली. त्याला पुढे घडणाऱ्या घटनेचा आसुरी आनंद मिळणार होता. त्याच्या ओठांच्या उजव्या बाजूला थोडा फेस जमा झाला होता. तो त्यानं डाव्या हाताच्या शर्टच्या बाहीनं पुसला. फेस पुसता-पुसता त्याने उजव्या खिशातून ग्लॉक १७ पिस्तुल काढलं, मग डाव्या हातानं डाव्या खिशातनं सायलेन्सर काढलं, सावकाश ते त्यानं पिस्तुलच्या पुढच्या नळीवर फिट बसवलं, मग तो दोन्ही पाय पसरून जमिनीवर स्थिर उभा राहिला. त्याला आता अस्लमचा डावा हात धरलेला सैय्यद नजरेसमोर आला. त्यानं दोन्ही हातांमध्ये पिस्तुलाचा दस्ता घट्ट धरला, पिस्तुलची मागची माशी, पुढची माशी आणि सैय्यदचा गळा एका रेषेत आणले आणि उजव्या हाताच्या आंगठ्याजवळच्या बोटानं पिस्तुलचा चाप ओढला, फट आवाज झाला. अलीला त्याच्या खांद्यांना एक झटका जाणवला, तीच पद्धत त्यानं उरलेल्या दोघांसाठी वापरली, तिघेही आता जमिनीवर पडलेले होते, आपापले गळे पकडत. अलीनं सावकाश वाकून गोळ्यांची उडालेली तीन टोपणं उचलून खिशात घातली.

भांबावलेल्या, भेदरलेल्या अस्लमकडे तो सावकाश चालत गेला. अजूनही अस्लमच्या लक्षात येत नव्हतं की नक्की काय झालंय. तो तोंड उघडं ठेवून एकदा डावीकडे, तर एकदा उजवीकडे जमिनीवर पडलेल्या त्या तिघांकडे आलटून-पालटून बघत होता. त्याला खूप जोरात ओरडावसं वाटत होतं. तो आतून ओरडतही होता. पण त्याचा आवाज त्याच्या तोंडातून बाहेर पडत नव्हता.

अली त्याच्या जवळ पोहोचला, डाव्या हाताने त्याने अस्लमची मान पकडली, अलीच्या हातात राक्षसी ताकद होती, अस्लमची डोळ्याची बुब्बुळं फक्त अलीच्या चेहऱ्याकडे वळली. त्याला त्याची मान वळवता आली नाही. अलीच्या डोळ्यातला विचित्र थंडपणा बघून अस्लमच्या शरीरातून भितीची एक शिरशिरी गेली. त्याचं सर्वांग थरथर कापू लागलं. अलीनं अस्लमच्या कपाळावर डाव्या बाजूला सायलेन्सरची नळी ठेवली आणि पिस्तुलचा चाप ओढला.

तेव्हा आलेल्या गन पावडरचा वास अलीनं आपल्या छातीत भरून घेतला. त्याला हा वास खूप आवडे, मग त्यानं आपल्या डाव्या हातातली अस्लमची मान सोडून दिली. निर्जीव ओंडक्यासारखा अस्लम जमिनीवर पडला.

त्याचवेळी त्याला लांबवर कुणीतरी मोटार सायकलला कीक मारून ती सुरू केल्याचा आवाज आला आणि तो आवाज हळूहळू कमी होत गेला.

।। ५ ।।

साटम साहेब त्यांच्या केबिनमध्ये बसलेले होते. त्यांच्या समोर सोमेश्वर वडराईची फाईल होती. स्पॉटवर मिळालेल्या वस्तूंची यादीपण त्या फाईलमध्ये होती. ती यादी साटम साहेब बारकाईने वाचत होते. त्यात एक मोटोरोला पंधराशे रुपये किमतीचा मोबाईल होता आणि दुसरा नोकिया, काळ्या रंगाचा साधारण एक हजार पन्नास रुपयांचा मोबाईल होता. त्यातला नोकियाचा मोबाईल अस्लमचा होता. त्याच्या कॉल हिस्ट्रीवरून असं लक्षात आलं होतं की, अस्लमला मोटोरोलाच्या मोबाईलवरून फोन आले होते त्यावरून तो मोटोरोलाचा फोन सैय्यदचा असल्याचं निष्पन्न झालं होतं. दोनही फोनमध्ये आयडियाचं सिमकार्ड होतं.

एक अस्लमच्या नावानं, भद्रकाली नाशिकच्या पत्त्यावर आणि दुसरं भिवंडीच्या पत्त्यावर.

सैय्यदच्या फोन हिस्ट्रीवरून त्यानं केलेल्या व आलेल्या तीन दिवसांचे फोन कॉल चेक करणं चालू होतं. त्यातला एक नंबर आऊट ऑफ रेंज सांगत होता. तो नंबर पण आयडिया सर्विस प्रोव्हायडरचाच होता.

साटम साहेबांनी आयडीयाच्या नोडल ऑफिसरला फोन लावला आणि तो न लागणारा नंबर त्यांना दिला व त्याचं लोकेशन शोधायला सांगितलं.

साधारण दोन तासांनी नोडल साहेबांचा फोन आला. त्यांनी सांगितलं की तो नंबर महाले नगर, सोमेश्वर कॉलनीच्या मोबाईल टॉवरशी जोडलेला होता. तो साधारण तीन ते पाचपर्यंत सोमेश्वर धबधब्याजवळचं लोकेशन दाखवत होता आणि सोमेश्वर धबधब्यापासून त्या नंबरचं लोकेशन ट्रेस होत नव्हतं. म्हणजे त्या नंबरचं शेवटचं लोकेशन सोमेश्वर धबधबा आहे.

"धन्यवाद!" म्हणून साटम साहेबांनी फोन ठेवला.

मग त्यांनी त्यांच्या मोबाईलवरून रवीराज सरांना फोन केला. ते नाशिकच्या पोलीस डिपार्टमेंटला सायबर क्राईमचे प्रशिक्षक होते.

रवीराजनं फोन घेत म्हटलं, "नमस्कार साटम साहेब".

"नमस्कार सर, तुम्हाला वेळ असेल तर सरकारवाड्याला येता येईल का?" साटम साहेब म्हणाले.

"दहा मिनिटांत आलोच". रवीराज म्हणाले.

तसा रवीराज तरुणच होता. साधारण पस्तीशीचा पण तो डिपार्टमेंटला शिकवायला असल्यानं आणि त्याचं शिकवणं सर्वांना आवडत असल्यानं त्याला

सर्व जण सर म्हणत. सुरुवातीला रवीराजला सर म्हटल्यानं आवघडल्यासारखं होई, कारण एवढ्या मोठमोठाल्या पदावरची माणसं सर म्हणतात म्हणून. पण नंतर त्याला त्याची सवय झाली.

दहाव्या मिनिटाला रवीराज साटम साहेबांच्या केबिनमध्ये होते. त्यांनी रवीराजला सैय्यदच्या मोबाईलमधला संपर्क न होऊ शकत असलेला नंबर दिला आणि त्याची महिन्याभरची हिस्ट्री काढायला सांगितली.

रवीराज लॅपटॉप उघडून लगेच कामाला लागले. ते सिम कार्ड चारच दिवसांपूर्वी सुरू केलेलं दिसत होतं. कोणी घेतलं, कुठं घेतलं याचा काहीही सुगावा लागत नव्हता. या चार दिवसांतल्या आलेल्या आणि त्या सिमवरून केलेल्या सर्व कॉलची यादी त्यानं मिळवली आणि प्रिंट कमांड दिली. एकाच कागदावर सर्व नंबर आले. म्हणजे ते सिम फक्त गरजेपुरतंच वापरलं गेलेलं होतं. तो कागद रवीराजनं साटम साहेबांसमोर ठेवला.

सर्व नंबर +९१ नी सुरू होणारे होते, एक सोडून. तो नंबर +९२ नी सुरू होत होता आणि तो फोन नंबर चार वाजून पस्तीस मिनिटांनी संध्याकाळी केलेला होता. फोन जिथनं केला, त्याचं लोकेशन होतं, सोमेश्वर धबधबा.

+९२ ने सुरू होणाऱ्या नंबरवर साटम साहेबांनी पेन्सिलीनं गोल केलं आणि मोठं प्रश्नचिन्ह त्याच्यासमोर काढलं, कारण तो नंबर पाकिस्तानचा होता.

ते सिम वापरणाऱ्या माणसानं खून करायच्या अगोदर किंवा नंतर पाकिस्तानच्या त्याच्या मालकाला किंवा अजून कोणालातरी फोन केलेला होता. साटम साहेबांची शंका खरी ठरली होती. हे प्रकरण साधं दिसत नव्हतं. हे प्रकरण कमिशनर साहेबांच्या कानावर घालणं गरजेचं होतं. साटम साहेबांनी रवीराजला मनापासून धन्यवाद दिले. रवीराजनं आपल्या कपातली कॉफी संपवून साटम साहेबांना म्हटलं "यू आर ऑलवेज वेलकम सर" असं म्हणून रवीराज केबीनच्या बाहेर पडला.

साटम साहेबांनी वडराई खुनाच्या संदर्भातले सर्व पेपर्स जमा केले आणि ते कमिशनर साहेबांच्या केबिनकडे निघाले. साटम साहेब जसे केबिनमध्ये शिरले तसे कमिशनर साहेब म्हणाले "या साटम, बसा."

कमिशनर साहेबांच्या पाठीमागच्या भिंतीवर महाराष्ट्र पोलिसांचा लोगो होता. पाच टोकं असणाऱ्या ताऱ्याच्यामध्ये दिलासा देणारा हाताचा पंजा होता. जसं तो पंजा सांगत होता 'घाबरू नका महाराष्ट्राच्या नागरिकांनो, आम्ही तुमच्या संरक्षणासाठी सिद्ध आहोत, वचनबद्ध आहोत.' त्या ताऱ्याच्या खाली

संस्कृतमध्ये लिहिलेलं होतं,

'सद्रक्षणाय खलनिग्रहणाय'

म्हणजे 'चांगल्यांचं रक्षण करणे, खल प्रवृत्ती, वाईट प्रवृत्तींचा नाश करणे.'

पोर्तुगालचा वास्को-द-गामा २० मे १४९८ला कालीकत, आताचं कोझीकोड या केरळमधल्या भारताच्या पश्चिम किनारपट्टीवर उतरला. साधारण १६६१साली या पोर्तुगीजांनी मुंबईमध्ये महाराष्ट्रातली पहिली पोलीस चौकी बांधली. तेव्हापासून आजतागायत पोलीस डिपार्टमेंट अविरतपणे आपलं काम करतंय.

हा काळ, म्हणजे १६६१मध्ये शिवाजी महाराज महाराष्ट्राच्या स्वातंत्र्यासाठी लढत होते. तेव्हा आणि त्या अगोदरपासून भारतात अंतर्गत सुरक्षाव्यवस्था होतीच. त्या यंत्रणेला 'पोलीस' म्हणायला सुरुवात कदाचित पोर्तुगीजांनी केली असावी.

साटम साहेबांनी वडराईतला सर्व घटनाक्रम कमिशनर साहेबांना सांगितला. त्या घटनेत वापरलेलं पिस्तुल आणि अज्ञात व्यक्तीनं कराचीला केलेला फोन त्याच लोकेशनवरून, जिथे चार खून झाले होते, या गोष्टींकडे कमिशनर साहेबांचं लक्ष वेधलं.

"साटम," कमिशनर साहेब म्हणाले, "जे ग्लॉक १७ प्रकारचं पिस्तुल आहे आणि ते तर एफ.बी.आय.च्या माणसांचं आवडतं पिस्तुल आहे." तुझा एक मित्र आहे ना एफ.बी.आय.मध्ये? "त्याला विचारून बघ, एवढ्यात कुणाचं पिस्तुल चोरीला गेलंय का? किंवा हरवलंय का?"

माईक ब्राऊन आणि साटम साहेब दुबईतल्या अलबिना रोडवरच्या थ्री स्टार हॉटेल आयबीसमधल्या कव्हर्ड स्विमिंगपूलमध्ये भेटले होते. गप्पांच्या ओघात दोघंही या जगातली गुन्हेगारी निपटून काढण्याच्या कामात अडकलेले असल्याचं लक्षात आल्यावर, दोघांनी शॅम्पेनचा आस्वाद घेत तिथल्या प्रशस्त डायनिंगमध्ये एकत्र जेवण घेतलं होतं. दोघंही वेगवेगळ्या कारणांनी दाऊद इब्राहिमच्या मागावर होते.

१९९४लाच खरंतर दाऊद दुबईहून कराचीला पळून गेला होता. त्याचे काही चिल्लेपिल्ले इथला त्याचा व्यवसाय सांभाळत होते.

नकळत पोलीस डिपार्टमेंटनं या दाऊदला मोठं केलं, हे साटम साहेबांना खटकत होतं. दाऊदचे वडील पोलीस डिपार्टमेंटमध्येच होते. अतिशय प्रामाणिक. पण लहानपणापासूनच दाऊद गुन्हेगारी प्रवृत्तीचा होता. त्यामुळे त्यानं खूपवेळा वडिलांचा मार खाल्लेला होता.

आपल्याच डिपार्टमेंटच्या माणसाचा मुलगा म्हणून दाऊदच्या सुरुवातीच्या हाणामाऱ्यांकडे, भुरट्या चोऱ्यांकडे पोलीस डिपार्टमेंटकडून दुर्लक्ष झालं आणि त्यामुळे दाऊदची हिंमत वाढत गेली.

१२ मार्च १९९३ साली मुंबईत लागोपाठ १२ बॉम्बस्फोट झाले, तीनशेच्या वर लोकं मारली गेली. त्या बॉम्बस्फोटात दाऊदचा हात असण्याची शक्यता मुंबई पोलिसांना जाणवली आणि ते त्याच्या मागे लागले. तेव्हा दाऊदने दुबईचा आश्रय घेतला.

दाऊदला धर्माशीही काही घेणं-देणं नाही. त्या बॉम्बस्फोटमध्ये मेलेल्यांत हिंदू, मुसलमान, शीख, पारसी असे जवळजवळ सर्व धर्मीय लोक होते. इस्लाम अशा विकृत जिहादी कृत्यांना कधीच मान्यता देत नाही. अल्लाहचा इस्लाम तरी देत नाही, काझींचा इस्लाम? माहीत नाही. साटम साहेबांच्या मनात विचार येऊन गेला.

साटम साहेबांनी वॉशिंग्टन डीसीतल्या एफबीआय ऑफिसचा लँडलाईन नंबर लावला. +१२०******** तिसऱ्या रिंगला फोन उचलला गेला. तिकडून ऑपरेटरनं विचारल्यावर साटम साहेबांनी माईक ब्राऊनला जोडून द्यायला सांगितलं. अमेरिकन लोक लँडलाईनचा वापर जास्तीत जास्त करतात आणि मोबाईल कमीत कमी वापरतात.

तिकडून माईक म्हणाला, "हॅलो साटम, अरे अजून ऑफिसमध्येच का? माझ्याकडे सकाळचे अकरा वाजलेत म्हणजे भारतात संध्याकाळचे साडे-आठ वाजले असतील.

"हो माईक, नाशिकला संध्याकाळचे साडे-आठ वाजलेत."

"बरं माईक, मला असं सांग, की या काही दिवसांत वा महिन्यात तुमच्या एखाद्या एफबीआय एजंटचं ग्लॉक १७ पिस्तुल हरवलंय किंवा चोरीला गेल्याचा काही रिपोर्ट आलाय का?"

माईक म्हणाला, "एक मिनिट."

साटमला की बोर्डवर टाईप केल्याचा आवाज फोनमधून येत होता, दोन मिनिटांतच माईक परत फोन लाईनवर आला आणि म्हणाला, "जवळ जवळ चार पिस्तुलं, एकूण पाच वर्षांत गहाळ झालीत. त्यातली तीन ग्लॉक १७ होती."

साटम काही विचार करत म्हणाले, "त्यातलं एखादं पाकिस्तानमध्ये गहाळ झालंय का?"

परत साटमांना पलीकडून की बोर्डवर टाईप करण्याचा आवाज आला.

पुढच्याच मिनिटाला माईक म्हणाला, ''गेल्याच महिन्यात आमच्या एका एजंटचं ग्लॉक १७ पिस्तुल कराचीत गहाळ झालंय किंवा चोरीला गेलंय, त्या दिवशी त्यानं फार घेतली होती, त्याला धड चालवतही नव्हतं, त्याचा जोडीदार एजंट त्याला आधार देऊन रूममध्ये घेऊन गेला होता.''

''सकाळी उठल्यावर त्याच्या लक्षात आलं की पिस्तुल नाही. आपल्याकडून कुठं राहिलं की कोणी चोरलं हेच त्या पठ्ठ्याला आठवेना, त्यानं सर्व हॉटेल डोक्यावर घेतलं, खूप आरडाओरड केली पण त्याला पिस्तुल मिळालं नाही.''

''एका वेटरच्या बॉडी लँग्वेजवरून त्याचा संशय येत होता, पण त्या वेटरनं जुमानलं नाही. अफगाणिस्तान प्रकरणापासून आता पाकिस्तानी पण अमेरिकनांचा द्वेष करायला लागलेत. तिथे बेइमानी पूरी ईमानदारी से की जाती है,'' माईक त्याच्या अमेरिकन अक्सेंटमध्ये हिंदी बोलत होता.

''तुला ही माहिती पुरेशी आहे का?'' माईकने विचारलं.

साटम म्हणाले, ''मला गरज पडली, तर मी तुला पुन्हा त्रास देईन.''

माईक म्हणाला, ''नो प्रॉब्लेम, टेक केअर, बाय''

साटम म्हणाले, ''बाय.'' त्यांनी फोन ठेवला.

साटम साहेबांनी कमिशनर साहेबांकडे बघितलं आणि म्हणाले, ''असं दिसतंय, की ते चोरीस गेलेलं ग्लॉक १७ म्हणजे वडराईत वापरलेलं ग्लॉक १७ च असावं. कारण त्याच लोकेशनवरून कराचीला फोनही गेलेला होता.''

पण या खुनामागचा उद्देश तेवढा स्पष्ट होत नाही. कुठलं तरी महत्त्वाचं गुपीत, गुपीतच ठेवण्यासाठी त्या चारींना कोणातरी पाचव्यानं संपवलं, ज्याचं कराचीशी संधान आहे. या पाचव्याला शोधण्याचा कुठलाही मागमूस सापडत नव्हता. शिवाय, त्यानं कराचीला केलेल्या फोनचा संदर्भ आणि ग्लॉक १७मधून झाडलेल्या गोळ्या.

।। ६ ।।

जेडी सर त्यांच्या ऑफिस केबिनमध्ये बसलेले होते. 'गजानन' नावाच्या पाच मजली बिल्डिंगमधील चौथा व पाचवा मजला सरांच्या ताब्यात होता. ही बिल्डिंग नाशिकच्या गजबजलेल्या अशोक स्तंभाजवळ, गंगापूर रोडला लागून होती. बाहेरून हे मजले कोचिंग क्लासेसचे असल्याचं भासवण्यात आलं होतं, पण ही रॉची नाशिकमधली शाखा होती.

बाहेरून कुणी कोचिंग क्लासेसच्या चौकशीसाठी इथपर्यंत पोहोचलाच तर

फ्रंट ऑफिसमध्ये बसलेल्या, अतिशय उदासवाण्या चेहऱ्याच्या, पन्नाशीच्या स्त्रीशी त्यांची गाठ होई. मग ती, जागा फुल झाल्यात, कुठल्याच बॅचमध्ये तुमच्या पाल्यासाठी जागा नाही किंवा अशीच काहीतरी कारणं सांगून त्या चौकशी करणाऱ्यांना अतिशय सभ्यपणे पिटाळून लावी.

या रॉच्या नाशिक शाखेचे प्रमुख जेडी सर होते. महाराष्ट्र वा गरज पडल्यास भारतात देशविघातक कारवायांचा ही शाखा बिमोड करी. या शाखेवर कुठल्याही पक्षाचं सरकार महाराष्ट्रात वा भारतात असण्याचा कुठलाही परिणाम होत नसे. ही शाखा दिल्लीतल्या रॉच्या हेड ऑफिसला उत्तर देण्यास बांधील असते आणि दिल्लीची रॉ शाखा ही फक्त भारताच्या पंतप्रधानांना उत्तर देण्यास बांधील असते.

सरांनी त्यांच्या इंटरकॉमवरून त्यांच्या सेक्रेटरी – मोहिनीला – रणवीरला त्यांच्या केबिनमध्ये पाठवायला सांगितलं.

पुढच्या पाचव्या मिनिटाला रणवीर सरांच्या समोरच्या खुर्चीवर बसलेला होता.

सरांनी वडराईची सर्व हकीगत, शंकरपासून सुरुवात करून साटम साहेबांशी झालेल्या चर्चेपर्यंत सर्व काही सांगितलं.

मग सर म्हणाले "तीन जण, अनोळखी एकाला नाशिकमध्ये भेटतात. या चारही जणांचा खून कोणी पाचवा करतो. त्या खुनी माणसानं 'ग्लॉक १७' पिस्तुल वापरलं आहे, ही सर्वांत मोठी गोष्ट. साटमचा मला फोन होता. त्याच्या एफबीआयच्या मित्राकडून त्याला कळलं होतं की एक ग्लॉक १७ पिस्तुल कराचीत चोरीला गेलंय आणि असा संशय आहे की खुन्याचं कराचीशी काहीतरी संधान असावं. कारण त्या वडराईच्या परिसरात त्याचवेळेला एक फोन कराचीला लावण्यात आला आणि नंतर तो फोन किंवा सिम बंद झालं."

रणवीर सर्व लक्षपूर्वक ऐकत होता. जेडी सर थोडं थांबल्यावर रणवीर म्हणाला, "हो, पेपरमधून वडराईतल्या खुनाविषयी मी वाचलं."

"ती बातमी फारच वरवर दिलेली होती," सर म्हणाले.

टेबलावरच्या पेपरवेटशी चाळा करत सर कुठल्यातरी गहन विचारात गढल्यासारखे दिसत होते. रणवीर शांतपणे खुर्चीत बसून राहिला. त्याच्या लक्षात आलं होतं, की कुठलीतरी महत्त्वाची कामगिरी आता आपल्यावर सोपविण्यात येईल. त्याला आपल्या धमन्यांमधून रक्त जोरात फिरायला लागलंय असं जाणवलं.

सरांनी परत बोलायला सुरुवात केली, "मला असं वाटतं, की काही

घातपात करायचा पाकिस्तानचा बेत दिसतोय. तसं, चित्र अतिशय धूसर आहे पण आपण आपल्या पद्धतीनं या प्रकरणाची चौकशी करावी. ही जबाबदारी तुझी!''

''ठीक आहे, सर.'' रणवीर म्हणाला आणि उठून केबिनच्या बाहेर पडला. बाहेरच्या साईड टेबलवर बसलेल्या मोहिनीनं रणवीरकडे मान वर करून बघितलं. सहा फूट उंची, बारीक कापलेले सिल्की केस जे एसीचा झोत आल्यानं भुरभुर उडत होते. त्यानं व्हॅन हुसेनचा पांढरा सिल्कचा शर्ट घातलेला होता. त्यातही त्याची भरदार छाती आणि रूंद खांदे लपत नव्हते. कमरेपासून खालचा भाग निमुळता होता. त्यानं काळ्या रंगाचं रेमंडचं कापड घेऊन त्याच्या आवडत्या टेलरकडून शिवून घेतलेली पँट घातलेली होती. कमरेला रेमंडचाच काळा लेदरचा बेल्ट होता. पायांत काळे सॉक्स आणि काळ्या रंगाचे बाटाचे शूज घातलेले होते, जे चमकत होते. मोहिनी त्याच्याकडे बघून हसली, तोही तिच्याकडे बघून हसला आणि म्हणाला, ''चल मोहिनी, सरांनी कामाला लावलं.''

''तुम्हालाही तर तेच हवं असतं.'' मोहिनी तिच्या हातातला कागद फाईलमध्ये लावत म्हणाली आणि वडराईच्या संदर्भातील केस - फाईल - तिनं रणवीरला दिली.

रणवीर त्याच्या केबिनमध्ये शिरला. त्याच्या गोल फिरणाऱ्या खुर्चीवर बसून त्यानं फाईल उघडली आणि तो वाचू लागला. साधारण विसाव्या मिनिटाला फाईल वाचून तो खुर्चीतून उठला आणि त्याच्या ऑफिसच्या खिडकीतून बाहेर बघू लागला. समोरच्या पिंपळाच्या झाडावर एक कबूतर बसलेलं त्याला दिसलं. ते तिथल्या तिथं मागं-पुढं करत होतं. मान खाली-वर करत होतं आणि अतिशय आर्त आवाजात 'गुटरगु-गुटरगु' आवाज काढत होतं. त्या कबुतराकडे बघताना रणवीरला त्याचे शाळेतले दिवस आठवले. सातवीच्या वर्गात त्याचा बाक खिडकीजवळ होता त्या खिडकीपासून जवळच एक फार जुनं पिंपळाचं झाड होतं. या पिंपळाच्या झाडावर एक कबूतर नियमितपणे येऊन बसत असे. एखाद्या दिवशी ते कबूतर दिसलं नाही की रणवीर अस्वस्थ होई.

रणवीर शाळेत असताना 'स्टेट बँक ऑफ इंडिया'मध्ये मुलांनी बचत खातं उघडावं या गोष्टीला प्रोत्साहन देण्यासाठी क्रिकेटर अजित वाडेकर आले होते. ते क्रिकेट टीममध्ये तिसऱ्या स्थानावर बॅटिंग करायला यायचे. ते आक्रमक बॅट्समन म्हणून ओळखले जायचे. ते शाळेत आले त्याच्या आदल्याच वर्षी त्यांनी शेवटची टेस्ट-मॅच इंग्लंडशी खेळून निवृत्ती घेतली होती.

भारत सरकारनं त्यांना 'अर्जुन अवॉर्ड' आणि 'पद्मश्री' देऊन सन्मानित केलं होतं. अशा श्रेष्ठ क्रिकेटरला बघून सातवीतला रणवीर त्या वेळी खूप आनंदित झाला होता. पापणी न हालवता, तोंडाचा आ वासून तो कितीतरी वेळ अजित वाडेकरांकडे बघत राहिला होता. त्यांनी लहानशा क्रिकेट बॅटच्या आकाराचं पेन ज्यावर एस.बी.आय.चा लोगो होता, सर्व मुलांना वाटले होते. त्यामुळे रणवीर खूश झाला होता.

तेव्हा एस.बी.आय.मध्ये खातं उघडलं की नाही त्याला आठवत नव्हतं. पण आता मात्र त्याचं खातं एस.बी.आय.मध्येच होतं. कदाचित हायस्कूलमधल्या त्या समारंभाचा प्रभाव आजही त्याच्या मनात खोलवर कुठंतरी असावा.

पुढल्या वर्षी त्यांच्या शाळेत मिलिटरीतले ऑफिसर आले होते. कडक सोल्जर ग्रीन कलरच्या युनिफॉर्ममध्ये त्यांच्या खांद्यावर आणि छातीवर वेगवेगळ्या फिती लावलेल्या होत्या. त्यांचा रूबाब काही वेगळाच होता. त्यांच्या डोळ्यांमध्ये वेगळीच चमक होती आणि चेहऱ्यावर आत्मविश्वास. त्यांच्याबरोबर त्यांची सुविद्य पत्नी सईपण होती.

शाळेतल्या आठवीपासून पुढच्या मुलांनी एन.सी.सी.मध्ये प्रवेश घ्यावा हे सांगण्यासाठी ते आलेले होते. रणवीरच्या शाळेतल्या भिडे गुरुजींनी त्यांची ओळख करून देताना सांगितलं होतं की, हे मेजर संदीप जाधव आहेत. ते तुम्हाला एन.सी.सी. संदर्भात माहिती देतील.

ज्या वेळेला मेजरसाहेब बोलायला उभे राहिले, त्या वेळी मांडी घालून बसलेले आठवीतले विद्यार्थी जागेवरूनच एकदोन इंच मागे सरकले. घाबरून नव्हे, आदरानं. साहजिकच आहे, ते भारतीय लष्करातले मेजर होते. त्यांचं म्हणणं मुलं अतिशय लक्ष देऊन ऐकत होती. मेजर साहेब प्रत्येक गोष्ट अतिशय सोप्या भाषेत समजावून सांगत होते.

'एन.सी.सी.' म्हणजे नॅशनल कॅडेट कोर, एन.सी.सी.ची सुरुवात जर्मनीमध्ये १६६६ साली झाली. आपल्या भारतात १९४८पासून एन.सी.सी.ची सुरुवात केली गेली. एन.सी.सी.चा उद्देश एकता आणि अनुशासन आहे. वयाच्या १३व्या वर्षापासून तर २४व्या वर्षापर्यंत तुम्ही एन.सी.सी.मध्ये सहभागी होऊ शकता.

थोडावेळ थांबून मेजर साहेबांनी सर्व मुलांवरून नजर फिरवली, आणि म्हणाले, "मला वाटतं, तुम्ही सर्व आठवी ते दहावीचे विद्यार्थी आहात."

तेव्हा सर्व मुलांनी एका सुरात "हो" म्हटलं. या मुलांच्या उत्स्फूर्त 'हो'च्या गजराने सईला हसूनच आले. मग मेजर साहेब परत बोलायला लागले.

एन.सी.सी.मध्ये तीन परीक्षा असतात, त्यांना A, B आणि C प्रमाणपत्र परीक्षा म्हणतात. एन.सी.सी.मध्ये तुम्हाला परेड काय असते, ती कशी करायची, शिस्त, प्रामाणिकपणा, आज्ञेचं पालन यांबरोबरच तुम्हाला २ नॉट २ या गनचं फायरिंग शिकवलं जातं. तसंच ३ नॉट ३चंही फायरिंग शिकवलं जातं.'' त्या वेळी सर्व मुलांचे डोळे मोठे झाले. बंदूक, खरोखरची बंदूक आपल्या हातात मिळेल? नुसती मिळणार नाही, तर तिच्यातून गोळ्या झाडायला मिळतील, अजून काय पाहिजे! झालं पक्कं एन.सी.सी. घ्यायचं. आणि रणवीरनं त्या वेळी एन.सी.सी.त प्रवेश घेतला होता.

या सर्व घटना रणवीरच्या डोळ्यासमोरून क्षणात सरकून गेल्या. ते गोड लहानपण, तेव्हाची स्वप्नं, त्या स्वप्नांवर असणारा विश्वास, किती निरागस असतो आपण त्या लहानपणी. हो, त्या लहानपणी! आता ते लहानपण नाही परत येणार, कधीच.

पहिल्यांदा २ नॉट २ची गन हातात घेताना, माझ्याएवढं या जगात सामर्थ्यवान कुणीच नाही असं वाटलं होतं. आता कमरेला कायम पिस्तुल असतं, कुठलंही शस्त्र त्याला सहज मिळू शकत होतं, पण त्या वेळची सामर्थ्यवान झाल्याची भावना परत कधीच आली नव्हती. मान वाकडी करून, चक आवाज करत रणवीर खिडकीपासून मागे फिरला आणि आपल्या खुर्चीत येऊन बसला.

त्याच दिवशी मेजरसाहेबांनी सांगितलं होतं, जर तुम्ही 'सी' प्रमाणपत्र मिळवलं तर तुम्हाला लेखी परीक्षा द्यायची गरज नाही. तुम्हाला सरळ मुलाखतीला बोलाविण्यात येईल. तुम्ही मुलाखतीत पास झालात तर तुम्ही आर्मी सर्व्हिससाठी निवडले जाऊ शकता. एन.सी.सी. कॅडेटसाठी इंडियन मिलिटरीमध्ये ६४ जागा व चेन्नईच्या ऑफिसर्स ॲकॅडमीमध्ये १०० जागा राखीव असतात. त्याचवेळी मिलिटरीत जायचं रणवीरनं जवळ जवळ पक्कं केलं होतं.

पण नियतीच्या मनात काहीतरी वेगळंच होतं. १२ वी कॉमर्स पूर्ण केल्यावर त्याला बी.कॉम.ला जावं लागलं, पण मनात कुठंतरी युनिफॉर्मचं आकर्षण होतंच. बी.कॉम. करता करता त्यानं यु.पी.एस.सी., सी.ए.पी.एफ.ची तयारी सुरू केली. आय.पी.एस. ऑफिसर होण्यासाठी बी.कॉम.नंतर त्यानं प्रिलिम दिली. त्यात पास झाल्यावर मेन दिली. त्यात पास झाल्यावर इंटरव्यूमध्ये त्यानं टॉप रँक मिळविली आणि आय.पी.एस. ऑफिसरचं दोन वर्षांचं ट्रेनिंग झाल्यावर एका वर्षाच्या प्रोफेशनल ट्रेनिंगसाठी त्याची पहिली

पोस्टिंग गडचिरोलीला झाली. गडचिरोलीत त्यांची गाठ नक्षलींशी पडणार होती.

रणवीर गडचिरोलीत दाखल झाल्यावर त्यानं पहिलं काम केलं ते C-60 कमांडो फोर्सचं ट्रेनिंग आपल्या डोळ्यांखालून घातलं.

१९९२ सालचे सुप्रिटेंडंट ऑफ पोलीस के. पी. रघुवंशी यांनी या भागातल्या पोलीसस्टेशनमधील काही तरुण नागरिकांना ज्यात बरेच आदिवासी होते, त्यांना एकत्र आणलं. त्यांना ३ महिन्यांचं कमांडो ट्रेनिंग दिलं. त्या कमांडोनाच C-60 म्हटलं जातं. या आदिवासी मुलांना गडचिरोलीच्या जंगलाची खडान्‌खडा माहिती असते. त्यामुळे नक्षलींचा ठावठिकाणा शोधणं व त्यांना कोंडीत घेणं सोपं झालं.

शेतकरी आणि मजुरांच्या हक्कांसाठी म्हणून चारू मुजूमदार, कानू सन्याल यांनी १९६७पासून नक्षलवादाचं सशस्त्र आंदोलन सुरू केलं. पश्चिम बंगालमधील ‘नक्सलवाडी’पासून नक्सल हा शब्द घेण्यात आलेला आहे. यांची विचारसरणी माओवादी कम्युनिस्ट आहे. माओ हे चीनच्या कम्युनिस्ट पार्टीचे अध्यक्ष होऊन गेले.(१९४९-१९७६)

या नक्षलींना गडचिरोलीच्या घनदाट जंगलाचा फायदा मिळतो. गडचिरोलीच्या पूर्वेला छत्तीसगड राज्याचं घनदाट अरण्य आहे आणि पश्चिम दक्षिणेला तेलंगणाचं. गडचिरोली जिल्ह्याचा आकार जणू चालणाऱ्या अस्वलासारखा आहे. त्याचे पाय छत्तीसगडकडे, मान आणि डोकं तेलंगणाकडे आणि त्याची पाठ आणि पार्श्वभाग महाराष्ट्रात! हे अस्वल उत्तरेकडून दक्षिणेकडे चालल्यासारखं भासतं.

या जिल्ह्याच्या पश्चिम सीमेवरून वैनगंगा नदी वाहत जाते. पूर्व सीमेवरून इंद्रावती नदी वाहत जाते, ही कधी गडचिरोली, तर कधी छत्तीसगडमधून वाहताना दिसते. बऱ्याच ठिकाणी इंद्रावती नदीपात्राच्या मध्यातून या दोन्ही राज्यांच्या सीमा गेलेल्या दिसतात.

गडचिरोलीच्या दक्षिण टोकाला स्पर्श करून गोदावरी नदी जाते. जणू या अस्वलाला गोदेचंच पाणी प्यायचं असल्यासारखं. सोमनूर या गावाजवळ गोदावरी व इंद्रावतीचा संगम असलेला दिसतो. पुढे ती गोदावरी म्हणूनच ओळखली जाते. तशा बऱ्याच लहान नद्या या जिल्ह्यातून वाहतात. त्यातलीच एक बंदिया नदी, ब्राह्मणपाली गावापासून थेट दक्षिणेला इंद्रावतीला जाऊन मिळते.

या दोन्ही नद्या जिथे एकत्र येतात, तो भूप्रदेश इंग्रजी ‘व्ही’ आकारासारखा

तयार झालाय आणि तिथे घनदाट जंगल आहे. या ठिकाणी इंद्रावतीचं पात्र खूप मोठं आहे, पाणी कमी असताना मध्येमध्ये खडकांचे व जमिनीचे पृष्ठभाग पाण्यावर आलेले दिसतात. यातल्या काही पृष्ठभागांवर तर झाडी पण असते. जणू एखादं लहानसं बेटच तयार झालेलं दिसतं. याच 'व्ही' आकाराच्या जागेत आज रात्री नक्षली थांबणार असल्याची खबर दोन दिवसांपूर्वी खबऱ्यांकडून मिळाली होती. त्यांच्या थांबण्याची ही खबर पक्की होती. त्या जागेचे रेखांश-अक्षांश असे होते. १९.२४०९४९, ८०.३८६३५९ साधारण ४०च्या आसपास नक्षली आहेत अशी खबर होती.

सर्वांत महत्त्वाचं म्हणजे त्यांच्यात दोन महत्त्वाचे नक्षली होते. एक गणपती की जो कमांडर ऑफ चीफ होता आणि दुसरा बसवराज.

बसवराज हा बाँब एक्स्पर्ट होता आणि त्याला लष्करी डावपेच माहीत होते. तसेच शस्त्रांच्या व्यापाऱ्यांशी त्याचे चांगले संबंध होते. अर्थात, या नक्षल्यांकडे पोलिसांकडूनच लुटलेली जास्त शस्त्रं होती.

गडचिरोलीचे पोलीस डिपार्टमेंट एवढा मोठा होणारा लाभ कधीच सोडणार नव्हतं, आणि म्हणूनच त्या नक्षल्यांचा समाचार घेण्याची धावपळ सुरू झाली होती.

C-60 कमांडोंचे ३२जवान पोलीस फोर्सबरोबर होते. C-60चा जोष जबरदस्त होता. शिक्षण सोडल्यास हे कशातच कमी नव्हते. त्यांची शारीरिक क्षमता अफलातून होती. विनाअन्न जंगलात कसं राहायचं याचंही त्यांना प्रशिक्षण देण्यात आलेलं होतं. अंगावर साधारण १५ किलो वजन घेऊन जंगलातून कैक किलोमीटर अंतर हे जवान सहज पार करत, तेही आपल्या शत्रूच्या लक्षात येऊ न देता. त्यांचा प्रयत्न असे शत्रूला चकित करण्याचा. बरेचदा असं झालं होतं, की C-60 कमांडो नक्षलींच्या १०० ते १५० मीटर अंतरावर पोहोचत, तरी नक्षलींना त्यांचा थांगपत्ता लागत नसे. साहजिकच याचा फायदा या कमांडोना मिळे आणि नक्षलींची वाताहत होई.

आहीरगावच्या पोलीस स्टेशनमधून दोन बस व दोन जीप पूर्वेच्या दिशेनं निघाल्या. रणवीर एका जीपमध्ये पुढे बसलेला होता. त्याच्यासाठी आजचा अनुभव थरारक होणार होता. पहिल्यांदाच तो अशा पद्धतीच्या कारवाईमध्ये भाग घेत होता. खरं म्हणजे आजची रात्र कारवाईसाठी चुकीची होती. कारण आज पौर्णिमा होती. त्यामुळे जंगलात त्यांना जसा शत्रू सहज दिसू शकला असता, तसंच शत्रूलाही ते सहज दिसू शकले असते, पण नाईलाज होता.

संध्याकाळचे चार वाजले होते. त्यांचा ताफा ब्राह्मणपाली गावाच्या दिशेनं

निघाला होता. सगळ्यात पुढे एक जीप त्यांच्या मध्ये दोन बसेस आणि या बसेसच्या मागे एक जीप, ज्यामध्ये रणवीर बसलेला होता. जीप चालवणाऱ्याचं नाव सूरज होतं.

"काय साहेब, पहिली पोस्टिंग का?" सूरजनं विचारलं.

रणवीरनं तुटकपणे त्याला 'हो' म्हटलं.

कुठलाही नवीन आलेला पोलीस अधिकारी इथे जीव मुठीत घेऊन राहतो हे त्यानं आत्तापर्यंत बघितलेलं होतं. नवीन आलेला अधिकारी पटकन डायरेक्ट ॲक्शनला येत नाही. तो ऑफिसकाम सांभाळायलाच प्राधान्य देतो, पण हा साहेब मात्र लगेच या मोहिमेत आल्यामुळे त्याला त्याचं आश्चर्य वाटत होतं.

सूरजनं त्याची जीप पुढच्या बस पाठोपाठ पोलीस स्टेशनच्या आवारातून काढत डावीकडे वळविली. रणवीरला जाणवलं, की लगेच घनदाट जंगल सुरू झालंय.

रणवीरनं सूरजला विचारलं, "थेटपर्यंत असंच जंगल आहे का?"

सूरज म्हणाला, "हे काहीच नाही साहेब, पुढे अजून दाट होईल, एखादा नक्षली या झाडीतून आपल्यावर आरामात गोळीबार करून सटकून जाऊ शकतो." असं म्हणत त्यानं रणवीरच्या चेहऱ्याकडे बघितलं.

खरं म्हणजे रणवीर धास्तावलेला होता, त्याला जे काही किस्से ऐकवण्यात आले होते त्यामुळे. रस्त्यात सुरुंग, तेही हे नक्षली स्वत: बनवतात, त्यासाठी ते फोटो फ्लॅश, सोलर पॅनल, बॅटरी अशा सहज उपलब्ध असणाऱ्या गोष्टींचा उपयोग करतात. त्यात हा बसवराज, ज्याला ते पकडायला निघाले होते, तो या बाबतीत तज्ज्ञ होता. असे सुरूंग पोलिसांच्या मार्गांवर त्यांनी पेरून ठेवलेले असत.

रणवीरला आपल्या पाठीच्या कण्यावरून एक घामाचा थेंब खाली घरंगळल्याचं जाणवलं. त्याला या धोक्याची कल्पना होती आणि म्हणूनच तो अतिसावध होता.

रणवीर सूरजला म्हणाला, "सूरज, आपण जातोय तिथपर्यंतच्या भागात नक्षल्यांची मूव्हमेंट नाही, हे मला माहीत आहे. तेव्हा मला उपयोगी पडेल असं काहीतरी सांग नाहीतर चुपचाप गाडी चालव."

सूरजच्या चेहऱ्यावर समाधान दिसलं. साहेब मनानं पक्का आहे, तो मनातल्या मनात स्वत:शीच म्हणाला. पुढच्या बसच्या फार जवळ न जाता, साधारण वीस ते पंचवीस फुटांचं अंतर ठेवून तो सावकाशपणे गाडी चालवू लागला.

रणवीरनं जीपच्या डाव्या बाजूच्या खिडकीतून बाहेर बघितले, सूर्य आता पश्चिमेकडे झुकलेला होता. जंगलाचा रंग काळसर व्हायला लागला होता. जंगलातल्या पक्ष्यांचा किलबिलाट वाढला होता. एखादी पक्षीण दिवसभर जंगलात आपल्या घरट्यात असलेल्या तिच्या पिलांसाठी अन्न शोधत फिरली असेल, अन्न शोधताना आपण कुणाचं अन्न होणार नाही, याचीपण तिला काळजी घ्यावी लागली असेल. आणि आता ती चोचीत धरून आणलेलं अन्न तिच्या पिलांच्या तोंडात भरवत असेल. त्या वेळी त्या पिलांनी केलेला चिवचिवाट ऐकून पक्षीण आपला दिवसभराचा थकवा विसरून गेली असेल. रणवीरच्या चेहऱ्यावर या विचारांनी हसू पसरलं. जीपमधनं तो समोर बघू लागला. समोरची बस साधारण पंचवीस फुटांवर होती. बस आणि जीपमधला राखाडी काळसर रंगाचा रस्ता मागे-मागे जात होता. त्यांच्या जीपची रस्त्यावर पडलेली सावली जीपच्या पुढेच धावत होती. सूर्य मावळेपर्यंत तरी जीपला तिची सावली सापडणार नव्हती.

आता कडेच्या झाडांची गर्दी कमी झाली होती. रस्त्यावर माणसं दिसायला लागली होती. "तुमच्या बाजूला आता अल्लापल्ली गाव येईल साहेब." सूरजनं रणवीरला सांगितलं.

एक टुमदार शहर त्यांच्या डाव्या बाजूला वसलेलं रणवीरला दिसलं. त्यांनी फॉरेस्टचं रेस्ट-हाऊस ओलांडलं आणि मग पुढे एक नाला ओलांडून ते परत घनदाट जंगलाच्या रस्त्याला लागले.

जंगलाचा रंग आता जास्त काळा वाटायला लागला होता. बस आणि रणवीरची जीप यांच्यात जरा जास्त अंतर पडलं होतं, त्यानं सूरजकडे बघितलं. सूरजच्या ते लक्षात आलं, तो तत्परतेनं म्हणाला "साहेब, जंगलात एखादा जीव पटकन रस्ता ओलांडतो. त्याला तो ओलांडता यावा, म्हणून मी आपल्या दोघांमध्ये म्हणजे पुढची बस आणि आपल्या जीपमध्ये थोडं जास्त अंतर ठेवलंय."

सूरज हे सांगत असतानाच उजवीकडून एक हरीण पटकन उडी मारून डावीकडे गेलं आणि जंगलात लुप्त झालं. संध्याकाळच्या सोनेरी उन्हात त्या हरणाचा सोनेरी रंग आणि त्यावरचे पांढरे ठिपके फारच चकाकत होते. एका क्षणासाठी त्या हरणानं त्याचं डोकं जीपकडे वळवलं होतं आणि आपल्या टपोऱ्या डोळ्यांतून रणवीरकडे रोखून बघितलं होतं. अन् लगेच दुसऱ्या क्षणाला ते जंगलात नाहीसं झालं होतं. "काय उमदं होतं हे हरीण!!!" उत्स्फूर्तपणे रणवीर म्हणाला.

"साहेब, या जंगलात सांबरं, जंगली मांजरं, जंगली कुत्री, अस्वलं आहेत. म्हणून या वेळेला गाडी फार सांभाळून चालवावी लागते. एखादं अस्वल जर पुढून जीपवर आदळलं, तर आपल्या गाडीच्या रेडीएटरचं कामच होतं. त्या अस्वलाला काहीच होत नाही. ते उठतं, अंग हलवतं, आपल्याकडे बघून तोंड वर करून ओरडतं आणि निघून जातं." सूरज म्हणाला.

अचानक झाडी एकदम विरळ झाली. एक दहा-बारा घरांचं खेडेगाव मागं गेलं नी लगेच घनदाट जंगल सुरू झालं. आता फक्त रस्त्याच्या कडेची झाडं दिसत होती, त्यांच्यामागे पूर्ण काळोख. पक्ष्यांचा किलबिलाट पूर्ण थांबला होता. रातकिड्यांचा आवाज जीपच्या इंजिनाच्या आवाजापेक्षा जास्त ऐकू येत होता. चंद्रोदयाला अजून अवकाश होता.

सूरजनं जीपचे हेडलाईट लावले. आणि उजव्या हाताची बोटं ओठांना लावून खाली छातीला लावली. ही क्रिया त्यानं पटापट तीनदा केली. त्यांची जीप उजव्या हाताला असणाऱ्या एका खेडेगावावरून जात होती. असं एखादं गाव आल्यावर सूरज त्याच्या जीपचा वेग कमी करत होता. पुढच्याही गाड्यांचा वेग कमी होत होता.

त्या गावातल्या घरांच्या ओट्यांवर माणसं बसलेली दिसत होती. जवळजवळ सर्वांनीच फक्त कमरेखालचं धोतर नेसलेलं होतं.

त्यांच्या बायकांनी चूल पेटवलेली असेल आणि आता त्या तव्यावर गरम गरम भाकऱ्या शेकत असतील. त्याचा खरपूस गोडसर वास ओट्यापर्यंत या माणसांना जाणवत असेल. त्यानं त्यांची भूक अजूनच चाळवली जात असेल. आज जेवताना भाजीबरोबर कांदा बुक्कीनं फोडायचा की कापूनच खायचा हा विचार येताच कांद्याची पाणीदार तिखट चव त्यांच्या जिभेवर दरवळली असेल. हे विचार त्या ओट्यांवर बसलेल्या लोकांकडे बघत असताना रणवीरच्या मनात येऊन गेले, तोपर्यंत त्यांची जीप गाव ओलांडून परत घनदाट जंगलाच्या रस्त्याला लागली होती.

अशीच दोनचार खेडी आली आणि गेली. मग दोनतीन मोठी गावं गेली. जेव्हाही एखादं गाव जवळ येई, तेव्हा जंगल विरळ होत जाई. त्या गावात राहणारे त्यांच्या शेतीसाठी, राहण्यासाठी जमिनीवरचे वृक्ष तोडून टाकत.

आता पौर्णिमेचा चंद्र आकाशातून जंगलांच्या झाडांच्या टोकांवरून आपल्याकडे डोकावून पाहतोय, असं रणवीरला जाणवलं. जंगलावर एक पारदर्शक पांढरी मुलायम चादर पांघरल्यासारखं दिसायला लागलं. तेव्हाच जीपनं नीम्रा नदी ओलांडली आणि सूरजनं जीप मुख्य रस्ता सोडून उजवीकडे

वळविली.

आता मोकळी जमीन आणि झाडींचं जंगल यांचा लपंडाव परत सुरू झाला. थोड्याच वेळात त्यांची जीप ब्राह्मणपालीच्या अलीकडच्या पंचशील बुद्धिस्ट विहारला पोहोचली. त्या विहाराला उजवी घालून परत जंगलाच्या रस्त्याला लागली.

काही अंतर गेल्यावर त्यांच्या पुढची बस व जीप थांबली. बसमधून १५, C-60 कमांडो उतरले आणि जीपमधून आजच्या मोहिमेचे कमांडिंग ऑफिसर अजय शर्मा उतल्यावर, त्यांच्याभोवती अर्धवर्तुळाकार उभे राहिले. सर्वांना त्यांचं सर्व साहित्य, शस्त्र, दारूगोळा तपासण्यास सांगण्यात आलं. सर्वांनी ओके म्हटल्यावर सर्व जण दक्षिणेकडे तोंड करून जंगलात शिरले. गाड्या थांबल्या होत्या, तेथूनच एक कच्चा रस्ता जंगलात वेडीवाकडी वळणं घेत शिरलेला दिसत होता. जणू तपकिरी रंगाचा एखादा अजगर सुस्तावून त्या ठिकाणी पहुडलेला आहे, असं वाटत होतं.

अहिर पोलीस स्टेशनवरच अजय शर्मानं वाळूपासून बनवलेल्या प्रतिकृतीवर एकंदरीत आजच्या मोहिमेची माहिती दिली होती. नक्षली जे इंद्रावतीच्या काठावर तळ ठोकून होते, त्यांना दोन बाजूंनी घेरायचं होतं. उत्तरेकडून स्वत: अजय शर्मा आघाडी सांभाळणार होते तर पश्चिमेकडून रणवीरची टीम की ज्यांचे कमांडिंग ऑफिसर संदीप पाटील होते, ते सांभाळणार होते. त्यामुळे नक्षलींच्या पूर्व व दक्षिणेला इंद्रावती नदी येणार होती आणि ते कोंडीत सापडणार होते. नक्षलींना एकतर नदीत उतरावं लागणार होतं, की ज्यात सुसरी होत्या किंवा पोलिसांची फळी फोडून उत्तरेच्या जंगलात शिरावं लागणार होतं.

रणवीरची जीप व एक बस त्याच डांबरी रस्त्यानं पुढे निघाले. साधारण दीड कि.मी.वर डावीकडे वळण घेऊन रणवीरची जीप आणि बस कच्च्या रस्त्यानं अतिशय कमी वेगानं जाऊ लागल्या. गाड्यांचा कमीतकमी आवाज व्हावा, हा त्यामागचा उद्देश होता. पण त्या नीरव शांततेत रणवीरला त्या गाड्यांचा आवाज जेट विमानाच्या आवाजासारखा जाणवत होता. आपण येत असल्याची त्या नक्षल्यांना जणू वर्दीच दिल्यासारखं होतं.

साधारण सातशे मीटर गेल्यावर तो कच्चा रस्ताच संपला होता, तरीही गाड्या त्या खडकाळ रस्त्यानं अजून दोनशे मीटर पुढे गेल्या, जिथे दाट झाडी होती. त्या दोन्ही गाड्यांची इंजिनं बंद झाली. गाड्यांची इंजिनं बंद झाल्यामुळे निर्माण झालेली ती शांतता भयाण वाटायला लागली. गाड्यांच्या आवाजामुळे आणि त्या गाड्यांनी जमिनीवर निर्माण केलेल्या कंपनांमुळे शांत झालेले

रातकिडे परत कर्कशपणे ओरडू लागले.

अजय शर्माच्या टीमला साधारण दोन कि.मी.चं अंतर दक्षिणेकडे जंगलातून पायी कापायचं होतं. तर संदीप पाटलांच्या टीमला दीड कि.मी.चं अंतर पूर्वेला कापायचं होतं, कुठलाही आवाज न करता.

रणवीर, संदीप आणि १७ C-60 कमांडो जंगलातून पूर्वेकडे सरकायला लागले. चंद्र आता बराच वर आला होता, त्याचं पिठूर चांदणं झाडांमधून पाझरत जमिनीवर पोहोचण्याचा प्रयत्न करीत होतं. जंगलात साग, अर्जुन, आंबा, शिसव यांसारखी झाडी होती. त्यांच्या सुकलेल्या पानांचा सडा जमिनीवर पडला होता. त्याचबरोबर सुकून जमिनीवर पडलेल्या झाडांच्या बारीक बारीक फांद्यापण होत्या. त्यांच्यावर पाय पडून, आवाज होऊ न देण्याची काळजी पण या पथकाला घ्यावी लागत होती. सर्वांनी सर्व अंग आणि पूर्ण चेहरा झाकून घेतलेला होता, फक्त डोळे मोकळे होते. कारण या जंगलात अजून एक लहान शत्रू त्यांच्याभोवती फिरत होता. तो म्हणजे या जंगलातल्या माशा. त्या तोंडात, नाकात, कानात सरळ शिरत असत.

त्या निबिड अरण्यातून रस्ता काढत व दुसऱ्या टीमशी संपर्क साधत अतिशय सतर्कतेनं ते पुढे सरकत होते. आता ते दक्षिणेकडे वळून बांदिया नदीच्या किनाऱ्यापासून साधारण तीस फूट आतील जंगलातून मार्गक्रमण करत होते. त्यांच्यातलं आणि नक्षल्यांच्या जागेतलं अंतर बरंच कमी झालं होतं.

टीममधले सर्व जण अतिशय सावधपणे पुढे सरकत होते रातकिड्यांच्या आवाजाव्यतिरिक्त कुठलाही आवाज झाल्यास सर्व पटकन झाडांचा आडोसा घेऊन कानोसा घेत थांबत होते. ज्या वेळी पूर्ण खात्री होई, की तो आवाज एखाद्या जंगली श्वापदाचा आहे, तेव्हाच त्यांचा सूत्रधार त्यांना पुढे जाण्याचा संदेश देत असे. थोड्याच वेळात त्यांच्या नाइट व्हिजन दुर्बिणीतून तीस मीटर अंतरावरील तंबूचा काही भाग झाडीतनं दिसू लागला. दुर्बीण बाजूला करून, डोळे बारीक करून बघितल्यावर तिथे पिवळ्या रंगाच्या प्लास्टिकचा तात्पुरता तंबू उभारलेला दिसला. संदीप सरांनी सर्वांना पोझीशन घेण्यास सांगितलं. संदीप सरांनी आणि रणवीरनं सागाच्या झाडांच्या बुंध्यांचा आडोसा घेतला. बाकीच्यांनीही तेच केलं, नक्षलींची पश्चिम बाजू त्यांनी पूर्ण सील करून टाकली.

अजय शर्माच्या टीमला जास्त अंतर कापावं लागणार होतं, पण तरी ते साधारण वीस मिनिटांत नक्षल्यांच्या उत्तर-पूर्वेला इंद्रावती नदीकाठी पोहोचणार होते.

संदीप सर आणि रणवीर नक्षलींच्या तंबूंचं व आजूबाजूच्या परिसराचं अवलोकन करीत होते. त्यांना अजून आपला सुगावा लागलेला नाही, हे बघून रणवीर मनातून खूश होता.

चार-चार, पाच-पाचच्या गटांनी नक्षली झाडांच्या खोडाजवळ कोंडाळं करून बसलेले दिसत होते. त्यांनी त्यांच्या बंदुका झाडांना टेकवून ठेवलेल्या होत्या. त्यांतले काही तंबाखू चोळत होते, तर काही विड्या ओढत होते. ते साधारण वीस ते तीस वयाच्या आसपासचे तरुण दिसत होते. पण सर्वांची अंगकाठी किरकोळ होती. उंचीपण जेमतेम पाच ते सव्वापाच फूट असावी. पण ते चांगलेच चिवट असावेत. त्यांच्या काही अंतरावरच मुलींचेही गट दिसले, त्यातल्या काही जणींकडे बंदुका दिसत होत्या. त्यातल्या त्यात ३ नॉट ३चं प्रमाण जास्त दिसत होतं.

तेवढ्यात संदीप सरांना अजय सरांचा संदेश वॉकीटॉकीवर आला. त्यांनी आता नक्षलींची उत्तर-पूर्व बाजू रोखून धरली होती.

आता खऱ्या झटापटीला सुरुवात होणार होती. रणवीरनं आतापर्यंत फक्त प्रशिक्षणातच गोळीबार केलेला होता. तिथे समोरचं टार्गेट निर्जीव असतं. आता त्याच्या समोर सजीव शत्रू होता आणि तोही नेम धरून गोळीबार करत पलटवार करणारा होता.

अतिशय सावधपणे क्रोल करत रणवीरसकट सर्व जण नक्षलींच्या तंबूकडे सरकू लागले. तेवढ्यात नक्षलींच्या घोळक्यातला एक जण उठून सरळ त्यांच्या दिशेनं येऊ लागला. सर्व टीम दगडासारखी, आहे त्याच ठिकाणी पडून राहिली, आपले श्वास रोखून. ती व्यक्ती लघुशंकेला तंबूपासून लांब आली होती. लघुशंका करताना तो जंगलाच्या थेट आतमध्ये बघण्याचा प्रयत्न करतोय, असं वाटत होतं. तो अतिशय शांतपणे मागे फिरला, सावकाश चालत तंबूत शिरला.

रणवीरच्या मनात पाल चुकचुकली. त्याला आपला सुगावा लागला असावा असं रणवीरला वाटत होतं. कदाचित आपल्या खांद्यावरचे स्टार किंवा बंदुकीचा लोखंडी भाग चंद्रप्रकाशात चमकला असावा आणि तो त्याने बरोबर हेरला असावा, असं रणवीरला वाटत होतं.

रणवीर अतिशय सावध होऊन पुढचं निरीक्षण करू लागला. त्याला दिसलं की, बसलेली टोळकी सहज उठल्यासारखी उठून उभी राहत होती. त्यांच्या बंदुका त्यांनी बरोबर घेतल्या होत्या, आणि प्रत्येक जण आडोशाला चाललेला होता. तेवढ्यात सु-सु करत एक गोळी रणवीरपासून उजव्या हाताला

दोन फुटांवर जमिनीत शिरली, तिथल्या मातीबरोबर बारीक खडे त्या गोळीमुळे उडाले आणि ते त्याच्या खांद्यावर आपटले. रणवीरनं डाव्या हाताकडे पटकन एक लोळण घेतली आणि गोळीच्या दिशेनं त्याच्या एके-४७मधून गोळी झाडली. समोरच्या बाजूनं एक दबकी किंकाळी ऐकू आली. एक गोळी संपली. आता एकोणीस शिल्लक, त्याचं मॅगेझीन वीस गोळ्यांचं होतं. त्या एके-४७मधली गोळी सातशेपंधरा मीटर अंतर एका सेकंदात कापत होती. म्हणजे आवाजाच्या वेगाच्या जवळ-जवळ दुप्पट वेगानं ती गोळी आपल्या निशाण्याकडे धावते. अगोदर गोळी निशाण्यात शिरते आणि मग गोळी झाडल्याचा आवाज त्या निशाण्यापर्यंत पाहोचतो.

सर्व कमांडोंनी आता गोळीबार सुरू केला. तेव्हाच अजय शर्माच्या टीमनं त्या नक्षल्यांच्या पाठीमागून गोळीबारास सुरुवात केली. नक्षल्यांच्या आता लक्षात यायला लागलं, की आपण वाईट पद्धतीनं घेरलो गेलो आहोत. आता फक्त इंद्रावती नदीत उतरून छत्तीसगडच्या हद्दीतील जंगलात शिरणं हाच पर्याय आहे. पण त्या नदीत सुसरी होत्या. पोलिसांच्या हाती सापडण्यापेक्षा सुसरी परवडल्या, असा विचार करत नक्षली हळूहळू नदी पात्राकडे सरकू लागले.

जसजसे नक्षली सरकत होते, तसतसे कमांडोपण त्यांना मागे रेटत पुढे सरकत होते. रणवीरची नजर त्या चंद्रप्रकाशात गणपती आणि बसवराजला शोधत होती. त्याच वेळी त्याला आपल्या डाव्या हाताला मातीच्या वारुळामागून एक डोकं वर येताना दिसलं. त्याच्या बंदुकीची नळी वारुळाच्या निम्म्या उंचीवरून बाहेर आलेली होती आणि तिचा रोख संदीप पाटलांवर होता. त्या वेळी संदीप सर त्यांच्या समोरच्या नक्षल्याला टिपण्यासाठी गोळीबार करत होते. रणवीरनं त्या वारुळामागच्या नक्षल्याच्या डोक्याचा नेम धरून गोळी झाडली, अठरा शिल्लक. डोकं वारुळापासून लांब ढकललं गेलं, तेव्हाच त्याच्या बंदुकीतून गोळी सुटली, पण बंदुकीची नळी खाली गेल्यामुळे संदीप सरांच्या डाव्या हाताशी जमिनीवर ती आपटली. संदीप सरांनी चमकून वर डावीकडे बघितलं, तर रणवीर त्यांच्याकडे बघून उजव्या हाताचा आंगठा वर करत हसत होता. संदीप सरांनी मानेला एक झटका दिला, आणि परत गोळीबार सुरू केला.

आता नक्षल्यांच्या गोटात गोंधळाचं वातावरण निर्माण झालं होतं. त्याचा फायदा घेत दोन्ही गटांनी नक्षल्यांवरचा फास आवळायला सुरुवात केली, रणवीरनं अजून पाच नक्षली टिपले, तेरा गोळ्या शिल्लक.

नक्षल्यांकडचा गोळीबार आता थंडावला होता. संदीप सरांनी नक्षल्यांना शरण यायचं आवाहन केलं. तिकडून अजय सरांनी पण तसंच आवाहन केलं. बरेच नक्षली आता आपले दोन्ही हात उंच करून समोर येऊन उभे राहू लागले. पोलिसांचे दोन्ही गट त्यांचं बारकाईनं निरीक्षण करत होते. तेवढ्यात रणवीर तीन कमांडोंना घेऊन इंद्रावती नदीच्या पात्राकडे झेपावला.

चंद्रप्रकाशात त्याला काही जण इंद्रावतीच्या पलीकडच्या जंगलात पोहोचलेले दिसले आणि काही नदीच्या पात्रात निम्म्यावर होते. त्याच्या एके-४७मधली गोळी तीनशे पन्नास मीटरपर्यंतचं लक्ष अचूक साधू शकत होती. त्यानं पात्राच्या मध्यावर असलेल्यांना रोख करून गोळी झाडली. एक शरीर पाण्यातनं पुढे सरकत सरकत तसंच पुढे पाण्यात पडलं अगदी निपचित. अजून एक गोळी रणवीरच्या बंदुकीतून निघाली, तिनं आपल्या लक्ष्याचा बरोबर वेध घेतला. तो नक्षली आता पाण्यात पोटावर पडलेला होता, आपले दोन्ही हात लांब पसरवून. अकरा गोळ्या शिल्लक. पुढे गेलेले नक्षली आता छत्तीसगडच्या जंगलात नाहीसे झाले होते. महाराष्ट्राच्या पोलिसांना छत्तीसगडच्या हद्दीत असं शिरता येत नव्हतं. नाइलाजास्तव रणवीर आणि ते तीन कमांडो पाठीमागे फिरले. त्यांची मेन शिकार गणपती आणि बसवराज सटकले होते.

रणवीरला येताना बघून संदीप सर एकदम त्याच्या जवळ आले आणि म्हणाले, ''थँक्स! रणवीर, तू आज माझा जीव वाचवलास.''

त्यावर रणवीर हसत म्हणाला, ''माझ्याजागी तुम्ही असता, तर तुम्हीही तेच केलं असतं सर.''

त्यांची आजची मोहीम संपली होती. त्यांच्या कुठल्याच जवानाला दुखापत झाली नव्हती. पंचवीसच्या वर नक्षली मारले गेले होते, त्यात पाच मुली होत्या. ते बघून रणवीरला खूप वाईट वाटलं, पण त्याला नाईलाज होता.

तुम्ही जर या भारत देशात राहता, तर तुम्ही या देशाच्या कायद्यांचं, नियमांचं पालन केलंच पाहिजे, त्याचा आदर केलाच पाहिजे ही अतिशय साधी आणि सरळ गोष्ट आहे. जर तुम्हाला हे जमत नसेल, तर तुम्ही देशाचे शत्रू आहात, गद्दार आहात. मग तुम्हाला कायद्यांचं रक्षण करणाऱ्यांकडून शिक्षा भोगावीच लागेल, रणवीरच्या मनात आलं.

अशा पद्धतीनं अजून दोन मोहिमांमध्ये रणवीरनं भाग घेतला. प्रत्येक वेळी त्याच्या गोळ्यांचे बळी जास्त होते. आणि प्रत्येक ठिकाणी त्याची कार्यक्षमता, चाणाक्षपणा, चपळता आणि देशाभिमान उठून दिसला होता.

फावल्या वेळात रणवीर आजूबाजूच्या वेगवेगळ्या ठिकाणांना भेटी देत

होता. त्याला त्या-त्या ठिकाणांचं ऐतिहासिक, भौगोलिक, पौराणिक महत्त्व जाणून घेण्याची उत्सुकता असे. त्या एखाद्या जागेशी संबंधित दंतकथाही त्याला ऐकायला आवडे. या दंतकथा वर्षानुवर्षं, पिढ्यान्‌पिढ्या सांगितल्या जातात. त्या कथांमध्ये काही ना काही सत्याचा अंश असावा, असं रणवीरला नेहमी वाटे.

इंद्रावती नदीचा उगम बघायला रणवीर गेला होता. जो पूर्व घाटातल्या दंडकारण्य पर्वतरांगांमधून होता. ओडिसा राज्यातून ती छत्तीसगड, महाराष्ट्र, तेलंगणा या राज्यांतून वाहत जाऊन गोदावरीला मिळते. याच नदीचा चित्रकोट धबधबा, जो छत्तीसगडमधल्या जगदालपूरपासून अडतीस किलोमीटरवर आहे. त्याला भारताचा नायगारा म्हटलं जातं. ९५फूट उंचीवरून या धबधब्याचं पाणी चंद्रकोरीच्या आकारात खाली कोसळताना एक नयनरम्य दृश्य तयार होत असे. ते दृश्य रणवीरनं मनसोक्त बघितलं, मनात साठवून ठेवलं.

तसंच सिरोंचा तालुक्यातील गडचिरोली जिल्ह्यात सापडलेल्या डायनासोरचे अवशेषही रणवीर बघून आला होता. ते साधारण पंधरा ते सोळा कोटी वर्षांपूर्वीचे असण्याची शक्यता आहे, असं त्याला तिथे सांगण्यात आलं होतं.

।। ७ ।।

पेशावरचं अगोदरचं संस्कृत नाव पुरुषपुरा होतं. म्हणजे पुरुषांचं शहर. त्याचंच पुढे पेशावर झालं. ऋग्वेदामध्ये ''दहा राजांचे युद्ध'' या घटनेचं वर्णन आहे. पंजाबमधील रावी नदीच्या काठावर घडलेली ही घटना होती. दहा शक्तिशाली जमातींनी 'भरत' जमातीविरूद्ध युद्ध पुकारलं. भरत जमातीचा प्रमुख होता, सुदास. रावी नदीचा उगम हिमाचल प्रदेशाच्या चांबा या गावाजवळ होतो. अतिशय नयनरम्य असा परिसर आहे हा. इथून पश्चिमेला वाहताना बऱ्याचदा ही नदी कधी भारतात तर कधी पाकिस्तानमधून जाते. रानीयन या पंजाबमधल्या गावापासून मात्र ती पाकिस्तानमधल्या लाहोरच्या पश्चिमेकडून खाली निघून जाते.

याच रावी नदीच्या काठी सुदास, की जो आताच्या हरियाणातला, भरत जमातीचा होता. त्याच्याशी दहा जमाती, ज्या सध्याच्या पाकिस्तानातील पंजाब व वायव्य प्रांतातील होत्या, त्यांनी युद्ध पुकारलं. पण सुदासनं त्याच्या युद्धकौशल्यानं, योग्य अशा लष्करी डावपेचांनी आणि उत्तम प्रतीच्या शस्त्रांनी, तसेच वसिष्ठ ऋषींच्या मार्गदर्शनानं या दहाही जमातीच्या राजांचा पराभव

केला. याच पराक्रमी, वैज्ञानिक, आध्यात्मिक, सुसंस्कृत जमातीवरून या पूर्ण भागाला भारतवर्ष किंवा भारत देश म्हणतात.

पराभूत झालेल्या व खूप कमजोर झालेल्या त्या दहा राजांपैकी काही पश्चिमेला पळून गेले. त्यात दोन जमाती 'पख्त' आणि 'परसू' होत्या. त्यातले पख्त हे आजच्या अफगाणिस्तानात आणि वायव्य पाकिस्तानातले पख्तून किंवा पश्तून परसु जमातीचे पूर्वज असू शकतात. कारण मानववंश शास्त्रानुसार पश्तून हे भारतीयांच्या अधिक जवळ जाणारे आहेत. परसु हे पर्शियनांशी संबंधित असण्याची शक्यता आहे, असे मानववंश शास्त्रज्ञांचं म्हणणं आहे. याकूबचा जन्म पश्तून जमातीत झालेला होता.

याकूब खाननं स्वत:ला आरशात बघितलं, डोक्यात आणि दाढीत बऱ्यापैकी पांढरे केस दिसायला लागले होते. तो आता पंचेचाळीस वर्षांचा झाला होता. एकोणीसशे सत्तरला याकूबचा जन्म पेशावरमध्ये पश्तून जमातीत झाला होता.

याकूबनं आपले कपडे ठीकठाक असल्याचं बघितलं आणि तो घरातून बाहेर पडला. बोलावलेल्या टॅक्सीत तो जाऊन बसला. त्याला कराचीच्या डोमॅस्टिक विमानतळावर जायचं होतं. टॅक्सी माऊरीपूर रस्त्याला लागून पूर्वेकडे धावू लागली. रोडच्या दोन्ही बाजूंना गोडाउनच जास्त दिसत होती. साधारण साडेबारा वाजता तो घरून निघाला होता. विमानतळावर पोहोचायला एक तास लागणार होता. तसं विमानतळ हॅवलॉक बीचपासून फक्त अडतीस किलोमीटरच होतं, पण रस्त्यावरच्या रहदारीचा विचार करून तो दुपारी साडेबारालाच निघाला होता. तो दीड वाजेपर्यंत विमानतळावर पोहोचणार होता. विमान चार वाजता होतं, म्हणजे तो अडीच तास अगोदर विमान तळावर पोहोचणार होता. तसं दोनच तास अगोदर पोहोचायचं होतं, पण त्यानं अर्ध्या तासाचं बफर ठेवलं होतं.

मसूद अझहर तर स्वत: येणार नाही, मग तो कुणाला पाठवेल, याचा तो टॅक्सीत बसल्या-बसल्या विचार करत होता. कालच त्याला निरोप मिळाला होता. त्याप्रमाणे आज संध्याकाळी आठ वाजता इस्लामाबादजवळील 'शकील रिफ्रेशमेंट रेस्टॉरंट', जे प्रसिद्ध मोनल रेस्टॉरंट जवळ होतं, तिथे भेट घ्यायचं ठरलेलं होतं. गाडी डावीकडे वळण घेऊन माऊरीपूर भागातनं जाऊ लागली. इथे रस्त्यावर जास्त गर्दी होती, त्यात ड्रायव्हरनं त्याच्या टेपवर कव्वाली लावली होती आणि गाणारा आलापीवर आलापी घेत होता. त्याने त्रस्तपणे बाहेर उजवीकडे बघितलं.

'पाकिस्तान मरीन ॲकॅडमी', त्याला मागे जाताना दिसली. कॉलेजचं आयुष्य त्याच्या नशिबी आलं नव्हतं. जेमतेम आठव्या इयत्तेपर्यंतचं शिक्षण त्यानं पेशावरमध्ये घेतले होते. त्यामुळे अशा शैक्षणिक इमारती बघून त्याला नेहमी हळहळ वाटे. त्याने एक उसासा सोडला आणि उजवीकडे नजर टाकली. मोठ्ठाल्या कंटेनरचे तांडेच्या तांडे पार्क केलेले त्याला दिसले. त्याच्या पलीकडे अथांग अरबी समुद्र पसरलेला होता. तो आता कराची बंदराच्या भागातून जात होता, रहदारी अजून वाढली होती, त्याच्या टॅक्सीचा वेग अजून कमी झाला होता, त्यामुळे रेडिओवरच्या गाण्यांचा आवाज अजून जोरात यायला लागला होता.

त्याच्या टॅक्सीनं डावीकडे वळण घेऊन लायरी नदीच्या कडेनं धावायला सुरुवात केली. म्हणायला ती नदी होती, पण सर्व आजूबाजूंच्या वस्त्यांचं सांडपाणी त्यात मिसळत असल्यानं तिचं पाणी काळं झालेलं होतं आणि वेगळाच कुबट वास सर्व परिसरात भरून राहिला होता. कराची कॉम्प्लेक्सला डावीकडे ठेवत उड्डाण पुलावरून त्याची टॅक्सी उजवीकडे वळली आणि सर शहा मोहम्मद सुलेमान रोडला लागली. थोड्याच वेळात त्याच्या डाव्या हाताला कराचीचं भव्य एक्स्पो सेंटर लागलं. या ठिकाणी मोठमोठाली प्रदर्शनं भरवली जातात. आपल्याकडे असणारं उत्पादन, सेवा विकण्याची इथे स्पर्धा असते.

कराचीच्या नॅशनल स्टेडियमला इंग्रजी 'एस' असा वळसा घालत त्याच्या टॅक्सी ड्रायव्हरनं टॅक्सी दामटली. पुढे डावीकडे वळण घेत त्याने टॅक्सी फैझल रोडवर टाकली. ड्रायव्हरला आता चेव चढला होता, कारण त्याला एक गाडी मागे टाकत पुढे निघून गेली होती. त्याने ॲक्सीलेटरवर पाय दाबला व काहीतरी पुटपुटत, मान थोडी पुढे करून तो गाडी दामटवू लागला. जसा रस्ता मिळेल, तसा तो त्याची टॅक्सी रहदारीतनं पुढे-पुढे नेत होता. सौदी अरेबियात वाळवंटातली जीप सफारी करताना पाकिस्तानी ड्रायव्हर बघून बसावं, कारण ते जास्त रॅश गाडी चालवतात. त्यामुळे त्या सफारीचा थरार अजून वाढतो असं म्हणतात!!!

याकूबची टॅक्सी टर्मिनल 'एम'जवळ येऊन थांबली. याकूबनं घड्याळात बघितलं, एक वाजून पंचवीस मिनिट, एवढे कट कूट मारत, दात ओठ खात त्या ड्रायव्हरनं फक्त पाच मिनिटं लवकर विमानतळावर पोहोचवलं होतं. पुढचा अर्धा तास, नव्हे पस्तीस मिनिटं! याकूबनं बाहेरच इकडे तिकडे फिरून काढला आणि बरोबर दोन वाजता तिथल्या सिक्युरिटीला आपलं तिकीट व त्याचं एसएनआयसी, (स्मार्ट नॅशनल आयडेंटीटी कार्ड) दाखवून मध्ये प्रवेश केला.

त्यानं 'एअर ब्लू'चं काऊंटर शोधलं, त्याच्याकडील तिकीट तिथं बसलेल्या मुलीकडे दिलं आणि विंडो सीट मागितली. बोर्डिंग पास देणाऱ्या त्या मुलीनं त्याच्यावरून एक ओझरता कटाक्ष टाकत विचारलं, "युवर लगेज सर?" याकूब खानला असे पटपट इंग्रजी बोलणारे लोक आवडत नसत. एक तर त्याला त्यातलं पटकन काही कळत नसे, त्यामुळे तो त्यांच्यासमोर बावळट ठरत असे. तो फक्त त्या मुलीकडे बघत राहिला. तिनं तिच्या खुर्चीतनं थोडसं उठून त्याच्या उजव्या आणि डाव्या बाजूला नजर टाकली, त्याच्याकडे कुठलंही सामान नव्हतं. तिने त्याला काहीही न बोलता बोर्डिंग पास दिला आणि याकूबच्या मागे उभ्या असलेल्या माणसाकडे बघून ती जरा जोरातच म्हणाली, "नेक्स्ट?"

याकूब खान काऊंटरपासून बाजूला झाला. त्यानं त्याचा बोर्डिंग पास बघितला. त्यावर सीट नंबर होता वीस-ए. तो विमानातले खुर्चीचे नंबर कसे असतात, ते आठवू लागला. ए, बी, सी मग खिडकी ए ला की सी ला? त्याला ते काही नीट आठवेना, परत तिला विचारावं का? त्याच्या मनात विचार आला. नको, विमानात गेल्यावर कळेलच ना. ती परत, पटपट काहीतरी इंग्रजीत बरळेल त्यापेक्षा जाऊ देत ना!

सिक्यूरिटी चेक करून तो गेट नं. पंधराकडे निघाला. आपल्या विमानाचा नंबर तीनशे आठ आहे आणि ते गेट नंबर पंधरावर लागेल एवढं त्याला त्या बोर्डिंग पासवरून कळत होतं. तो तीन वाजताच गेट नंबर पंधरावर पोहोचला. तिथं कुणीही नव्हतं. याकूबला, आहे वेळ म्हणून, घ्या फिरून वा बघून म्हणून रिकामटेकड्यासारखं विमानतळावर फिरणं आवडत नसे. मनात एक भीती पण असे. आपण रस्ता चुकलो तर? आपलं विमान सुटलं तर? त्यापेक्षा सरळ गेटजवळ जाऊन थांबावं आणि आता तो तसा एक तास अगोदरच गेट नंबर पंधराजवळ येऊन बसला होता.

समोर लावलेल्या मोठ्या काचेतनं त्याला समोरच्या धावपट्ट्या दिसत होत्या. अलीकडची धावपट्टी मोठी होती. साधारण पाच कि.मी. लांबीची. त्याच्या पलीकडची थोडी लहान होती, साधारण चार कि.मी.ची. त्या धावपट्टीच्या पलीकडे विमानांचे हँगर्स होते. तिथे एकूण चार हँगर्स दिसत होते. प्रत्येकात दोन विमानं ठेवायची सोय केलेली होती. त्या व्यतिरिक्त बाहेरही काही विमानं उभी दिसत होती, पण त्यांच्यात कुठलीही सुसूत्रता नव्हती.

याकूब खान आता जिथं बसला होता त्या इमारतीचा भाग सप्तकोनी होता. त्यातल्या सहा कोनांमधून L आकाराचे पाय बाहेर आल्यासारखे दिसत होते

आणि या L च्या खालच्या लहान भागाच्या टोकाला, विमानात प्रवेश करायचा दरवाजा जोडलेला होता. अगदी अशीच इमारत त्याच्या उजवीकडे पण होती.

एकोणतीस ऑक्टोबर एकोणीसशे सेहेचाळीसला कलकत्त्यात 'ओरिएंट एअरवेज' स्थापन झाली. त्यावेळी त्यांच्याकडे तीन विमानं होती. अकरा मार्च एकोणीसशे पंचावन्नला ओरिएंट एअरवेजला 'पाकिस्तानी इंटरनॅशनल एअर लाईन्समध्ये' सामावून घेण्यात आलं आणि नाव देण्यात आलं, 'पाकिस्तान इंटरनॅशनल एअर लाईन कॉर्पोरेशन'(PIAC).

अतिशय कर्कश आवाजात विमानात जायचं आवाहन करण्यात आलं. याकूब खाननं त्याचा बोर्डिंग पास दाखवला, आणि तो एका बोगद्यातून विमानाच्या दारापर्यंत पोहोचला. तिथे उभ्या असलेल्या हवाईसुंदरी एकमेकींशी गप्पा मारत होत्या, मधूनच आठवण झाल्यासारख्या प्रवाशांकडे बघून 'सलाम आलेकूम' म्हणत होत्या. याकूब त्यांच्या जवळून गेला, तेव्हा त्यांच्या गप्पा रंगलेल्या होत्या.

याकूबच्या उजव्या बाजूला ए,बी,सी रांगा होत्या, तर डाव्या बाजूला डी,इ,एफ. तो एक, दोन, तीन आकडे बघत विसाव्या रांगेत पोहोचला. ए-२०, त्याला विंडो सीट मिळाली होती. त्या मुलीनं आपल्याला विंडो सीट दिली. आपण उगाचच तिला भलंबुरं म्हणालो होतो, त्याच्या मनात विचार आला. याकूब आपल्या विंडो सीटवर बसला, आणि लगेच त्याने कमरपट्टा बांधून घेतला.

खिडकीतून याकूब बाहेर बघू लागला. त्याला बाहेरच्या हालचाली दिसत होत्या, पण तो बघत नव्हता. त्याला त्याच्या पेशावर मधलं लहानपण आठवत होतं. किती सुंदर होते ते दिवस!

पाचवीपर्यंत तो नेहमीच्या शाळेत शिकायला होता, गणित आणि इंग्रजीशी त्याचं कधीच जमलं नाही किंवा त्याच्या कुठल्याच मित्रांचं या विषयांशी जमत नसे. असं म्हणतात, आपली जशी विचारसरणी असेल तसेच मित्र आपल्याभोवती जमा होतात.

शाळा सुटल्यावर हा मित्रांचा तांडा रमत-गमत घरांकडे निघे. पाचवीनंतर मात्र त्याला मदरशात टाकण्यात आलं, कारण दुसऱ्या शाळांची फी परवडणारी नव्हती, आणि मदरशात शिक्षण फुकट होतं. एकूण दहा भावंडांमधला याकूब नववा होता. या सर्वांच्या खाण्यापिण्याचा, त्यांच्या कपड्यांचा, पुस्तकांचा आणि शाळेच्या फीचा बोजा त्याच्या वडिलांना पेलवत नव्हता.

या मदरशामध्ये इतर विषयांबरोबर धार्मिक शिक्षण दिले जाई. कुराणाचं

पठण केलं जाई. सईद आफ्रिदी नावाच्या शिक्षकांचं कुराण शिकवणं त्याला खूप आवडे. ते सहज आणि सोप्या भाषेत कुराण समजावून सांगत. साधारण दहाव्या शतकापर्यंत सर्व पश्तूनी पठाणांना इस्लाम धर्म स्वीकारावा लागला होता.

मक्केमध्ये इ.स. पाचशे सत्तरला मोहम्मद पैगंबरांचा जन्म झाला. तेव्हा मक्केत व आजूबाजूच्या वाळवंटी प्रदेशातील भागांमध्ये कर्मकांडाला ऊत आलेला होता. थोड्या-थोड्या कारणांवरून देवांच्या नावाने दान, दक्षिणा आणि बोकडांचे बळी मागितले जायचे. तसं नाही केल्यास, या देवाचा कोप होईल, त्या देवाचा कोप होईल अशी भीती घातली जायची. यामुळे सर्वसाधारण जनता हैराण झाली होती. घरात खायला नसलं तरी चालेल, पण या देवाचा असा असा विधी तुम्ही केलाच पाहिजे, नाहीतर तुम्ही नरकात जाल, असं सांगितलं जायचं. या सर्व गोष्टी मोहम्मद लहानपणापासून बघत होते. लोकांचे कष्ट अनुभवत होते. लोकांवर धर्माच्या नावानं होणाऱ्या अत्याचारानी त्यांचं हृदय पिळवटून निघत होतं.

वयाच्या चाळिसाव्या वर्षापर्यंत म्हणजे इ.स. सहाशेदहापर्यंत, वेगवेगळ्या देवांच्या नावानं सर्वसामान्य जनतेला नरकयातना देणाऱ्या या देवांच्या दलालांचे मोहम्मद निरीक्षण करत होते. त्यांना या सर्व गोष्टींची अतिशय घृणा आली आणि ते शेजारचा डोंगर 'जबाल अन् नूर' चढून त्यातल्या एका गुहेत जिला 'हैरा' म्हणतात, त्यात ध्यानस्थ होऊन बसले. साधारण तीन रात्रीनंतर मोहम्मदांना गॅब्रियल नावाच्या देवदूतानं दर्शन दिलं आणि त्यांना देवाची आज्ञा सांगितली. त्याप्रमाणे मोहम्मदांनी पवित्र कुराण लिहिलं व एक ईश्वरी धर्माची संकल्पना म्हणून इस्लाम धर्म स्थापन केला. त्यांचा एकच परमेश्वर आहे, तो निराकार आहे, तो अल्ला. म्हणूनच अल्लाचा फोटो कुठेच दिसत नाही.

त्यावेळी याकूबला वाटे लोकांचे कष्ट कमी करण्यासाठी, लोकांना सुखी करण्यासाठी, लोकांना अंधश्रद्धेतून बाहेर काढण्यासाठी सर्व जगात शांतता नांदावी या उद्देशाने मोहम्मद पैगंबरांनी हा इस्लाम धर्म स्थापन केला. म्हणून त्याला आपल्या या धर्माविषयी अभिमान वाटे. त्याचं मन अल्लामय होई. त्याला एक वेगळ्याच प्रकारची प्रसन्नता अनुभवायाला येई. नमाज पढताना ही प्रसन्नता अजून वाढे आणि त्याला उत्साहाचं भरतं येई.

पण अधून-मधून काही पाहुणे शिक्षक त्या मदरशात येत, एक किंवा दोन दिवसांसाठी. तेही अल्लालाच मानीत; पण ते अमेरिकन लोकांचा, भारतीय लोकांचा अतिशय द्वेष करीत. 'हे सर्व इस्लामचे शत्रू आहेत, त्यांना आपण

शिक्षा केली पाहिजे, ते इस्लाम धर्माचे नाहीत किंवा इस्लाम धर्मात रूपांतरित होत नाहीत, म्हणजे त्यांना या जगात जगण्याचा अधिकार नाही. त्यांना शस्त्रांनी संपवून नरकात पाठवण्याचं काम अल्लाहने आम्हास सांगितले आहे. त्यासाठी तुम्ही सर्व पाक मुसलमान या जिहादमध्ये येणार आहात....' आणि असं बरंच काही सांगत.

सहावीत असणाऱ्या याकूबला त्यांचं बोलणं आवडत नसे. त्यांचं बोलणं चालू असताना सईद आफ्रिदी सर एका बाजूला अंगाचं मुटकुळं करून बसलेले असत. त्यांचा पूर्ण चेहरा काळवंडलेला असे, म्हणजे सईद सरांना या लोकांचं बोलणं आवडत नाही, हे याकूबला त्या वयातही लक्षात येई.

पण असं म्हणतात ना, एकच गोष्ट सारखी-सारखी तुमच्या कानावर पडत गेली की तीच गोष्ट खरी आहे, असं वाटायला लागतं. आठवीत जाईपर्यंत याकूबला या पाहुण्या शिक्षकांची जोशपूर्ण भाषणं आवडायला लागली होती. तोही आता प्रत्येक घटनेसाठी अमेरिकेला, भारताला दोष द्यायला लागला होता. या काळात त्याचं अभ्यासावरचं लक्ष पूर्ण उडालं होतं. त्याने आठवीतच शाळेत जाणं सोडून दिलं आणि पेशावरच्या गल्ल्यांमध्ये आपल्या मित्रांबरोबर हिंडू लागला. मिळेल, ते काम तो करू लागला. संध्याकाळपर्यंत झालेल्या कमाईतले काही आपल्याकडे ठेवून उरलेले पैसे तो घरी देऊ लागला. तो घरच्या खर्चात हातभार लावतोय म्हटल्यावर, घरच्यांनीही त्याच्या शाळेत न जाण्याबद्दल काही म्हटलं नाही.

निघालेल्या कुठल्याही मोर्चामध्ये याकूब त्याच्या मित्रांसोबत सहभागी होई आणि पाकिस्तान पाईंदाबाद, पेशावर झिंदाबाद, कच्ची आबादी झिंदाबादच्या घोषणा देत फिरे. मोर्चाला यायचं आणि अशा घोषणा द्यायच्या, याचे दिवसाला दोन रुपये मिळत. यातला दीड रुपया तो घरी देई आणि पन्नास पैसे स्वत:जवळ ठेवी.

आता त्याचं एका तरण्याबांड पठाणामध्ये रूपांतर झालं होतं. तो एकोणीस वर्षांचा झाला होता. त्याने दाढी आणि मिशा ठेवल्या होत्या. तसे पेशावरमधले सर्वचजण ठेवत, त्यामुळे तो पोक्त वाटत असे.

तो घरातल्या गरिबीला कंटाळलेला होता. त्याला आता श्रीमंत होण्याचा ध्यास लागलेला होता. श्रीमंत व्हायचं असेल, आपलं नशीब आजमवायचं असेल तर कराचीला जाण्याशिवाय पर्याय नाही हे त्याला माहीत होतं. कराची ही मायानगरी होती. ती सर्वांना साथ देते. तुमच्यात धमक असेल तर तुम्ही कराचीवर राज्य करू शकता. हे त्याला माहीत होतं. पण कराची पेशावर पासून

१५५१ कि.मी. एवढ्या अंतरावर होती. जायचं कसं?

त्याला एक धाडसी मार्ग सापडला होता. डिसेंबर १९७९मध्ये सोवियत रशियाचं सैन्य अफगणिस्तानमध्ये शिरलं, त्याला विरोध करण्यासाठी अमेरिकेनं अफगाणांना छुपी मदत पाठवायला सुरुवात केली. त्यातल्या शस्त्रांची मदत पाकिस्तानच्या माध्यमातून पाठविली जायची. जहाजंच्या जहाजं भरून अमेरिकेतून शस्त्रं कराची बंदरावर यायची. ती शस्त्रं पाकिस्तानी लष्करी पुरवठा विभाग "नॅशनल लॉजेस्टिक सेल" यांच्या ट्रकमध्ये भरून पेशावरला पाठविली जायची. तिथं ट्रकांमधून शस्त्रं उतरवली जायची आणि अफगणिस्तानला पाठविली जायची. त्या रिकाम्या ट्रक्समध्ये त्या भागात तयार झालेले हेरॉईन भरलं जायचं आणि हेरॉईननं भरलेले ते ट्रक परत कराची बंदरावर यायचे. बंदरातून ते हेरॉईन अमेरिकेसकट सर्व जगभर पुरविले जायचे. सरकारी गाड्यांमधूनच हा व्यवहार चालत असल्यामुळे, कुठल्याही कायद्याची भीती नव्हती.

जेव्हा हे ट्रक कराचीला जातात, तेव्हा एखाद्या ट्रकमधून कराची गाठायचं याकूबनं ठरविलं. त्यातल्या एखाद्या ड्रायव्हरला थोडेफार पैसे देऊन ते जुळवून आणणं सहज शक्य होतं. त्याप्रमाणे याकूब १९९० ला कराचीत पोहोचला होता. कराची बंदरावरच त्याचं कराचीतलं आयुष्य सुरू झालं होतं.

विमानाला थोडासा धक्का बसला आणि विमान पुढे सरकू लागलं. याकूब पुन्हा वर्तमानकाळात आला. विमानाला टो करून धावपट्टीवर नेलं जात होतं. याकूब खान बसला होता त्या बाजूच्या दोन-दोन टायरच्या जोड्या एकामागेएक अशा तीन जोड्यांमधले सहा टायर्स आणि दुसऱ्या बाजूलाही तेवढेच, तसंच कॉकपिटच्या खालचे दोन टायर्स, अशा एकूण चौदा टायर्सच्या सहाय्यानं विमानाचं एवढं मोठ्ठं धूड सहज पुढं सरकत होतं. त्या विमानाच्या प्रत्येक टायरमध्ये जवळ-जवळ चौदा अॅटमॉसफिअर प्रेशरनं, म्हणजे आपल्या वातावरणाचा जो दाब आपल्यावर पडतो, त्याच्या चौदापट एवढ्या दाबाने त्या टायर्समध्ये शुद्ध नायट्रोजन भरलेलं होतं. घर्षणानं निर्माण होणाऱ्या उष्णतेनं टायर पेटू नये, म्हणून हवेच्याऐवजी या विमानांच्या टायरमध्ये नायट्रोजन भरलेला असतो.

विमान हळूहळू जात मोठ्या धावपट्टीच्या थोडं अलीकडे थांबलं. विमान बाहेरून पांढऱ्याशुभ्र रंगानं रंगवलेलं होतं. कॉकपिटचा दरवाजा आणि पुढच्या प्रवाशांना विमानात शिरण्यासाठीचा दरवाजा, यांच्या मधल्या जागेत हिरव्या मोठ्या अक्षरांमध्ये PIA रंगविलेलं होतं. बायका त्यांच्या लांब केसांची वेणी

घालताना, जशा केसांच्या एका बटेवर दुसऱ्या केसांची बट विणत जातात तसा एक बारीक हिरव्या रंगाचा पट्टा कॉकपिटच्या खालून निघून विमानाला वळसा घालत विरूद्ध दिशेला विमानाच्या शेपटीकडे गेलेला होता. जसा शार्कच्या पाठीवर मांसल कल्ला, फिन असतो तसा विमानाच्या शेपटीवर साधारण त्याच आकाराचा कल्ला होता, जो हवेचा रोध कमी करायला मदत करतो. हिरव्या रंगाच्या पार्श्वभूमीवर पांढऱ्या रंगाची चंद्रकोर आणि तारा त्यावर रंगवलेला होता.

वैमानिकानं विमानाचं CFM 56-5 इंजिन सुरू केलं. ते गाढ झोपेतून उठल्यासारखं गुरगुरायला लागलं. विमान धावपट्टीवरून धावायला लागलं. अचानक एकदोन गचकेपण जाणवले. आता CFM 56-5 इंजिनाचा गुरगुरण्याचा आवाज प्रचंड वाढला. माणसांसकट खुर्च्या थरथरायला लागल्या. दिव्यांचा प्रकाशही कमी झाला. याकूब खाननं खुर्चीचा दांडा घट्ट धरून ठेवला आणि डोळे मिटून घेतले. विमानाची पुढची दोन चाकं हवेत उचलली गेली आणि मग मागची. आता धावपट्टीवरील चाकांच्या घर्षणाचा आवाज थांबला होता. विमान तसंच साधारण जमिनीशी दोन अंशाचा कोन प्रत्येक सेकंदाला वाढवत आकाशात वरवर जात राहिलं. मग विमान उत्तर दिशेला इस्लामाबादकडे झेपावलं. विमान आता जीना इंटरनॅशनल एअरपोर्टवरून बेनझीर भुट्टो इंटरनॅशनल विमानतळाकडे साधारण तासाला पाचशेऐंशी कि.मी. एवढ्या प्रचंड वेगानं निघालं.

दोन तासांत विमान इस्लामाबादला पोहोचणार होतं. आत्ता त्याचं विमान किरथर नॅशनल पार्कवरून चाललेलं होतं. हा किरथर पार्क डोंगररांगांमध्ये साधारण तीन हजार कि.मी.मध्ये पसरलेला होता. १९७४मध्ये पार्क निर्माण करण्यात आला. १९७७मध्ये त्या नॅशनल पार्कमधल्या शेवटच्या चित्त्याला मारून टाकण्यात आलं. त्याच्या डाव्या बाजूला बलुचिस्तानच्या उजाड, उदासवाण्या पांढरट, तपकिरी रंगांच्या डोंगररांगा होत्या. तो उदासवाणा दिसणारा भूप्रदेश खनिजांनी समृद्ध होता. त्याचप्रमाणे त्या जमिनीखाली तेलाचे प्रचंड साठे दडलेले होते. त्याच डोंगरांमध्ये ओसामा बिन लादेन काही काळ अमेरिकनांकडून मारले जाण्याच्या भितीने लपून राहिला होता, अशी किंवदंता होती.

विमानानं आता वरती जाणं थांबवलं. साधारण तीस हजार फुटांची उंची विमानानं गाठली होती. याकूबला खिडकीतून पांढऱ्याशुभ्र ढगांचा गालिचा अंथरलेला दिसत होता. त्याच्यापासून लांब अंतरावर जणू हा लुसलुशीत

गालिचा खाली घरंगळलेला होता, त्याच्याही पलीकडे फक्त निळंशार आकाश दिसत होतं.

जन्नतमध्ये जमीन अशीच असते का? याकूबच्या मनात विचार आला. त्यानं डोळे मिटले. साधारण पंचेचाळीस मिनिटांनी कॅप्टननं अनाऊन्स केलं की, आपण आता इस्लामाबादला पोहोचतोय, सर्वांनी आपले सीट बेल्ट बांधून घ्यावेत, तेव्हाच याकूब झोपेतून जागा झाला. प्रवासाच्या सुरवातीपासूनच याकूबनं सीट बेल्ट लावून ठेवला होता, तो त्यानं काढलाच नव्हता.

खिडकीतून खाली बघितल्यावर त्याला आपलं विमान पंजाब प्रांतातून जातंय हे लक्षात आलं. कारण विमान आता त्याची उंची हळूहळू कमी करायला लागलं होतं. खालची जमीन दिसायला लागली होती. एखाद्या चित्रकारानं गावाच्या आजूबाजूची शेती चित्रित केल्यासारखं खालचं दृश्य होतं, फक्त शेती चौकोनी दिसायच्या ऐवजी, आयताकृती आकारात दिसत होती. बऱ्याच ठिकाणी तिच्या कडा वळण - रस्त्यासारख्या दिसत होत्या. लांब अंतरावर एकामागेएक अशा हिमालयाच्या बऱ्याच रांगा दिसत होत्या. विमानानन् हळूहळू त्याची उंची अजून कमी केली. थोड्या वेळानं एक झटका देऊन विमानाचं पुढचं चाक धावपट्टीला लागलं आणि पुन्हा हवेत उचललं गेलं. सर्व प्रवाशांच्या पाठी सीटच्या पाठीवर आदळल्या. प्रवाशांमधल्या काही महिलांच्या तोंडून 'या अल्ला' असा चीत्कार बाहेर पडला. पण लगेच पुढच्या मिनिटाला विमान धावपट्टीवरून धावू लागलं. ब्रेक्स लावल्यामुळे विमानाचे टायर आणि धावपट्टी यांच्या घर्षणाचा कचकचाट ऐकू आला. मग मात्र कुठलीही आडचण न येता, त्या अजस्त्र विमानाचं धूड सावकाशपणे थांबलं. सर्वांनी सुटकेचा नि:श्वास सोडला.

संध्याकाळच्या सहा वाजता याकूब विमानतळाबाहेर येऊन टॅक्सीत बसला होता. त्याच्याकडं सामान नसल्यामुळं तो पटकन बाहेर पडू शकला. त्यानं ड्रायव्हरला टॅक्सी फैजल मशिदीकडे घ्यायला सांगितली. हे अंतर साधारण पस्तीस कि.मी. होतं आणि त्याला चाळीस मिनिटांच्या आसपास वेळ लागणार होता.

मुमताज सिटीला डावीकडे ठेवत, त्याची टॅक्सी काश्मीर हायवेला लागली. थोड्याच वेळात त्याला एनयुएसटी विद्यापीठ, इस्लामाबादच्या प्रशस्त इमारती दिसल्या. का हे लोक शिक्षणावर एवढा पैसा खर्च करतात? आपल्या पूर्वजांनी तर यापेक्षाही मोठ्ठाल्या युनिव्हर्सिटी, काय बरं नाव? हां, नालंदा आणि तक्षशिला जाळून भस्मसात करून टाकल्या. नक्कीच ही अशी विद्यापीठं

निर्माण करताना भरपूर पैशांचा व्यवहार होत असावा, दुसरं काय? याकूबनं आपल्या कुवतीप्रमाणे विचार केला.

त्याच्या ड्रायव्हरनं टॅक्सी डाव्या हाताला घेतली आणि काश्मीर हायवेला समांतर रोडनं जाऊ लागला. थोडं पुढं गेल्यावर डावीकडे वळण घेत, पुढं जाऊन त्यानं टॅक्सी जीना ॲव्हेन्यू अंडरपासवर घेतली. आता त्याला उजवीकडे रोमानिया, लिबिया यांच्या दूतावासाच्या प्रशस्त इमारती दिसू लागल्या. त्याची टॅक्सी थोड्याच वेळात फैसल मशिदीच्या पार्किंग लॉटमध्ये शिरली. त्या मशिदीच्या तिन्ही बाजूने इस्लामाबाद नॅशनल फॉरेस्ट होतं. ही मशीद पाकिस्तानातली सर्वांत मोठी आणि आधुनिक वास्तुशास्त्राचा उत्तम नमुना होती.

हिमालयाच्या पश्चिमेकडच्या शेवटच्या रांगेतल्या मरगाला पर्वताच्या कुशीत इस्लामाबादच्या उत्तरेला ही अतिशय सुरेख मशीद बांधण्यात आली होती. सौदी अरेबियाचे राजे फैजल यांनी या मशिदीसाठी १९७६ साली एकशेवीस दशलक्ष डॉलर दिले. सतरा देशातल्या एकूण त्रेचाळीस वेगवेगळ्या वास्तुविशारदांनी मशिदीसाठी आराखडे तयार केले. त्यातून तुर्कस्तानचे वास्तुविशारद वेदात डलोके यांचा 'बेदोयीन तंबू' डोळ्यासमोर ठेवून तयार केलेला आराखडा पास करण्यात आला आणि या पाकिस्तानमधल्या सगळ्यात मोठ्या मशिदीच्या बांधकामाची सुरुवात झाली.

याकूबनं टॅक्सीवाल्याला त्याचे पैसे दिले आणि वरून दोन रुपये टीप दिली, गाडीत गाणी न लावल्याबद्दल!

मशिदीच्या आवारात शिरताना त्याला, डावीकडे हिरवळ लावलेली दिसत होती, पण तिची नीट निगा ठेवलेली नव्हती, बऱ्याच ठिकाणी खालची भुरकट तपकिरी रंगाची माती उघडी पडलेली दिसत होती. आत्ताच पावसाचा शिडकावा होऊन गेला होता. खरं म्हणजे हा मे महिना होता, प्रचंड गरम होत होतं पण कराचीच्या मानानं इस्लामाबाद खूपच गार आणि आल्हाददायक होतं. वेळेआधीच हजेरी लावून गेलेल्या आजच्या पावसामुळे तर सगळीकडे जणू प्रसन्नता भरून राहिलेली होती. याकूबलाही खूप हलकं आणि उत्साहित वाटत होतं.

आजच्या होणाऱ्या बैठकीची उत्सुकता कुठंतरी खोल मनात जागृत होती. आत्ताच येऊन गेलेल्या पावसामुळे मातीचा अतिशय मोहक व हवाहवासा वाटणारा सुगंध सर्व परिसरात भरून राहिला होता. याकूबनं जोरात श्वास घेत हा उत्साहित करणारा सुगंध आपल्या छातीत भरून घेतला आणि थोडावेळ श्वास रोखून धरला. त्याला असं वाटलं जणू आपल्या डोक्यात मेंदूपर्यंत हा

वास पोहोचलाय आणि त्यामुळे मेंदूतली वेगवेगळी केंद्रं आळोखेपिळोखे देत आळस झटकून कामाला लागलीत. याकूबनं सावकाश श्वास सोडला आणि समोर मशिदीकडे बघू लागला.

त्याला मशिदीचे मिनार, मशिदीच्या चार टोकांना होते ते दिसले, आकाशात उंच गेलेले. त्या प्रत्येक मिनाराची उंची नव्वद मीटर होती किंवा जवळजवळ तीस मजली इमारती एवढी. पण त्यांचा आकार नेहमीच्या इस्लामिक मिनारांसारखा नव्हता. तर तो पारंपरिक तुर्की शिल्पकलेचा एक सुंदर नमुना होता. मशिदीच्या मुख्य इमारतीचं छत उतरत्या छपरांचं दिसत होतं, पण ती सलग एक किंवा दोन उतरती छतं नव्हती. ते छप्पर एकूण आठ उतरत्या छतांपासून तयार झालेलं होतं. याकूबला त्या आकाराकडं बघून लहानपणी तयार करत असलेल्या कागदाच्या विमानांची आठवण झाली. चार कागदी विमानांची टोकं एकाच बिंदूजवळ एकत्र आणल्यास, प्रत्येक विमानाचे दोन पंख म्हणजे दोन उतरती छप्परं, तर अशा या चार विमानांच्या आठ उतरत्या छपरांचा जो एकत्रित आकार दिसेल, तसा आकार त्याला या अद्भूत फैजल मशिदीच्या छताचा दिसत होता.

जागोजागी त्याला खाद्य पदार्थ विकणारे, खेळणी व फुगे विकणारे दिसत होते. खाण्याच्या वस्तुंभोवती खाणाऱ्यांची गर्दी होती. खाऊन शिल्लक राहिलेले पदार्थ व त्यांची वेष्टणं तिथेच आजूबाजूला पडलेली होती. त्याकडे दुर्लक्ष करत याकूब पायऱ्या चढून वर गेला. त्याला डाव्या हाताला मोहम्मद 'झिया उल हक' यांची कबर दिसली.

मोहम्मद 'झिया उल हक' हे पाकिस्तानचे सहावे अध्यक्ष होते. त्यांचा मृत्यू विमान अपघातात १७ ऑगस्ट, १९८८ला झाला होता.

अमेरिकेनं दिलेल्या रणगाड्यांची पाहणी करून ते बहावलपूर विमानतळावरून इस्लामाबादला यायला निघाले, तेव्हा त्यांच्या विमानाला अपघात झाला होता. त्या विमानात एकूण एकतीस उच्चपदस्थ होते. त्यात दोन अमेरिकन्स होते. बऱ्याच वेगवेगळ्या अफवा त्यावेळी ऐकू येत होत्या. अमेरिका, रशिया आणि भारत यांनी मिळून हा विमान अपघात घडवून आणला. कारण 'झिया उल हक' हे तालीबानींना पाठिंबा देत होते वगैरे वगैरे.

त्याचबरोबर 'झिया उल हक' यांनी पाकिस्तानवर लष्करी राजवट लागू केल्यामुळं पाकिस्तानमधले बरेच राजकीय पुढारीही नाराज होते. त्यात 'झिया उल हक' यांनी मार्शल कायदा अंमलात आणला. त्यामुळे त्यांनी आपल्याच देशामध्ये बरेच शत्रू निर्माण केले होते.

नक्की काय झालं? विमानात काही तांत्रिक बिघाड झाला, की केला गेला होता? की, विमानात विषारी वायू पसरवण्यात आला होता? त्यामुळे वैमानिकाला मेडेचा संदेश देता आला नाही का? की त्यांचं विमान कोणी क्षेपणास्त्रानं उडवलं?

खरं कारण आजपर्यंत सर्वसाधारण जनतेला कळलेलं नाही. त्यांचा मृत्यू कसा झाला हे अजूनही गुलदस्त्यातच आहे.

उच्चपदस्थ लोकांच्या अशा मृत्यूच्या मागच्या मूळ प्रमुख सूत्रधाराचं नाव सर्वसामान्य लोकांपर्यंत कधीच येत नाही. पण त्यांना वेगळ्या पद्धतीची शिक्षा वरच्या स्तराच्या राजकारणात केली जाते.

अमेरिकेचे अब्राहम लिंकन असोत, केनडी असोत की भारताचे राजीव गांधी, इंदिरा गांधी असोत. मारेकरी सापडतो, पण त्या मारेकऱ्याच्या मागचा सूत्रधार अंधारातच विरून गेलेला असतो. तो सर्वसामान्यांसाठी अदृश्यच असतो.

याकूब तसाच पुढे चालत गेला. डाव्या हाताला असलेल्या बुटांच्या रॅकमध्ये त्यानं, एका बास्केटमध्ये त्याचे पठाणी जोडे ठेवले आणि अनवाणीच मशिदीच्या मुख्य इमारतीकडे निघाला. उजवीकडच्या जिन्याखाली आंतरराष्ट्रीय इस्लामिक विद्यापीठाचं कार्यालय होतं.

नऊ दरवाजांमधून मशिदीच्या मुख्य इमारतीत शिरता येत होतं. स्त्रियांसाठी स्वतंत्र दरवाजा होता. आतमध्ये सगळीकडं लाल कार्पेट अंथरलेलं होतं. एका ठिकाणी पुस्तकाच्या आकाराच्या भव्य संगमरवरी पानावर सोनेरी अक्षरांत पाकिस्तानी कलाकार सादिकनं चितारलेल्या कुराणातल्या ओळी होत्या. वेगवगळ्या काचेच्या पेट्यांमध्ये हाताने लिहिलेल्या अतिशय दुर्मीळ अशा कुराणांची पुस्तकं ठेवलेली होती. मधलं वातावरण अतिशय प्रसन्न करणारं होतं. याकूबनं समर्पित होत, मनोभावे नमाज पठण केलं. हे करताना त्यानं त्याचं तोंड मक्केच्या दिशेनं म्हणजे पश्चिम-दक्षिणेकडं केलेलं होतं.

'इस्लाम' हा अरेबिक शब्द आहे. त्याचा अर्थ होतो 'समर्पित होणं'. इथं अल्लाला समर्पित होणं, असा अर्थ घ्यायचा आहे. 'इस्लाम' शब्द अरेबिक शब्द 'सालेन'पासून तयार झाला आहे. सालेनचा अर्थ 'शांतता' असा होतो. या विश्वामध्ये शांती प्रस्थापित करणं हे खऱ्या इस्लामचं ध्येय आहे. इस्लामचा खरा अर्थ मनात आल्यावर याकूबला बेचैन वाटायला लागलं. आपण अपराधी आहोत असं वाटायला लागलं.

सजदा अदा करून याकूबनं दोन्ही हात वरती करून अल्लाची मनापासून

प्रार्थना केली. तो आज ज्या कामासाठी आला होता त्याच्या हे सर्व विपरीत होतं, तो मानव जातीच्याच एका समूहाला त्रस्त करण्याचं कारस्थान रचत होता. त्यांच्या स्वतंत्रपणे व निर्भयपणे जगण्याच्या अधिकाराला धक्का देण्याचं काम करण्याचा तो प्रयत्न करत होता. त्यानं आकाशाकडे धरलेले अल्लाच्या दुवेसाठीचे हात थरथर कापायला लागले, अल्लाची माफी मागत तो मशिदीतून पटकन बाहेर पडला.

प्रत्येक घातपाती कृत्य करताना त्याची मन:स्थिती अशी दोलायमान होत असे, पण प्रत्येक वेळी पैशांच्या हव्यासानं त्याच्या धार्मिक वृत्तीवर कुरघोडी केली होती.

विसाव्या वर्षी याकूब कराचीला पोहोचल्यावर तडक कराचीच्या बंदरावर गेला होता. कराची बंदराच्या धक्क्यावर असलेल्या आफ्रिदीचा धाबा त्यानं शोधून काढला होता. त्या धाब्याचा मालक आणि सईद आफ्रिदी सर हे नातेवाईक होते. धाब्यावर पोहोचल्यावर त्यानं धाबा मालक आफ्रिदीला त्याच्या पेशावरच्या सरांनी लिहून दिलेली चिठ्ठी दाखविली होती. त्या दिवसापासून याकूब या धाब्यावर सर्व प्रकारची कामं करू लागला. त्या बदल्यात त्याची जेवणाची आणि राहण्याची सोय त्याच धाब्यावर झाली. दिवसा धाब्यावर वेगवेगळ्या प्रकारचे लोक यायचे, त्यात नाविक, कस्टममध्ये काम करणाऱ्यांपासून ते लष्करी सेवेतले लोकही या धाब्यावर येत असत. याकूब बोलका आणि चुणचुणीत असल्यामुळे त्याची सर्वांशी चांगली ओळख झाली होती.

त्या धक्क्यावर चालणारे सर्व उद्योग तो उघड्या डोळ्यांनी बघत होता. गोदीत येऊन पडलेल्या मालाचा बराचसा भाग चोरीला कसा जातो, कस्टम ड्यूटी न भरता गोदीतून माल कसा बाहेर काढायचा, गोदीत आलेला माल कोणी सोडवायला आलं नाही, तर तो मातीमोल भावात कसा विकत घ्यायचा किंवा कसा गहाळ करायचा याचं सर्व ज्ञान त्याला मिळत होतं. मलिक मुश्ताक, जो पुढे जाऊन कराचीत ब्लॅक प्रिन्स म्हणून अंडरवर्ल्डमध्ये प्रसिद्ध झाला, त्या वेळेला त्याची तिथे दहशत होती. कळत न कळत याकूब त्याच्या टोळीत ओढला गेला. मग कधी चोरट्या मार्गानं आलेलं हेरॉईन गोदीच्या बाहेर काढणं, तर कधी बंदरात आलेलं सोनं बंदराच्या गोदामातनं गायब करणं, अशा पद्धतीची कामं त्याच्यावर सोपविण्यात येत.

अशीच एक सोन्याची कन्साइन्मेंट भारतातून कराचीला आली होती. ती कन्साइन्मेंट होती हाजी मस्तानची, मुंबईतल्या माफियाची. ती कन्साइन्मेंट उचलून लपवून ठेवायची होती, आणि ते काम याकूबवर सोपविण्यात आलं

होतं. याकूबनं ते सोनं त्याच्या धाब्यावर, त्याच्या झोपायच्या गादीत भरून ठेवलं. त्याच काळात मुंबईत दाऊद इब्राहिमचं प्रस्थ वाढलं होतं आणि हाजी मस्तानचं कमी झालेलं होतं. हाजी मस्तान चित्रपट सृष्टीच्या नादी लागला होता. ही गोष्ट याकूबला माहीत होती. मुंबईत घडलेल्या काही घटनांमुळे कराचीतल्या या सोन्याला घ्यायला कोणीच आलं नाही. तरी याकूबनं घाई केली नाही. कारण या पद्धतीच्या कामामध्ये फसवणाऱ्याला मृत्यू एवढीच एक शिक्षा होती. तरी याकूब वर्षभर वाट बघत राहिला आणि मग त्यानं ते सोनं बरोबर घेऊन आफ्रिदीच्या धाब्याला रामराम ठोकला. त्या सोन्यातनं त्यानं स्वतःचं पठाणी ड्रेस आणि चप्पलचं दुकान थाटलं. कोणाच्या डोळ्यात यायला नको, म्हणून ते दुकान लहानच होतं. पण कराचीत बंदराशी संबंध मात्र तोडला नाही. तिथंच एकदा त्याला अली सापडला, याकूबनं त्याला आपल्या आश्रयाखाली घेतलं.

फैजल मशिदीच्या पार्किंग लॉटमध्ये याकूब शिरल्याबरोबर त्याला समोर अली दिसला. त्यानं अलीला इथं बोलावून घेतलं होतं. अलीनं आणलेल्या गाडीत याकूब डावीकडं पुढे बसला. अलीनं ड्रायव्हिंग-सीट सांभाळलं आणि ते मशिदीच्या आवारातून बाहेर पडले. बाहेर बऱ्यापैकी अंधारून आलं होतं. रस्त्यावरचे दिवे लागलेले होते. त्यांचा पिवळसर, उदासवाणा प्रकाश रस्त्यावर पडलेला होता.

फैजल रोडवरच्या फैजल अॅव्हेन्यू या चौफुलीवर अलीनं डावं वळण घेतलं आणि मरगला रोडला लागला. रोडच्या डाव्या बाजूला जवळ जवळ पन्नास मीटरची जागा मोकळी सोडलेली होती. तिथे झाडी व्यतिरिक्त काहीही नव्हतं. उजवीकडे त्यांनी कुवेतचा दूतावास ओलांडला आणि पुढच्या चौफुलीवरून पुन्हा डावीकडे वळण घेतलं. अलीनं गाडी पीर-सोहवा रोडला घेतली. तो रोड आता इस्लामाबाद नॅशनल फॉरेस्टच्या घनदाट जंगलातून जात होता. अलीचं लक्ष पूर्णपणे रस्त्यावर होतं. रस्ता पूर्ण वळणावळणाचा आणि घाटाचा असल्याकारणानं तो अतिशय सावधपणे गाडी चालवत होता.

थोड्याच वेळात मोनालचं टोलगेट त्यानं पास केलं. या टोलगेटपासून साधारण दोन कि.मी. अंतरावर सैदपूर नावाचं गाव आहे. या गावात एकाच ठिकाणी हिंदूंचं मंदीर, मुसलमानांची मशीद आणि शिखांचं गुरूद्वारा आहे. याकूब खिडकीतून बाहेर बघत बसून होता. थोड्याच वेळात त्याच्या डाव्या बाजूला, ज्या ठिकाणी एअर ब्लू २०२ विमानाचा अपघात झाला होता, ती जागा झपकन मागं गेली. या विमान अपघाताची घटना दोन हजार दहा साली झाली होती. म्हणजे पाच वर्षं या अपघाताला पूर्ण झाली होती. कराचीहून

इस्लामाबादला हे विमान चाललेलं होतं. कॅप्टननं घोषणा केली असेल की सीट बेल्ट बांधा, आपण आता थोड्याच वेळात इस्लामबादच्या बेनझीर भुट्टो विमानतळावर उतरणार आहोत. एकूण एकशेसेहेचाळीस प्रवाशांनी आणि चार क्रू मेंबर्सनी सीट बेल्ट बांधले असतील. काही जणांनी विमान तळावर उतरल्याबरोबर घरी फोन करायचं ठरवलं असेल, आम्ही इस्लामाबादच्या विमानतळावर पोहोचलोय हे सांगण्यासाठी. त्यातले काही आपल्या आई-वडीलांना भेटायला जाणार असतील तर काही एखाद्या महत्त्वाच्या ऑफिस-मीटिंगसाठी जाणार असतील. त्या मीटिंगची त्यांनी आठ-एक दिवस तयारी केली असेल. त्यातल्या काहींना लांब अंतरावरचे फैजल मशिदीचे मिनार दिसले असतील आणि त्यांनी अल्लाला अभिवादन केलं असेल आणि दुसऱ्या क्षणी हे विमान मरगलाच्या पहाडीत कोसळलं असेल. दोन विमान-चालक धरून एकूण एकशेबावन्न जणांची स्वप्नं, महात्त्वाकांक्षा त्या क्षणाला संपल्या असतील. जे तात्काळ मेले त्यांना नशीबवान म्हणावं, अशी तडफडून मरणाऱ्यांची स्थिति होती. कॅप्टनच्या तांत्रिक चुकीमुळे हा अपघात घडल्याचं सांगण्यात आलं. याकूबला हे सर्व आठवत होतं.

त्यांची गाडी अतिशय धोकादायक वळणं घेत पुढे जात राहिली. रस्त्याला लागून असणाऱ्या झाडांव्यतिरिक्त आजूबाजूला काही दिसत नव्हतं. थोड्याच वेळात उजवीकडे अतिशय प्रसिद्ध असं मोनल हॉटेल दिसलं. त्याच्या विरूद्ध दिशेला काही अंतरावर शकीलचं रेस्टॉरंट होतं. त्यांना तिथेच जायचं होतं. रेस्टॉरंटच्या थोडं पुढे जाऊन आड रस्त्याला अलीनं गाडी पार्क केली. त्यांना फैजल मशिदीपासून इथपर्यंतचं फक्त तेरा कि.मी. अंतर कापायला पंचेचाळीस मिनिटं लागली होती. अलीनं गाडीचे हेडलाईटस् बंद केले, गाडीचं इंजीन बंद केलं, गाडीची चावी काढून खिशात घातली. याकूब गाडीतच बसून राहिला. अलीनं आपलं पिस्तुल पँटच्या मागे अडकवलं आणि त्यावरून शर्ट व्यवस्थित टाकला आणि तो शकील रेस्टॉरंटकडे पायीच चालत गेला.

।। ८ ।।

रणवीर आपल्या खुर्चीत येऊन बसला. फाईलमध्ये दिलेल्या मुद्यांचा तो मनातल्या मनात विचार करू लागला. त्या फोनचे – ज्याने कराचीला फोन लावण्यात आला होता, त्याच्या ट्रॅकिंग रेकॉर्डचे – कागद त्यानं आपल्यासमोर धरले. एकच ठिकाणी त्यांना प्रवेश देण्यात आलेला नव्हता, एचएएल.

भविष्यात काय दडलंय याचा बरोबर वेध घेणाऱ्या वालचंद हिराचंद यांनी म्हैसूरच्या सरकारला बरोबर घेऊन २३ डिसेंबर १९४० साली बेंगलोर येथे एका बंगल्यात 'हिंदुस्थान एअरक्राफ्ट लिमिटेड'ची स्थापना केली. जेणेकरून भारतामध्ये विमानं तयार करता येतील.

हा काळ दुसऱ्या महायुद्धाचा होता आणि भारतीय वीर इंग्रजांकडून लढत होते. आपल्या पूर्व बाजूनं जपान्यांचं आक्रमण भारतापर्यंत पोहोचण्याची शक्यता होती. विमानं, रणगाडे आणि गती या तीन गोष्टींनी हिटलरनं जपान व इटलीला सोबत घेऊन सर्व जगाला वेठीस धरलं होतं.

या जागतिक घडामोडींचा आढावा घेऊन कदाचित वालचंद हिराचंद यांनी विमानउत्पादन भारतात सुरू करण्याचा संकल्प केला असावा.

एप्रिल १९४१ला पंचवीस लाख रुपये भरून इंडियन गव्हर्नमेंटनंही या कंपनीत एक तृतीयांश हिस्सा घेतला.

२ एप्रिल १९४२ साली या कंपनीचं पहिलं हर्लू पीसी-५ हे विमान तयार झालं. या कंपनीचं देशाच्या भविष्याच्या दृष्टिकोनातून असलेलं महत्त्व बघून हळूहळू भारत सरकारनं ही कंपनी पूर्णपणे आपल्या ताब्यात घेतली. आज एकूण आठ ठिकाणी या कंपनीकडून लढाऊ विमानं तयार केली जातात. त्यांची देखभाल केली जाते. SU-30 MKI, MIG-21, LCA आणि DO-228 विमानं तसंच ALH ध्रुव, चेतक, चित्ता आणि LCH हेलिकॉप्टर्सचं उत्पादन केलं जातं. त्याचप्रमाणे मिराज, मिग-२१ यांच्यात सुधारणा केल्या जातात. त्यांना जास्त आधुनिक बनवलं जातं.

१९६४ साली नाशिकच्या ओझर येथे हा प्रकल्प १,४८,२०,००० स्क्वेअर मीटर म्हणजे १,४८२ हेक्टर एवढ्या भूभागावर पसरलेला आहे. यातली फक्त१७.३९ हेक्टर एवढी जागा बांधकामाखाली घेण्यात आलेली आहे.

यात सुरुवातीला मिग-२१ एफ.एल. आणि के-१३ मिसाइल्स तयार व्हायची. सध्या SU-30MKI विमानाची निर्मिती नाशिक एचएएलमध्ये होते. तसंच मिगचे स्पेअरपार्टस् नाशिक एचएएल रशिया, पोलंड, इजिप्त, मलेशिया, सीरिया, अल्जेरिया यांना निर्यात करते.

रणवीरचा उत्तम सलावडे नावाचा मित्र सध्या एचएएलमध्ये होता. तो डिझाइन सेक्शनचा प्रमुख होता. त्याला भेटायच्या निमित्तानं एचएएलमध्ये सहज चौकशी करता आली असती. पण त्यानं तो विचार काढून टाकला. तो आपल्या खुर्चीतनं उठला, सेक्रेटरीला आपण ओझर एचएएलला भेट देऊन

येतोय, असं सांगून तो लिफ्टनं पार्किंग लॉटमध्ये आला. त्याची मेटालिक २१२१ काळ्या रंगाची सफारी स्ट्रोम जणू त्याची वाटच पहात होती. त्यानं गाडीच्या चावीवरून ओपनचं बटन दाबलं आणि दरवाजा उघडून तो गाडीत बसला. त्यानं गाडीचं इग्नीशन स्टार्ट केलं, एकदम भारदस्त आवाज करत VTT VARI COR इंजिन सुरू झालं. दोन हजार ऐंशी सीसीचं ते शक्तिशाली इंजिन गुरगुरायला लागलं. गाडी पहिल्या गीअरमध्ये टाकत, क्लचवरच्या पायाचा दाब सावकाश कमी करत, ॲक्सिलेटरवरचा दाब त्यानं अगदी थोडासा वाढवला, गाडी अतिशय मुलायमपणे पार्किंग लॉटमधून बाहेर पडून गंगापूर रोडवर आली. रहदारीचा अंदाज घेत त्यानं गाडी उजवीकडे वळविली. मे महिन्यातलं ऊन रस्ता आणि आजूबाजूचा परिसर तापवत होतं. पण गाडीतल्या एसीमुळे त्याला खूप आल्हाददायक वाटत होतं.

गुरांच्या दवाखान्याजवळ गाडी डावीकडं घेत एफ.एम.९३.५चं चॅनल त्याच्या गाडीतल्या रेडिओवर लावलं. रूद्राचा खोडकर, खेळकर, उत्साही आवाज त्याच्या गाडीत सोमश्वरच्या धबधब्यासारखा ओसंडून वाहू लागला. संपूर्ण नाशिकच्या या आवडत्या रेडिओ आरजेचा आवाज, त्याची बोलण्याची लकब, त्याची हसण्याची पद्धत सर्वच रणवीरला आवडे, नाशिककरांना आवडे. त्याची गाडी आता रामवाडीच्या पुलावरून चालली होती. गोदेचं पात्र नितळ स्वच्छ, निळ्याशार पाण्याने भरलेलं होतं. एक वेगळीच तृप्ती त्या गोदेच्या पाण्याकडे बघून अंतर्मनी भासत होती. बायजाबाईची छावणी डाव्या हाताला ठेवत तो मखमलाबाद नाका ओलांडून पेठनाक्यापर्यंत आला. नेहमीप्रमाणे या सिग्नलला भरपूर गर्दी होती, पण रणवीरच्या टाटा सफारी स्ट्रोमला हिरवा सिग्नल मिळाला. निमाणी बस स्टँड मागे टाकत तो नाशिक धुळे फ्लाय ओव्हर, ज्याला छत्रपती शिवाजी महाराज उड्डाणपूल म्हणतात, त्याच्या डाव्या बाजूनं त्याने गाडी महामार्गावर घेतली.

हा एन.एच.-३ नॅशनल हायवे आहे. याची सुरुवात आग्र्यापासून होऊन म्हणजे उत्तर प्रदेशातून होऊन राजस्थान, मध्यप्रदेशातून तो महाराष्ट्रात शिरतो. थेट मुंबईपर्यंत. याची एकूण लांबी एक हजार एकशे नव्वद किलोमीटर आहे. याच एन.एच.३ ला धुळे ते नाशिक एवढ्या पट्ट्यात एन.एच.६० म्हटलं जातं आणि नाशिक ते मुंबईला एन.एच.१६० म्हटलं जातं.

समोरच्या ट्रकच्या उजवीकडून निघत त्यानं अपोलो हॉस्पिटल मागं टाकलं. मग त्याच्या उजव्या बाजूला 'के.के. वाघ' इंजिनीअरिंग कॉलेज मागे गेलं. के. के. वाघ इंजिनीअरिंग कॉलेज हे नाशिकचं भूषण आहे. महाराष्ट्रात एकूण ३७२

इंजिनीअरिंग कॉलेजेस आहेत, त्यात हे कॉलेज पहिल्या पाचमध्ये येतं.

थोड्याच वेळात 'संजीवनी हार्ट सेंटर' त्याला उजव्या हाताला दिसलं. या ठिकाणी हृदयावरील आंतरराष्ट्रीय दर्जाचे उपचार केले जातात. डॉक्टर संजय पाटील यांची उपचार पद्धती एकमेवाद्वितीय होती. व्हिलचेअरवर येणारा पेशंट डॉक्टरांच्या उपचारानंतर एखाद्या तरुणाला लाजवेल अशा उत्साहानं वावरायला लागे. पूर्ण भारतातून आणि परदेशांतूनही यांच्याकडे पेशंटचा ओघ चालू असे.

आरजे रूद्रा कुणालातरी प्रश्न विचारित होता. तुम्हाला नाशिकमध्ये काय आवडलं? समोरच्या स्त्रीनं उत्तर दिलं, नाशिकचं हवामान, इथली मिसळ, इथली वाईन आणि इथली माणसं.

खरंय, रणवीरच्या मनात विचार आला उबदार थंडी, सोसवेल असा उन्हाळा आणि प्रफुल्लित, जिवंत करणारा पावसाळा. फार कमी शहरांना असं वातावरण मिळतं. पावसाळ्यातलं नाशिक आणि आजूबाजूच्या परिसराचा तजेलदार, हिरव्यागार सौंदर्याचा रणवीरला सार्थ अभिमान होता.

ओझर गावातल्या बाणगंगा नदीला ओलांडून त्याची सफारी पुढे गेली. रस्त्यावर बऱ्यापैकी गर्दी होती, तसाच तो पुढे जात राहिला. ओझर टाऊनशीपचा उड्डाणपूल टाळत त्याने गाडी डावीकडच्या सर्विस रोडला घेतली आणि एचएएल कंपनीच्या पहिल्या गेटच्या पुढे गाडी नेत त्याने शक्य तितक्या डावीकडे गाडी दाबून लावली, जेणेकरून कोणी जोरात जाणारा ट्रकवाला आपल्या गाडीवर आदळणार नाही. गाडी बंद करून तो गाडीतनं उतरला.

'रॉ एजंट' असल्याचं तो कुठेही सांगू शकत नव्हता. त्यामुळे सर्वसाधारण नागरिकाप्रमाणे त्याला चौकशी करायची होती. त्याच्या मित्राचं नाव घेण्याचं त्यानं टाळायचं ठरवलं.

गेटजवळच दोन खाकी ड्रेस घातलेले पहारेकरी रणवीरला दिसले. तो गेटमधून पुढे जाऊ लागताच, त्यातल्या एकानं हात आडवा करत त्याला अडवलं. "काय पाहिजे?" त्यानं विचारलं. रणवीर म्हणाला, "आत जाऊन कंपनी बघायची आहे."

तो पहारेकरी रणवीरला वरूनखालपर्यंत बघत, हसून आपल्या साथीदाराला म्हणाला, "या साहेबांना (कुत्सितपणे) आत जायचंय."

परत रणवीरकडे बघत म्हणाला, "तुम्हाला काय वाटलं, ही धर्मशाळा आहे? आले न् आपले चालले? असे आम्ही कोणालाही आत नाही सोडत."

हाच धागा पकडत रणवीर म्हणाला, "मला असं समजलं होतं की,

आतमध्ये सहज जाता येतं, ओळख असली तर.''

त्या चौकीदारानं आपल्या साथीदाराला आवाज दिला, ''ए सयाजी, तुझ्या भाषेत सांग यांना.''

सयाजी एका रजिस्टरमध्ये कसलीतरी नोंद करत होता. अगोदरच्या चौकीदारानंच परत म्हटलं, ''या सयाजीरावांच्या ओळखीचा, त्याच्या तीन पाहुण्यांना घेऊन एकजण नाशिकहून आला होता, तरी सयाजींनी त्याला आत नाही सोडलं. राष्ट्राच्या सुरक्षेचा प्रश्न आहे साहेब! दोस्ती-बिस्ती नंतर. तसे तुम्ही शिकलेले दिसता. (परत कुत्सितपणे)''

तीन, अस्लम चौथा. आकडा तर बरोबर होता. रणवीरच्या आशा पल्लवीत झाल्या.

तेवढ्यात सयाजी रणवीरजवळ आले. सयाजींच्या काटक शरीराकडं आणि बारीक ठेवलेल्या डोक्याच्या केसांवरून रणवीरनं अंदाज केला, की ही व्यक्ती कुठल्या न कुठल्या डिफेन्स सर्व्हिसशी संबंधित आहे.

त्यानं सयाजींना नमस्कार केला आणि म्हणाला, ''तुम्ही मिलिटरीत होता का?'' सयाजींनी दोन इंच छाती पुढे करत ''हो'' म्हटलं. सयाजींच्या चेहऱ्यावर आपण विचारलेल्या या प्रश्नामुळे समाधान पसरलेलं रणवीरला जाणवलं.

सयाजी आता थोडं मोकळे झाले आणि म्हणाले, ''माझाच मित्र होता अस्लम.''

अस्लमचं नाव ऐकताच जणू एखादी खूप गरजेची वस्तू दिवसभर शोध-शोध शोधूनही सापडत नव्हती, आणि ती आत्ता अचानक समोर दिसली असं रणवीरला वाटलं. काहीतरी, कुठलातरी धागा मिळतोय हे त्याला जाणवलं. तो अतिशय लक्षपूर्वक सयाजींचं बोलणं ऐकू लागला. शिफ्ट सुटायला वेळ असल्यानं रस्त्यावर कोणीही नव्हतं.

सयाजी पुढे सांगू लागले, ''त्याच्या मित्रांबरोबर रिक्षात आला होता. मी त्याला आतमध्ये सोडणार पण होतो, पण त्या तिघांचा मला का कुणास ठाऊक संशय आला. ते भलते-सलतेच प्रश्न विचारत होते. मी सरळ अस्लमला परत जायला सांगितलं. त्यानं पण मला आत सोडण्यासाठी आग्रह नाही धरला. तोही त्या मित्रांवर वैतागला होता असं वाटतं.''

''अस्लमला धरून हे चार जण होते की अजून कुणी होतं?'' रणवीरनं विचारलं.

सयाजी म्हणाले, ''नाही, नाही, ते चारच होते, अस्लमला धरून.''

रणवीरला जाणवलं की अस्लम मारला गेल्याचं त्यांना माहीत नाही.

पोलीस डिपार्टमेंटनं ही माहिती पेपरवाल्यांना दिली नव्हती.

सयाजी म्हणाले, ''एकजण मोटरसायकलवर, सर्व्हिस रोडच्या कडेलाच गेटच्या जवळच उभा राहून त्याच्या मोबाईलमध्ये काहीतरी बघत होता, हे चारही जण रिक्षात बसल्यावर तोही निघून गेला. या रोडवर वर्दळ फार कमी असते साहेब.'' ''तो मोटरसायकलवरचा माणूस कसा दिसत होता?'' रणवीरनं सहज विचारल्यासारखं विचारलं.

थोड्या संशयानं सयाजींनी रणवीरकडे बघितलं, पण तरी सांगायला लागले, ''गुळगुळीत दाढी केलेला भडक तपकिरी रंगाच्या पँटवर हिरव्या रंगाचा शर्ट आणि बारीक केस. त्याच्या डोळ्यांची बुबुळं तपकिरी रंगाची होती, वेगळीच. कोल्ह्याच्या डोळ्यांसारखी. आणि त्याचं नाक जाड होतं, रंग गोरा.''

रणवीर एकदम आश्चर्यचकित झाला, एक अनोळखी माणूस रस्त्याच्या कडेला पाच एक मिनिटं उभा राहिलेला, त्याच्या एवढ्या बारीक-सारीक गोष्टींचा तपशील सयाजी कसं देऊ शकतो? त्याला वाटलं सयाजी आपली टर उडवतोय.

तेवढ्यात सयाजीच पुढे सांगू लागले ''साहेब, अस्लम निघून गेल्यावर माझ्या डोक्यातून ते त्याच्या बरोबरचे तिघे काही जात नव्हते. मग मी आमच्या सीसी टी.व्ही.मधली त्यावेळची फिल्म पुन्हा-पुन्हा बघत होतो. त्यात अस्लम सोडून अजून कुणाची ओळख लागते का हे बघण्यासाठी. त्याच वेळेला हा मागे उभा असलेला मोटरसायकलवाला पण दिसत होता. त्यामुळे एवढं सगळं सांगता आलं.''

रणवीरनं मनापासून सयाजींना धन्यवाद म्हटलं आणि आपल्या गाडीकडं सावकाश चालत गेला. गाडीत बसल्यावर त्यानं ऑफिसला फोन लावला आणि एचएएलच्या पहिल्या गेटवरच्या महिन्याभरातलं सीसी टी.व्ही.चं रेकॉर्डिंग ताब्यात घेण्याची व्यवस्था करायला सांगितली.

या केस संदर्भातलं काहीतरी महत्त्वाचं गवसल्याचं त्याचं अंतर्मन त्याला सांगत होतं.

साधारण पुढल्या वीस मिनिटांत रणवीर त्याच्या ऑफिसमधल्या खुर्चीत बसलेला होता. आजच्या त्याच्या ओझर एचएएलचा रिपोर्ट लिहून, त्याला वाटणाऱ्या सर्व शक्यतांचा त्यात उल्लेख करून त्यानं तो रिपोर्ट आपल्या सेक्रेटरीला दिला. तातडीनं तो जेडी सरांकडे पोहोचवला गेला.

रणवीर त्याच्या पुढ्यातल्या फाईली बघू लागला. हातात घेतलेल्या फाईलीवर 'मेघदूत ऑपरेशन' लिहिलेलं होतं. ती फाईल त्यानं काळजीपूर्वक

वाचून काढली. ही मोहीम सियाचीनला परत भारताच्या ताब्यात घेण्यासंदर्भातली होती. कारण पाकिस्ताननं त्यावर अनधिकृतपणे ताबा घेतलेला होता. त्यांच्या नकाशात सियाचीन पाकिस्तानचा भाग म्हणून दाखविलेलं होतं.

कर्नल नरेंद्रकुमार – ज्यांना 'बुल' पण म्हटलं जाई – यांच्याकडे दोन जर्मन गिर्यारोहक आले आणि त्यांनी गिर्यारोहणाची परवानगी मागितली. तेव्हा त्यांच्याकडच्या नकाशात सियाचीन पाकिस्तानचा भाग दाखविलेलं त्यांना दिसलं. तो नकाशा कर्नल नरेंद्रकुमारांनी त्या जर्मनांकडून विकत घेऊन टाकला आणि ही गोष्ट ब्रिगेडिअर छन्ना यांच्या लक्षात आणून दिली. मग 'ऑपरेशन मेघदूत' सुरू झालं.

१३ एप्रिल १९८४ला सियाचीनवर भारतीय जवान पोहोचले. लढाई झाली, पाकिस्तानी जवानांना पाठीमागं ढकललं गेलं आणि सियाचीन भारतात सामावून घेण्यात आलं.

सियाचीन, जिथं तापमान उणे तीस डिग्रीपर्यंत जातं. त्या भूभागामुळे पाकिस्तान आणि चीन यांच्या सीमारेषा एकमेकांना मिळत नाहीत. जर सियाचीन पाकिस्तानकडे गेलं असतं, तर चीन आणि पाकिस्तानच्या सीमारेषा एक झाल्या असत्या. त्यामुळे भारताच्या संरक्षण व्यवस्थेला मोठा धोका निर्माण होणार होता.

रणवीरनं फाईलवर वाचून झाल्याचा शेरा मारला. तेवढ्यात टेबलावरचा फोन घणघणला. फोन जेडी सरांकडून आला होता. त्याला त्यांच्या केबिनमध्ये बोलवण्यात आलं होतं.

रणवीर पुढच्या पाचव्या मिनिटाला जेडी सरांच्या समोर बसलेला होता. सोमेश्वर हत्याकांडाची फाईल, ज्यात आता रणवीरचा एचएएलचा रिपोर्टही लावण्यात आलेला होता, जेडी सरांच्या पुढ्यात होती.

फाईल बंद करून जेडी सरांनी रणवीरकडं बघितलं आणि म्हणाले "तिथलं सीसी टी.व्ही. फुटेज उद्या दुपारपर्यंत मिळतील."

"तुझ्याप्रमाणेच मलाही असं वाटतं की, या प्रकरणात पाकिस्तान किंवा त्या ठिकाणी पोसल्या जात असलेल्या 'जैश-ए-मोहम्मद', 'जमात-ए-इस्लामी', 'लष्कर-ए-तोयबा' यांसारख्या दहशतवादी संघटनांचा हात असू शकतो. भारतात सर्वांत जास्त कारवाया 'जैश-ए-मोहम्मद' या संघटनेनं केल्या आहेत."

रणवीरनं मान डोलवली. त्याच्या डोळ्यांसमोर १३ डिसेंबर २००१चा दिल्ली पार्लमेंट अ‍ॅटॅक आला.

गाझीबाबाच्या डोक्यातनं ही कल्पना आली. दिल्लीतला अफजल गुरू जो फळ विक्रेता होता, त्यानं दिल्लीत त्या पाच पाकिस्तानी – ज्यांनी पार्लमेंटवर ॲटॅक केला – त्यांची राहण्याची, खाण्याची आणि गाडीची, जी त्यांना पार्लमेंट पर्यंत घेऊन जाईल, व्यवस्था केली होती. हे सर्व अफजल गुरूनं पस्तीस हजार रूपयांच्या मोबदल्यात केलं होतं.

गाझीबाबा एनकाऊंटरमध्ये मारला गेला. अफजल गुरूला फाशी देण्यात आलं. त्या पाचांना पार्लमेंटच्या बाहेरच यमसदनाला पाठविण्यात आलं.

सर पुढे सांगू लागले, "भारतात आपल्या सर्व सभासदांना या केसचं ब्रिफिंग केलेलं आहे. गृहमंत्रालयाला अजून काही कळवलेलं नाही. जोपर्यंत आपल्याला ठोस असं काही मिळत नाही, तोपर्यंत त्यांना काही कळवू नये असं मला वाटतं."

रणवीर म्हणाला, "ठीक आहे सर."

"पाकिस्तानमधल्या आपल्या कॉन्टॅक्ट्सना पण चाचपणी करायला सांगितलंय, खरं म्हणजे आपल्याकडे ठोस असं काही नसल्यामुळं, तो कराचीचा कॉल सोडल्यास, त्यांना कुठल्या ठरावीक दिशेनं तपास करावयास सांगावा ही अडचण आहे. त्यांना फक्त त्यांचे डोळे आणि कान उघडे ठेवायला सांगितलेत. पण माझं अंतर्मन सांगतंय की हे काहीतरी मोठं कारस्थान आहे," सर म्हणाले.

पोलीस डिपार्टमेंटला पुरावे लागत असतात. कारण बऱ्याचदा घटना घडून गेल्यानंतरचं काम त्यांच्याकडं येतं, पण रणवीरसारखे रॉ एजंट आणि जेडी सरांसारखे त्यांचे प्रमुख आपल्या मनाच्या कौलाकडेही लक्ष देतात.

रणवीर आपल्या ऑफिसमध्ये परतला आणि नेहमीप्रमाणे खिडकीजवळ जाऊन उभा राहिला. आज त्या झाडाच्या फांदीवर भारद्वाज बसलेला त्याला दिसला. गडद तपकिरी रंगाचे पंख, त्याखाली त्याचं काळंशार पिसांनी वेढलेलं अंग, माणकासारखे रक्तवर्णी डोळे, काळी टोकदार चोच. दोन्ही पायांनी एक लहानशी उडी घेत तो त्या फांदीवर थोडासा पलीकडे सरकला. त्यावेळी त्याच्या अंगावर पडलेल्या उन्हाच्या कवडशानं त्याचे ते तपकिरी पंख चकाकले. एक वेगळीच झळाळी, चमक त्याच्या काळ्या अंगावर दिसली. रणवीर अपल्याकडे बघतोय, हे कदाचित त्याच्या लक्षात आलं असावं. त्यानं आपल्या दोन्ही पायांचा दाब त्या फांदीवर दिला आणि पंख फैलावत स्वत:ला हवेत झोकून दिलं. थोडे पंख फडकवत त्यानं दिशा बदलली आणि गोदावरी नदीच्या दिशेनं तो निघून गेला.

साधारण सायंकाळी पाच वाजता त्याच्या टेबलावरचा फोन खणखणला. हातातली 'इंडिया गेट, दिल्ली' यावरची संभाव्य दहशतवाद्यांची इंडिया गेट उडवायची योजना दिल्ली पोलिसांनी आणि भारतीय गुप्तचर संघटनेने (IB) कशी उधळून लावली, या वरची २००३ची फाईल बाजूला ठेवली आणि फोन उचलला.

फोनवर मोहिनी होती, "जेडी सर फोनवर तुझ्याशी बोलतायत" असं म्हणून तिनं सरांच्या फोनला कनेक्ट करून दिलं. रणवीरच्या मनात विचार आला, जेडी सर फोनवरच बोलतायत, त्यांच्या केबिनमध्ये बोलावलेलं नाही, म्हणजे फोन ऑफिस कामासंदर्भात नाही. अशी अटकळ त्यानं मनात बांधली. तेवढ्यात जेडी सरांचा आवाज त्याच्या कानात शिरला. "अरे रणवीर, उद्या दुपारचं जेवण आपल्या घरी आहे. तेव्हा उद्या बारा वाजता घरी पोहोच." आणि त्यांनी फोन ठेवून दिला.

तशी त्यांच्या कार्यपद्धतीत आठवडा सुट्टी हा प्रकार नव्हता, पण जर तो कुठल्या कामगिरीवर नसेल आणि नाशिक ऑफिसमध्ये असेल तर तो रविवारी सुट्टी घेत असे. उद्या रविवार होता.

नेहमीप्रमाणे सकाळी सहाला उठून ब्रश करून थंड पाण्यानं शॉवर घेऊन तो त्याच्या गंगापूर रोडवरच्या श्रीरंगनगरमधल्या फ्लॅटमधून बाहेर पडला. पंपिंग स्टेशनच्या रोडला लागून त्यानं सावकाश धावायला सुरुवात केली. उन्हाळ्याचे दिवस असल्यानं पूर्वेकडे आकाश उजळायला लागलं होतं. पूर्वेकडल्या आकाशातल्या पांढऱ्या शुभ्र ढगांच्या पूर्व बाजूच्या कडा केशरी रंगाने चमकायला लागल्या होत्या. उन्हाळा असूनही हवेमध्ये सकाळचा सुखद गारवा होता. उजवीकडचा गुणवंत बंगला, जो एखाद्या गढीसारखा होता, तो त्यानं ओलांडला. तो बंगला ओलांडताना बंगल्याच्या गच्चीत योगा करतानाचे सूर्यभान सर आणि त्यांच्याबरोबर त्यांची नातवंडं, स्वर्णिका आणि अरूष त्याला दिसले. ते जेडी सरांचे खूप जवळचे नातेवाईक आहेत हे रणवीरला ठाऊक होतं.

तसंच पुढे जात त्यानं पंपिंग स्टेशनच्या चौफुलीतून डावीकडं वळण घेतलं. उजवीकडची सहदेवनगरची पाटी बघत, तो गोदावरी जवळच्या दत्त चौकातनं पुढे गेला. गोदावरीचा पूल ओलांडून तो तसाच मखमलाबाद शिवाराच्या रोडला लागला. आता त्याच्या धावण्याचा वेग वाढलेला होता. पूल ओलांडल्यानंतरचा चढ त्यानं सहज पार केला. तसाच थेट मखमलाबादच्या शाळेच्या पाठीमागेपर्यंत जाऊन तो परत फिरला आणि आला त्याच मार्गाने आपल्या फ्लॅटकडे धावू लागला.

त्याचं अंग आता घामानं निथळत होतं. तो फ्लॅटजवळ पोहोचला तोपर्यंत तो पूर्ण ओला झालेला होता. फ्लॅटमध्ये शिरताच त्याने निकर व्यतिरिक्त सर्व कपडे काढून टाकले आणि खिडकीजवळ उभं राहून त्यानं त्याच्या श्वासावर सावकाश नियंत्रण आणलं.

श्वास नियंत्रित झाल्यावर आणि बऱ्यापैकी अंगावरचा घाम जिरल्यावर त्यानं सूर्यनमस्कार करायला सुरुवात केली.

अगोदर नमस्कारासारखे दोन्ही हात आपल्या छातीसमोर धरले, मग ते हात सावकाश वर नेले, अशा पद्धतीनं की त्याच्या हाताचे दंड त्याच्या कानांना लागतील. थोडा वेळ तो त्याच स्थितीत थांबून राहिला. त्यामुळे त्याच्या खांद्यातल्या स्नायूंना ताण जाणवला, मग कमरेत वाकत त्यानं दोन्ही हात सावकाश खाली आणले. त्यानं आपल्या पायांचे अंगठे पकडले, त्यावेळी त्याचं डोकं दोन्ही हातांच्या मध्ये होतं, आणि कान आताही दंडाला लागलेले होते, पायांचे गुडघे ताठ ठेवलेले होते. त्यामुळे त्याच्या पायांच्या पोटऱ्यांच्या स्नायूंवर ताण पडला, कमरेला ताण जाणवला आणि हातांच्या दंडांच्या स्नायूंनाही ताण जाणवला.

हातांनी पायांचे अंगठे पकडताना त्याला नेहमी शाळेतल्या शिक्षेची आठवण होई, कित्तीवेळा आपण असे अंगठे धरून उभे राहिलो होतो! पण प्रत्येक वेळेला कुठल्या न कुठल्या मित्राला वाचविण्यासाठीच. शाळा बुडवली किंवा गृहपाठ केला नाही म्हणून तर नक्कीच नाही.

पायांचे अंगठे सोडून त्याने सावकाश त्याच्या छाती आणि पोटाच्या भागाला जमिनीसमांतर केलं आणि दोन्ही हाताचे तळवे त्यानं जमिनीवर टेकवले. मग सावकाश उजवा पाय त्यानं पाठीमागे नेला, पायाच्या अंगठ्यांनी व बोटांनी जमिनीवर दाब दिला, पायांच्या पोटऱ्यांमध्ये सुखद ताण जाणवला मग त्यानं डावा पाय तसाच मागे नेला. कमरेला सावकाश जमिनीकडे ढकलत पाठीच्या कण्यातून डोक्याला आकाशाकडे लोटलं. दोन्ही हात जमिनीवर घट्ट रोवून ताठ ठेवले. मानेतल्या स्नायूंना, तसेच हातातल्या, पोटातल्या, कमरेतल्या, पायांच्या, मांड्यांच्या आणि पोटऱ्यांच्या स्नायूंना ताण जाणवला. मग कमरेला सावकाश वरती घेत आणि मानेला दोन्ही हातांच्यामध्ये घेत आपल्या शरीराला इंग्रजीतलं 'सी' अक्षर नव्वद अंशात जमिनीकडे वळवल्यावर जसा आकार येईल, तो आकार दिला. आता हृदयातला रक्त पुरवठा त्याच्या डोक्याकडे आणि त्याच्या चेहऱ्याकडे वाढला होता. त्याच्या कानाच्या पाळ्या आणि चेहरा लालबुंद झाला. कपाळावरच्या शिरा उठून दिसत होत्या.

हीच सर्व क्रिया उलट करत तो परत जमिनीवर ताठ उभा राहिला. अशा तऱ्हेनं बारा वेळा त्यानं सूर्यनमस्कार घातले.

धावून येण्याच्या व्यायामापेक्षाही जास्त घाम त्याच्या शरीरातून निथळत होता. शरीरातील प्रत्येक स्नायू मोकळा झालेला होता.

तो आता पद्मासन घालून त्याच्या जमिनीवरच्या कार्पेटवर बसला. श्वासाला नियमित होऊ दिलं. मग त्यानं प्राणायाम केला.

हे सर्व आटोपून जेव्हा तो आंघोळीला शॉवरखाली उभा राहिला, तेव्हा त्याच्या डोक्यातला आणि शरीरावरचा घाम पाण्याबरोबर वाहून गेला. उष्ण घाम आणि शॉवरचं थंडगार पाणी आपल्या शरीरावरून ओघळत खाली जाताना त्याला जाणवत होतं. नंतरची दहा मिनिटं तो डोक्यावरून शॉवर घेत होता. ते थंड पाणी त्याच्या शरीरावरून घरंगळत खाली जात होतं, त्याबरोबर त्याच्या स्नायूंमधला ताण, शीण पण पाण्यात विरघळत पायातून खाली निघून जात असल्याचं त्याला जाणवलं. त्याला आता पिसासारखं हलकं वाटत होतं. मन अतिशय प्रफुल्लित झालेलं होतं.

जर तो कामगिरीवर नाशिकबाहेर नसेल म्हणजे तो जर नाशिकमध्ये असेल तर त्याची रोजची सकाळची हीच दिनचर्या होती. तो आंघोळ करून बाहेर पडला आणि आरशासमोर उभा राहिला. पोट सुटलेलं नाही, शरीरावर चरबीचा मागमूस नाही, तो स्वत:कडे बघून समाधानानं हसला.

सकाळच्या या एका तासाच्या व्यायामाची ही करामत होती.

रेमंड कंपनीच्या डबल बुल्स ब्रँडची त्याच्या मापात शिवून घेतलेली काळ्या रंगाची पँट त्यानं चढवली आणि त्यावर व्हॅन ह्यूसेनच्या प्रसन्न करणाऱ्या आकाशी रंगाचा शर्ट चढवला.

तोपर्यंत रामूकाकांनी त्याचा नाश्ता तयार करून आणलेला होता. आजच्या नाश्त्यात काजू, बदाम टाकलेला साजुक तुपातला शिरा आणि कांदा भजी होती. त्याचबरोबर दोन केळी आणि एक ग्लास मोसंबीचा रस. एक तासाचा व्यायाम व दिवसभराची धावपळ अशा अन्नाला सहज पचवून टाके.

मातोरीच्या वाघांच्या 'ए वन' डेअरीतल्या गीर गाईच्या दुधापासून तयार केलेलं खास तूप रामूकाका मागवून घ्यायचे. त्या तुपाशिवाय रणवीरला दुसरं तूप आवडत नसे. अशी त्याची काही फॅडस् होती. जसं त्याला श्रीखंड फक्त अमूलचंच आवडे, आटा ब्रेड त्याला प्रकाश बेकरीचाच हवा असे. दुसऱ्या ब्रेडला तो हात लावत नसे. त्याला फ्रिजमधलं पाणी बिलकुल नको असे. माठातलंच थंडगार पाणी त्याला हवं असे. रणवीर नशिबवान होता. त्याला

पंचेचाळीस वर्षांचे रामूकाकांसारखे, त्याचं घर सांभाळणारे आणि त्याचे हे सगळे चोचले पुरवणारे मदतनीस मिळाले होते. रणवीरला केव्हा काय हवं हे त्यांना बरोबर माहीत असे. रणवीरही रामूकाकांना जिवापाड जपे.

नाश्ता करून रणवीर घराबाहेर पडला, त्यावेळी सकाळचे साडेआठ वाजले होते. आज त्यानं सोमेश्वरला जाऊन यायचं ठरवलं होतं. इमारतीच्या पार्किंगमधून गाडी काढून त्यानं गंगापूर रोडवर गाडी पश्चिमेला घेतली. गाडीतला रेडिओ सुरू झालेला होता. ९३.५ एफ.एम.वर रुद्राचा उत्साही आवाज गाडीत भरून राहिला.

"आज आपल्या भेटीस सुखायु हॉस्पिटलचे, डॉ. सचिन जाधव आलेले आहेत. त्यांनी आयुर्वेदामध्ये एम.एस. केलेलं आहे. नाशिककर, तुम्हाला माहीतच आहे की, आपले चार वेद ऋग्वेद, यजुर्वेद, सामवेद आणि अथर्ववेद आहेत. यातल्या अथर्ववेदाचा उपवेद म्हणून आयुर्वेदाला ओळखलं जातं."

"आज आपण डॉक्टरांशी ऋग्वेदासंदर्भात बोलणार आहोत. डॉक्टरसाहेब, असं म्हटलं जातं की, ऋग्वेदामध्ये आपल्या ऋषींनी विश्वाच्या निर्मितीविषयी सांगितलेलं आहे. यावर आपलं काय मत आहे."

"नमस्कार नाशिककर," डॉक्टर सचिन म्हणाले. "रूद्रा, खूप छान विषयाला हात घातलास. ऋग्वेदामधील नासदीय सूक्त जे आहे, त्यातलं मंडल दहा, सूक्त १२९ मध्ये एकूण सात मंत्र आहेत, ज्यांना ऋचा म्हणतात, त्या संस्कृतमध्ये आहेत. त्यात विश्व-निर्मिती संदर्भातलं विवेचन आहे. त्यांचा अर्थ मी सोप्या भाषेत सांगण्याचा प्रयत्न करतो."

रणवीर रस्त्यावर लक्ष ठेवत लक्षपूर्वक ऐकू लागला.

डॉक्टर पुढे म्हणाले, "हे ऋषींचं स्वगत आहे."

पहिल्या ऋचेत असं म्हटलं आहे.

'विश्वनिर्मितीच्या वेळी सत्यही नव्हतं आणि असत्यही.
आपली सूर्यमाला नव्हती आणि अंतरिक्षही.
मग हे काय झाकलेलं आहे? कुठे? कुणी?
ती अमर्याद, विद्वत्तापूर्ण वाणी, ज्यातून आवाज बाहेर पडतोय
ते काय आहे?'

रणवीरनं डॉक्टर निकमांचं हॉस्पिटल डाव्या हाताला मागं टाकलं. पुढच्या चौफुलीतल्या रहदारीवर लक्ष ठेवत ऐकू लागला. त्याला रूद्राचा हुंकार ऐकू आला.

डॉक्टरांनी दुसऱ्या ऋचेचा अर्थ सोप्या भाषेत सांगायला सुरुवात केली होती.

'त्या वेळी मृत्यू नव्हता की अमरत्व नव्हतं.

फक्त ते आपल्याच ऊर्जेने श्वासोच्छवास करत होतं, हवेविना.'

तिसरी ऋचा अशी आहे,

'त्यावेळी सगळीकडे फक्त काळोख होता.

त्या अंधारात काहीतरी होतं, ज्याविषयी माहीत नव्हतं.

ज्याचा शोध लावला गेला नव्हता, ते नक्की काय आहे माहिती नव्हतं.

त्याविषयी समजणं अशक्य होतं.

ते सहजपणे प्रसारण पावत होतं व आकुंचन पावत होतं.

त्यातल्या उष्णतेमुळे त्याचा पृष्ठभाग प्रकाशमय झालेला होता.'

चौथी ऋचा,

'असत्यापासून सत्य निर्माण करण्याच्या तीव्र मानसिक इच्छेने ते निर्माण झालं.'

पाचवी ऋचा,

'यातून सर्व दिशांना प्रकाश बाहेर पडला आणि ते अतिशय मोठे झाले.

(त्याचा स्फोट झाला)

जे हरले किंवा ज्यांनी मान्य केलं नाही, ते खालच्या श्रेणीत गेले. ज्यांनी चांगला प्रयत्न केला ते वरच्या श्रेणीत गेले.'

"हे तर बिगबँग थिअरीसारखंच वाटतंय, फक्त सांगण्याची पद्धत वेगळी आणि हे बिगबँग थिअरीच्या अगोदर हजारो वर्षं सांगितलं गेलंय." रूद्राचा भारावलेला आवाज ऐकू आला.

रणवीरही या ऋग्वेदातल्या ऋचांनी प्रभावित झालेला होता.

त्यानं आता पाईपलाईन रोडजवळचा सिग्नल ओलांडला होता.

डॉक्टर सचिन जाधवांनी सहावी ऋचा मराठीतून सांगायला सुरवात केली,

'कुणाला नक्की माहीत आहे?

कोण या जगात सांगू शकेल की हे विराट विश्व कुठून आलं?

आणि हे केव्हा तयार झालं?

देवही जर विश्व निर्माण झाल्यावर अस्तित्वात आले

तर मग, हे विश्व कुणापासून निर्माण झाले हे कोण सांगू शकेल?'

रुद्राचा आश्चर्ययुक्त उद्गार ऐकायला आला. डॉक्टरांनी शेवटच्या सातव्या ऋचेला मराठीत सांगायला सुरुवात केली,

'ज्याच्यापासून हे विश्व निर्माण झालं. तो त्याला मान्यता देतो की नाही?

जो सर्वांत वरच्या अंतरिक्षात आहे, जो या विश्वाचा सर्वोच्च अधिकारी आहे,

त्याला हे माहीत आहे की नाही?'

"या सर्वांचा अर्थ असा निघतो, की काहीही नव्हतं, त्यातनं काहीतरी म्हणजे विश्व निर्माण झालं. म्हणजेच शून्यातून विश्व निर्माण झालं." रूद्रा म्हणाला.

"हो," डॉ. जाधव म्हणाले.

"आणि ते जे काही होतं, त्याचा स्फोट होऊन विश्व निर्माण झालं. त्या स्फोटात जे एकसंध राहिले, त्यांच्यापासून ग्रह, तारे निर्माण झाले." डॉक्टर म्हणाले.

"देवाचं अस्तित्वही विश्वनिर्मितीनंतर सांगितलेलं आहे." रुद्रा म्हणाला.

"या सर्वांवर कुणी एकच आहे, ज्यानं हे सर्व निर्माण केलं, विश्व, देवदेवता, इत्यादी. म्हणजे हीही एक ईश्वरी संकल्पनाच आहे, कारण विश्वनिर्मिती नंतर देव अस्तित्वात आलेत. "

ज्यानं हे विश्व निर्माण केलं तो कोण? आणि हे निर्माण झालेलं विश्व त्याला मान्य आहे की नाही? अशी शंकाही घेतलेली दिसते. म्हणजे त्याच्या दृष्टिकोनातून हे विश्व एवढं नगण्य असावं का? की मग अशी बरीच विश्वं निर्माण केलीत, त्यातलंच हे एक की जे त्याच्या खिजगणतीत पण नाही, असा अर्थ होतो का?" रूद्राने विचारलं.

"असू शकतो," डॉक्टर म्हणाले. "आजचं आपलं विज्ञानही हेच सांगतंय की, अशी बरीच विश्वं असण्याची शक्यता आहे."

रणवीर सोमेश्वरपर्यंत पोहोचला होता. सोमेश्वरच्या पार्किंगमध्ये त्यानं गाडी थांबवली. डॉक्टर पुढे सांगू लागले, "आपल्या या वेदांचं अध्ययन भाषा, व्याकरण याच संदर्भात जास्त झालेलं आहे. याचा अभ्यास बऱ्याच महान व्यक्तींनी भाषेसाठी, काव्यासाठी केलेला आहे."

"लोकमान्य बाळ गंगाधर टिळकांसारख्या महान व्यक्तींनी वेद व पुराणांमधले संदर्भ विज्ञान व गणिताची जोड देऊन अभ्यासले आहेत. लोकमान्य टिळकांनी तर श्रीरामांचा जन्मदिवस इ.स. पूर्व १० जानेवारी ५११४, दुपारी

१२ ते १ च्या दरम्यान झाला असे आकडेमोड करून काढलेलं आहे. बऱ्याच अभ्यासकांचं यावर एकमत आहे. वेदांमधल्या ज्ञानाकडे आता वैज्ञानिकांचं लक्ष गेलेलं आहे. आता वेदांचा अभ्यास, वैज्ञानिक दृष्ट्या आपल्या भारताबरोबरच बाहेरील देशातले वैज्ञानिकही करत आहेत. त्यामुळे वैदिक काळातला भारताचा वैज्ञानिक दृष्टिकोनही या जगाच्या लक्षात यायला लागलेला आहे.''

सचिन सरांचं हे रसभरीत वर्णन ऐकल्यानंतर कार्यक्रमाची वेळ संपल्यामुळे रूद्रानं नाईलाजास्तव डॉक्टर सचिन जाधवांचे आभार मानून कार्यक्रमाची सांगता केली.

रणवीरनं गाडीचं इंजिन बंद केलं. रेडिओही बंद झाला. पाचव्या मिनिटाला तो सोमेश्वर मंदिराच्या आवारात पोहोचला.

मंदिराच्या आवारात पोहोचल्यावर त्यानं तिथल्या काळ्याशार नंदीला नमन केलं, मग तो मंदिराच्या गाभाऱ्यात शिरला आणि मन एकाग्र करून त्या स्वयंभू शिवपिंडीला त्यानं मनोभावे नमस्कार केला आणि मनात 'ॐ नमः शिवाय' चा जप केला.

मंदिराच्या बाहेर येऊन मंदिरात जाताना काढून ठेवलेले बूट त्यानं परत पायात सरकवले आणि तसाच गोदावरीच्या किनारी बोट-क्लबकडे जाण्यासाठी तयार केलेल्या पायऱ्यांवर येऊन बसला.

समोर शांत, नितळ, निळंशार गोदावरीचं पाणी त्याला दिसत होतं. हवेमुळे त्या पाण्यावर अगदी लहान उंचीच्या लाटा तयार होतांना दिसत होत्या. अजून बोटी किनाऱ्यालाच विसावलेल्या होत्या आणि पाण्याबरोबर थोड्याशा हिंदकळत होत्या.

सकाळच्या या शांत वेळी इथं येऊन बसायला रणवीरला नेहमीच आवडत असे. इथलं सोमेश्वराचं देऊळ नाशकातलं सर्वांत जुनं देऊळ म्हणून प्रसिद्ध होतं. नाशिकमधले तसंच बाहेरगावचे बरेच, शंकरावर आस्था असणारे नागरिक मंदिराला भेट देत असत. तसंच इथलं निसर्गसौंदर्यही अद्वितीय असल्याने हौशी पर्यटकही सोमेश्वरला भेट देत.

रणवीरच्या पूर्वेकडून गोदावरी नदी वाहात होती. त्यानं उत्तरेला मान वळविली. गर्द झाडीमुळं आणि गोदावरीनं घेतलेल्या वळणांमुळे त्याला सोमेश्वर धबधबा, ज्याला दूधसागर धबधबा म्हणतात, तो दिसत नव्हता. पण अंदाजानं त्यानं तिकडे नजर वळविली आणि धबधब्याच्या पलीकडे असलेल्या वडराईकडे तो बघू लागला. त्या जागेला भेट द्यायचं त्यानं निश्चित केलं.

सोमेश्वरमधून बाहेर पडून गाडीनं तो धबधब्यापर्यंत गेला आणि तिथून

पायीच नदीवरचा, काही प्रमाणात शिल्लक असलेला पूल ओलांडून वडराईकडे गेला.

साधारण शंकर बसला होता, त्या दगडापाशी तो अगोदर गेला, मग चोरपावलानं जिथं घटना घडली होती तिथपर्यंत गेला. तिथं काय घडलं असेल, शंकरला कसं सर्व दिसलं असेल, याचं एक कल्पनाचित्र त्यानं आपल्या मनात तयार केलं. त्या कल्पनाचित्रात मारेकरी म्हणून अलीचाच चेहरा रणवीरच्या डोळ्यांसमोर तरळला.

आता सकाळचे साडेअकरा वाजले होते. बारापर्यंत सरांच्या घरी पोहोचायचं होतं. तो माघारी फिरला, आपल्या गाडीकडे जाण्यासाठी.

बरोबर बारा वाजता रणवीरनं सरांच्या बंगल्याची बेल दाबली. मथुरेनं लगबगीने येऊन दरवाजा उघडला, ''या साहेब.''

तिला एवढंच माहीत होतं की, हा उमदा तरुण कुठल्यातरी सरकारी ऑफिसमध्ये मोठा साहेब आहे आणि सर, तसंच मालती ताईंना तो खूप आवडतो.

रणवीरनं हसून मथुरेला अभिवादन केलं आणि त्यानं घरात नजर टाकली.

घरात उत्साह आणि प्रसन्नता ओसंडून वाहते आहे, हे घरात पाय टाकल्याबरोबर त्याला जाणवलं. त्याला त्याचं कारण लगेच लक्षात आलं, सरांची मुलगी शरयू त्याला समोरून येताना दिसली. रणवीरला बघताच ती प्रसन्न हसत म्हणाली, ''अरे, रणवीर दादा, ये.''

तोपर्यंत मालतीताई आणि जेडी सर पण बैठकीत आले. मालती ताईंच्या कडेवर एक गोंडस, गुटगुटीत, हसतमुख बाळ होतं. रणवीरकडे मोठ्ठे डोळे करून, डोळ्यांची पापणीही न हालवता एकटक बघत होतं. त्या बाळाच्या चेहऱ्यावर वेगळीच प्रसन्नता होती.

''शरयूची मुलगी, मिहिका.'' मालती ताई म्हणाल्या.

आत्ता रणवीरला त्या प्रसन्न, उत्साही वातावणाचं कारण समजलं, 'मिहिका.'

मिहिका तिच्या इवल्या-इवल्या हातांची आणि पायांची हालचाल करत, तिच्या डोक्याचा बॅलन्स सांभाळत काही आवाज तोंडातून काढण्याचा प्रयत्न करत होती.

''परवाच ती तीन महिन्यांची झाली.'' जेडी सर म्हणाले.

''आजचं जेवणाचं आमंत्रण तुला शरयूनेच द्यायला सांगितलं.'' सर म्हणाले.

शरयूने बी.ई., आय.टी. आणि नंतर सिस्टिम्समधून एम.बी.ए. केलेलं

होतं. ती आता पुण्यातच नोकरी करत होती. सर्व शिक्षण तिनं चांगल्या मार्कांनी पूर्ण केलं होतं. सरांच्या आणि मालतीताईंच्या नातेवाईक आणि मित्रमंडळींमध्ये शरयू सर्वांचीच खूप लाडकी होती. सरांचे बरेच मित्र, त्यांना एवढी सोज्ज्वळ आणि प्रसन्न मुलगी असल्यामुळे त्यांचा हेवा करत. त्यांचीही इच्छा असे की, आपल्यालाही शरयूसारखी मुलगी हवी.

सर नेहमी म्हणत, 'मुलीशिवाय घराला घरपण येत नाही.'

रणवीरला सोफ्यावर बसवत शरयू त्याच्या शेजारी बसली. सर आणि मालतीताई, मिहिकाबरोबर त्यांच्या आजूबाजूला बसले. तेवढ्यात मथुरानं सर्वांसाठी काचेच्या ग्लासमधून माठातलं गार पाणी आणून दिलं.

शरयू रणवीरला म्हणाली, "अरे पपांचे मित्र आहेत रत्नागिरीत. त्यांनी दोन हापूस आंब्यांच्या पेट्या पाठवल्यात, मग रस-पुरणपोळीचा बेत ठरला. म्हटलं तुलाही जेवायला बोलवावं, म्हणजे तुझीही भेट होईल. नाहीतरी तू पप्पांनी बोलावल्याशिवाय घरी येत नाहीस." लटक्या रागात शरयू म्हणाली.

रणवीरनं हसून त्याबद्दल खोटी-खोटी शरयूची माफी मागितली. "मला माफ करा बरं का, शरयूताई." सर्वजण हसायला लागले.

रणवीर तोच धागा धरून पुढे म्हणाला, "आणि आता जरा वजनाकडे लक्ष द्या. बाळ झाल्यावर बायांचा आकार चंद्रकोरीवरून पौर्णिमेच्या चंद्रात व्हायला वेळ लागत नाही म्हणे."

"तुला रे कसं हे माहीत? तुझं तर लग्न पण नाही झालेलं अजून!" शरयू खोडकर चेहरा करत रणवीरला म्हणाली.

"हं, अरे हो की, तुला एवढं कसं माहीत?" सर आणि ताईंनी एकाच वेळेला रणवीरला विचारलं.

"जनरल नॉलेज." रणवीर पण आपली लंगडी पडत चाललेली बाजू सावरण्याचा प्रयत्न करू लागला.

"अच्छा, जनरल नॉलेज काऽऽऽय?" शरयूने उजव्या हाताची बोटं एखाद्या नृत्य-आविष्कारासारखी फिरवली आणि हसू लागली.

तेवढ्यात मिहिकानं हुंकार भरला आणि सर्वांचं लक्ष मिहिकाकडे वळलं. मनातल्या मनात रणवीरनं मिहिकाचे आभार मानले आणि सर्वजण, रणवीरसकट मिहिकाच्या मोहक बालचेष्टा बघण्यात रंगून गेले.

थोड्याच वेळात मथुरेनं ताटं मांडल्याचा आवाज सर्वांना दिला. सर्वजण हात धुवून आपआपल्या ताटाजवळ बसले.

ताटाच्या उजव्या हाताला मुलायम मऊसर, तपकिरी, पिवळसर पुरणपोळी

होती. पुरणपोळीसमोर मोठ्या ताटलीत पिवळसर केशरी रंगाचा रत्नागिरी हापूसचा आमरस होता. त्याच ताटलीच्या शेजारी इंद्रायणी तांदळाच्या पांढऱ्याशुभ्र प्रेमळ भातावर रश्शी वाढलेली होती. बाजूला कुरडया, पापड, भज्या लावलेल्या होत्या.

अगदी फक्कड महाराष्ट्रीय बेत होता. रणवीरला अचानक आपल्याला खूप भूक लागल्याचं जाणवलं, कारण या सर्व पदार्थांचा सगळीकडे घमघमाट सुटला होता.

पुरणपोळीचा बेत ठरल्यावर आज सकाळीच स्वयंपाकघरात उत्साही धांदल उडालेली होती. जसा काही दीपावलीचा सण आहे. सर्वांच्या अंगात उत्साह संचारला होता.

सगळ्यात अगोदर मालतीताईंनी हरभराडाळ शिजवायला ठेवून दिली होती. डाळ शिजल्यावर त्यातलं पाणी काढून घेण्यात आलं होतं. याच पाण्यापासून, ज्यात हरभरा डाळीचं बरेच जीवनसत्त्व उतरलं होतं त्याची रश्शी तयार करण्यात आली होती, की जी आत्ता त्या पांढऱ्या शुभ्र भाताच्या डोंगरावरून अवखळ नदीसारखी घरंगळत त्याच्या पायथ्याशी तळं तयार करत होती. त्या पांढऱ्याशुभ्र भाताला तपकिरी, लालसर रंग आलेला होता आणि त्याचा तिखट सुगंध दरवळत होता.

मग मालतीताईंनी हरभराडाळीपासून पुरण तयार केलं. त्या पुरणाला सुंदर पिवळसर सोनेरी रंग आलेला होता आणि ते हाताला अगदी रेशमासारखं मुलायम लागत होतं. त्यात डाळीचा खडबडीतपणा नावालाही शिल्लक नव्हता. या पुरणाचा उपयोग करून पुरणपोळ्या तयार करण्यात आल्या. ज्यात वरती आणि खाली मुलायम पातळ गव्हाच्या पिठाच्या गोल पिशवीमध्ये पुरणाचा बारीक पातळ थर होता. मग त्या पुरणपोळीला तव्यावर तुपाबरोबर भाजण्यात आलं होतं. हे भाजण्याचं काम मथुरेनं केलं होतं.

त्याचवेळी एकीकडे शरयूनं चांगल्या पिकलेल्या पिवळ्याधमक कांतीच्या बदामी आकाराच्या रत्नागिरी हापूसपासून रस तयार केला होता. मिहिका झोपलेली असल्यामुळे आमरस तयार करण्यातला आनंद तिला घेता आला होता. मग मथुरेनं उरलेली सर्व कामं उरकली होती.

मालतीताई मिहिकाला घेऊन कोणाला काय हवं, काय नाही बघत होत्या. रणवीरला आग्रहानं आमरस वाढायला मथुरेला सांगत होत्या, तर शरयूला अजून अर्धी पुरणपोळी घेण्यास सांगत होत्या आणि सरांना पुरणपोळीवर साजुक तूप घेण्याचा आग्रह करत होत्या.

अतिशय खेळीमेळीच्या वातावरणात सर्वांची, मालतीताई व मथुरा सोडून, जेवणं आटोपली होती.

मग मालतीताई जेवणाच्या टेबलावर व मथुरा खाली जमिनीवर जेवणास बसल्या. सुरुवातीला मालतीताई मथुरेला जेवणाच्या टेबलावर बसण्याचा खूप आग्रह करत, पण ती ऐकत नसे. तिला टेबलावर जेवण जात नसे. मग मालतीताईंनी टेबलावर बसण्याचा आग्रह करण्याचं सोडून दिलं होतं.

एखाद्या तासानं रणवीर सरांच्या घरून बाहेर पडला. त्याला अतिशय तृप्त आणि परिपूर्ण वाटत होतं. सरांच्या घरी आल्यावर त्याला नेहमीच असा अनुभव येत असे. इतकं निरपेक्ष प्रेम हे कुटुंब आपल्यावर का करतं, हा प्रश्न त्याला नेहमी पडे.

।। ९।।

'शकील' रेस्टॉरंटला लागूनच असलेल्या पानाच्या दुकानातून अलीनं विल्स सिगरेट घेतली आणि दोऱ्यानं बांधून ठेवलेल्या तिथल्याच सिगरेट लाईटरनं पेटवली. रेस्टॉरंटच्या आतमध्ये त्यानं नजर फिरविली. तो खरं म्हणजे धाबाच होता, रस्त्याच्या कडेनं पूर्ण उघडा. आतमध्ये प्लास्टिकचं पांढरं टेबल आणि त्याभोवती प्लास्टिकच्या पांढऱ्या खुर्च्या. प्रत्येक टेबलाभोवती एकूण चार खुर्च्या लावलेल्या दिसत होत्या. अशी एकूण तिथं चार टेबलं मांडून ठेवलेली दिसत होती.

सगळ्यात शेवटच्या कोपऱ्यातल्या टेबलावर एक व्यक्ती त्याचा लॅपटॉप समोर उघडा करून बसलेला होता. त्याचं वय साधारण पस्तिशीच्या आसपास होतं. त्याच्या डोक्यावर मुस्लिम पद्धतीचा फेटा बांधलेला होता आणि अंगात पठाणी घातलेली होती. तो बऱ्यापैकी स्थूल दिसत होता.

लॅपटॉपच्या पडद्यावरच्या प्रकाशानं त्याचा गोबरा चेहरा उजळलेला होता. आणि लॅपटॉपवरच्या पडद्यावरच्या चित्रांमधल्या काही रंगछटा त्याच्या चष्म्यात पडलेल्या होत्या.

हाच रहीम असावा, मसूद अझहरचा थिंक टँक, ब्रेन. अलीनं अजून एक सिगरेटचा झुरका घेतला, त्या धुराचा घाणेरडा वास आणि तोंडाला आलेल्या कडवट चवीनं तो वैतागला, तसा तो सिगरेट कधीच ओढत नसे. त्यानं चिडूनच ती सिगरेट जमिनीवर फेकली आणि बुटानं तिचं पेटलेलं टोक चिरडून टाकलं. मग तो आपल्या गाडीकडे गेला.

ड्रायव्हरकडचं दार उघडून, गाडीच्या टपावर दोन्ही हात ठेऊन, मान खाली वाकवून गाडीत बघत तो याकूबला म्हणाला,

" रहीम आया लगता है, जनाब. "

"ठीक है, चलो" असं म्हणत याकूब गाडीतून बाहेर आला आणि गाडीचा दरवाजा लावून टाकला. अलीनंही त्याच्याकडचा दरवाजा लावून गाडी लॉक केली आणि याकूबच्या मागून सावकाश चालू लागला.

याकूब रेस्टॉरंटमध्ये शिरला आणि रहीमच्या पुढं जाऊन उभा राहिला, रहीमनं चष्म्याच्यावरून त्याच्याकडे बघितलं आणि मानेनेच समोरच्या खुर्चीकडे निर्देश केला. याकूब खुर्चीत बसत "सलाम आलेकुम" म्हणाला.

"आलेकुम सलाम," रहीम म्हणाला," ये बंदा आपके साथ है?" रहीमनं अलीकडे बघत म्हटलं.

"हाँ जनाब" याकूब म्हणाला.

अली बाजूच्या टेबलाजवळच्या खुर्चीत बसला. तेव्हा पाच लोक पूर्ण काळ्या पठाणी वेशातले, डोक्याला काळा फेटा बांधलेले तिथे अवतरले, त्यातल्या तीन जणांकडे एके-४७ आणि दोन जणांकडे एलएमजी, लाईट मशिनगन होत्या. एके-४७ वाल्या तिघांनी टेबलाजवळच्या तीन खुर्च्या ओढून रेस्टॉरंटच्या दाराजवळ घेतल्या आणि रस्त्याकडे तोंड करून बसले. त्यांनी रेस्टॉरंटचा दरवाजा पूर्णपणे सील करून टाकला.

दोघं, ज्यांच्याकडे एलएमजी होत्या, ते रहीम, याकूब आणि अली या तिघांच्या आजूबाजूला एक-एक असे उभे राहिले. त्यांची तोंडं रहीम आणि अलीकडे होती. याकूबची त्यांच्याकडे पाठ होती.

अली अस्वस्थ झाला. तेवढ्यात रहीम म्हणाला, "ये मेरे आदमी हैं."

अली स्वत:शीच चरफडला. तो इथे नजर टाकायला आला, तेव्हा त्याला या पाचांचा थांगपत्ता पण लागला नव्हता. ते तेव्हा कुठं होते? अलीनं स्वत:लाच प्रश्न केला.

अलीची अस्वस्थता याकूबच्या लक्षात आली होती. त्यानं थोडी मान वळवून तिरकस डोळ्यांनी मागे पाहिलं, त्याला ती हातात शस्त्र घेतलेली पाच आडदांड माणसं दिसली.

रहीम अतिशय खालच्या आवाजात म्हणाला, "बोलो जनाब, घबराने की जरूरत नहीं. ये रेस्टॉरंट भी अपने ही आदमी का है. जो भी कहना है. बिलकुल साफ दिल से कहो, अल्ला हमारे साथ है."

याकूबला आपल्या काखेत घाम जमा झाल्याचं जाणवलं. घसा साफ करून

त्यानं बोलायला सुरुवात केली.

"जनाब, उन काफिर हिंदुस्थानियों को सबक सिखाने के लिए मेरे दिमाग में एक प्लॅन है."

लॅपटॉपवरची की बोर्डची बटनं दाबत खाली पाहातच रहीम म्हणाला, "आगे बोलो."

"हिंदुस्थान के नाशिक शहर में धमाका करने का सोच रहा हूँ, जो महाराष्ट्र में आता है. भारत के सभी राज्यो में महाराष्ट्र सबसे प्रगत राज्य है. उसी में ये बेहतरीन उमदा शहर है. इसी शहर के पास एचएएल है, उसे उडाने का सोच रहा हूँ."

रहीमनं लॅपटॉपवरच्या पडद्यावरचे डोळे काढून याकूबच्या डोळ्यात बघितलं, पापणीही न हलवता.

"आपको मालूम है, एचएएल क्या चीज है? ये क्या कोई प्लेन हायजॅक करने जैसा आसान है? उसमें भारत के फायटर प्लेन तैयार होते हैं, उनका मेंटेनन्स किया जाता है, तो सोचो, उसकी सिक्यूरिटी कैसी होगी? और समझो उसे उडाया, उसे उडाना तो किसीके बस की बात नहीं है, फिर भी समझो उडाया, तो क्या इस धरतीपर कोई पाकिस्तान नाम का देश भी बचेगा क्या? भारत ही नहीं, उसके साथ अमेरिका, ब्रिटन, रशिया जैसे देश भी पाकिस्तान के खिलाफ हो जायेंगे. ऐसी बच्चों जैसी बातें मत करो."

"कितने सालों से हम इस तरह के संगठन चला रहे हैं. १९८७-८८से छोटे-छोटे धमाकों के अलावा हम आजतक कुछ नहीं कर पाए, क्यूं?"

"हमें हमारे अरब भाईजान चाहे जितना पैसा देते हैं, आयएसआय हमारे साथ है, पाकिस्तान की मिलिटरी हमारे साथ है, फिर भी हम उतने कामयाब नहीं हुए, क्योंकि वो काफिर उनके मुलूकको बहुत चाहते हैं. उनमें से कुछ हरामखोर भी हैं, गद्दार भी हैं, पर जादा लोग ईमानदार हैं, अपने वतन को चाहनेवाले हैं, वहां रहनेवाले मुसलमान भी भारत को अपना वतन मानते हैं, और उसे सहीसलामत रखने के लिए अपनी जान भी दे देते हैं."

अलीच्या डोळ्यासमोर नाशिकचा अस्लम आला. त्यानंच सगळा घोटाळा करून टाकला होता.

"आपके पास आदमी हैं?" रहीमनं याकूबला विचारलं. त्याचा आवाज आता खालच्या पट्टीत गेला होता.

"हाँ जनाब, तीन बंदे हैं. बिलकुल तैयार, अपनी जान भी दे सकते हैं. जिहादी हैं."

"तो उन्हे बंबई भेजो. उनमें कोई पढा-लिखा है?" रहीमने विचारलं.

"उनमें से एकने इलेक्ट्रिकल डिप्लोमा किया हुआ है जनाब, और दूसरा बी.कॉम. कर रहा है." याकूब म्हणाला.

"तो बी.कॉम.वाले को ईमेल अकाऊंट खोलने को बोलो, अभी नहीं, बंबई पहुँचने पर. उस मेल आयडी पे मैं उसे नाशिक का टार्गेट, तारीख, जिस दिन उसे उडाना है और उडाने के लिए लगनेवाले एक्सप्लोझीव हम उनतक पहुँचा देंगे. उन तीनों को बंबई के जोगेश्वरी में रहनेवाले अब्दुल लतीफ के पास भेजो. वो उन्हें नाशिक तक ले जायेगा."

"जी जनाब" याकूब म्हणाला.

"उन तीनों के साथ मैं मेरा आदमी, अली को भेजा, तो चलेगा क्या जनाब?"

रहीमचा चेहरा परत कठोर झाला. तो सावकाश म्हणाला, "इसके बारे में मैं बाद में बताऊंगा."

"ठीक है जनाब." याकूब म्हणाला.

मग चेहऱ्यावर अतिशय ओशाळवाणे भाव आणत तो रहीमला म्हणाला, "उन तीन बंदों के घर हमें पैसे पहुँचाने पडेंगे जनाब. हर एक के घर पांच-पांच लाख." आणि याकूब मान खाली घालून शांत बसून राहिला.

थोड्या वेळानं रहीम म्हणाला, "मिल जाएंगे."

आणि उठून तडक तो रेस्टॉरंटच्या बाहेर निघून गेला. त्याच्या एका माणसानं त्याचा लॅपटॉप टेबलवरून उचलला आणि तोही रेस्टॉरंटमधून बाहेर पडला.

आता फक्त याकूब आणि अली त्या रेस्टॉरंटमध्ये शिल्लक होते. दोघं एकमेकांकडे बघून हसले. त्या दोघांना माहीत होतं, त्या तीनही मुलांना एकही पैसा द्यायचा नव्हता. कारण ते पाकिस्तानमध्ये जिवंत परत येणार नव्हते. पंधरा लाख याकूबच्या खिशातच जाणार होते. आणि कुठल्या न् कुठल्या कारणानं रहीमकडे पैसे मागत राहता येणार होतं.

दोघांनीही खुश होऊन तिथेच जेवण घेण्याचा विचार करून, चिकन बिर्याणी आणि चिकन तंदुरीची ऑर्डर दिली. जेवण येईपर्यंत याकूब परत त्याच्या कराचीतल्या आठवणींमध्ये रमून गेला.

हाजी मस्तानच्या पळविलेल्या सोन्यातलं जवळ-जवळ नव्वद टक्के सोनं याकूबनं कराचीतल्या दक्षिण-समुद्री किनारपट्टीतल्या जागेत अडकविलेलं होतं. कराचीमधल्या मोठमोठ्या धेंडांनी त्यात पैसा टाकलेला होता. ती जमीन

समुद्रात होती, ती जमीन समुद्र बुजवून तयार करण्यात येणार होती. सर्व पंचतारांकित सुविधा त्या प्रोजक्टमध्ये देण्यात येणार होत्या. प्रोजेक्ट अतिशय सुंदर होता.

दुबईतला पालम, जुमेहीराह, ज्यामध्ये रहिवाशांना राहण्याची उत्तम सोय होती, त्याच बरोबर हॉटेल्स, यांचा एकत्रित प्रोजेक्ट होता. आकाशातनं या प्रोजेक्टकडे बघितल्यास वर्तुळात पामच्या झाडासारखा त्याचा आकार दिसत असे.

तसंच 'बुर्ज-अल-अरब' जे दुबईतले प्रसिद्ध हॉटेल आहे, त्याचा आकार जहाजाच्या शिडासारखा आहे. हे सर्व दुबईतले प्रोजेक्ट समुद्र बुजवून तयार करण्यात आलेल्या जमिनीवर उभे होते.

या अरबांचा कित्ता गिरवत, तशा पद्धतीच्या समुद्र बुजवून तयार करण्यात येणाऱ्या जमिनीवरच्या प्रोजेक्टची कराचीमध्ये चलती होती. अशा प्रोजेक्टसमध्ये याकूबनं त्याचे जवळ-जवळ सर्व पैसे अडकवले होते.

पण कराचीतल्या या प्रोजेक्टला हजारो अडचणी होत्या. कराचीत निसर्गाची जाण असणारे भरपूर तज्ज्ञ होते. त्यांनी अन् वेगवेगळ्या संघटनांनी अशा प्रोजेक्टसना कडाडून विरोध चालवला होता.

या प्रोजेक्टसाठी मॅंग्रोव्हजची, खारफुटीची कत्तल करावी लागणार होती. मॅंग्रोव्हजमुळे समुद्राच्या उधाणाला नियंत्रित ठेवण्याचं काम निसर्ग करत होता. मॅंग्रोव्हज काढून टाकल्यास समुद्री वादळावेळी सर्व पाणी कराचीत शिरणार होतं. तसंच या मॅंग्रोव्हजवर जगणारे बरेच जीवजंतू, पशू-पक्षी होते जे समुद्र किनारा स्वच्छ करण्याचं काम करत. हावकेशबेच्या किनाऱ्यावर दरवर्षी हजारो समुद्री कासवं अंडी देण्यासाठी येतात. तो समुद्र किनारा नष्ट होऊन जाणार होता. त्या किनाऱ्याचं नैसर्गिक सौंदर्य संपून जाणार होतं.

पण राज्य सरकार आणि बिल्डर लॉबीला या प्रोजेक्टमधून मिळणारा नफा दिसत होता. त्यांना या संघटना आणि तज्ज्ञ लोक म्हणजे प्रगतीतले अडथळे वाटत होते. त्यांना ते कराचीचे शत्रू समजत होते.

हा प्रोजेक्ट झाल्यास याकूबला भरपूर पैसा मिळणार होता, पण सध्या तरी तो तसा कफल्लकच होता. दिवसभर तो त्याच्या दुकानात बसून राही. तिथं त्याला त्याच्या बरोबरीचे गोदीतले मित्र भेटायला येत, त्यांच्याशी गप्पा मारण्यात, जुन्या आठवणीत त्याचा बराच वेळ जाई. अधून-मधून एखाद्या राजकीय पार्टीतल्या माणसांचा निरोप येई, त्यांच्याविरोधी पार्टीतल्या एखाद्या नेत्याची सभा उधळून लावण्याची त्याला सुपारी दिली जाई.

बऱ्याचदा मग तो सजाद गँगला हे काम देई. सजाद हा तेवीस वर्षांचा एम.बी.बी.एस. सोडून गुंड झालेला होता. त्यानं त्याची टोळी तयार केलेली होती.

पाच ते दहा हजार रुपयांमध्ये हे लोक सभेवर, रस्त्यांवर, माणसांवर गोळीबार करायला तयार असत. यात याकूबला बरीच कमाई होई. त्या राजकीय पुढाऱ्यांकडून तो लाखो घेऊन, ते काम तो सजाद टोळीकडून काही हजारांत करून घेई.

कराचीमध्ये अशा बऱ्याच टोळ्या कार्यरत होत्या. सजादची टोळी कराचीचं उपनगर यारीमध्ये कार्यरत होती. जर मोठं सावज असेल आणि त्याला उडवायचं असेल तेव्हा याकूब अलीलाच पाठवत असे.

'शकील' रेस्टॉरंटला जेवण करून ते इस्लामाबादला परतले. दुसऱ्या दिवशी याकूब व अली कराचीला आले.

कराचीत याकूब दोन वर्षांपासून भारतात आत्मघातकी कारवाया करण्यासाठी मुलं हेरणं, त्यांना जिहादसाठी जाळ्यात ओढणं आणि वेळ आल्यास आपणच एखादी योजना तयार करून बख्खळ पैसा कमावणं, असा विचार करत होता.

त्यात याकूब खानची आणि इसाद आफ्रिदीची चांगली ओळख होती. इसाद आफ्रिदी पाकिस्तानी लष्कर-प्रमुखाचा खास माणूस होता. या इसादच्या माध्यमातून तो 'जेईएम'सारख्या दहशतवादी संघटनेपर्यंत सहज पोहोचू शकत होता.

त्या दिवसापासून तो कामाला लागला आणि आज त्याची रहीमशी भेट झाली होती. सुरुवातीची कमाई होती पंधरा लाख, पैशांचा ओघ सुरू झाला होता.

याकूबनं भारतातल्या दहशतवादी हल्ल्यासाठी तीन मुलं हेरून ठेवलेली होती.

पहिला इक्बाल सियल, जो असकरी टाऊनशीपमध्ये राहात होता. नावाला कॉलेजमध्ये जाणारा, श्रीमंत वडीलांचा बिघडलेला मुलगा. पण इक्बालला आपण वाया गेल्याचं किंवा बिघडल्याचं कधीच जाणवत नसे. फक्त आपण जे करतो त्याला नशिबाची साथ मिळत नाही आणि आपले वडील आपल्याला योग्य प्रकारे साथ देत नाहीत. आपल्यात खूप धाडस आहे, कुठल्याही संकटाला आपण घाबरत नाही, कितीही कठीण आव्हानं आपण पेलू शकतो, असा त्याचा स्वत:वर ठाम विश्वास होता.

त्यामुळे त्याचे मित्र, त्याच्या स्वत:ला मोठे समजण्याचा फायदा घेऊन त्याच्याच पैशांवर मजा करायचे आणि आपण कशालाच, कुणालाच घाबरत

नाही या त्याच्या ईगोला गोंजारत राहायचे. आपली कामं त्याच्याकडून करवून घ्यायचे.

सध्या इक्बालच्या डोक्यात, आपण जगप्रसिद्ध झालो, असे विचार येत होते. पेपरमध्ये, टीव्हीवर आपल्याच नावाची चर्चा चाललेली आहे, अशी स्वप्नं त्याला सध्या पडू लागली होती. त्याचे तोंडदेखले मित्र त्याला हरभऱ्याच्या झाडावर चढवत होते.

इक्बाल या आपल्या मित्रांच्या टोळक्याबरोबर दिवसभर कराचीच्या रस्त्यांवर हिंडत राहायचा. असंच एके दिवशी त्याच्या एका मित्रानं त्याला 'अल असीम स्क्वेअर प्लाझा' या भागात असणाऱ्या मशिदीत नेलं होतं. तिथे त्यांना स्वत:ला मौलाना म्हणवून घेणारा मलिक मुश्ताक भेटला होता.

त्यानं इक्बालला त्याच्याविषयी अशा काही गोष्टी सांगितल्या की ज्यामुळे त्याचा या मलिकवर पूर्ण विश्वास बसला. जसं, 'इक्बाल, आप बहोत होशियार और मेहनती हो.' इक्बालनं मान डोलविली.

मलिक पुढे म्हणाला, "पर इस दुनिया को, आपके रिश्तेदारों को इसकी कदर नहीं." इक्बालला हे एकदम पटलं. त्यानं मनोभावे मलिक समोर मान झुकवली.

"बाकी सब ठीक है, बस थोडासा नसीब और अल्ला की दुवा अगर आप पे हो जाये तो आप जन्नत पा ले." इक्बालनं स्वत:ला मलिकपुढे पूर्ण समर्पित करून टाकलं.

मलिक पुढे म्हणाला, "मैं एक तावीज आपको दे रहा हूँ, जिसमें खुद अल्ला की मेहरबानियाँ भरी हुई हैं. इसे अपने बायें हाथ में बाजूबंद की तरह हमेशा रहने देना."

मग मलिकनं काही कुराणातल्या ओळी म्हणत त्याच्या डाव्या हाताच्या दंडाला तो तावीज बांधला.

"जा बेटा, अब तेरा कोई भी, कुछ नहीं बिगाड पायेगा." इक्बाल पटकन खिशातून दोनशे रुपये काढून मलिकच्या समोर अंथरलेल्या कापडावर ठेवू लागला. तेवढ्यात मलिक अतिशय थंडपणे त्याला म्हणाला, "पागल, ये पैसे तेरे जेब में रख, ऐसे बहोत पैसेवाले आये, मैंने ये तावीज किसीको नहीं दिया. ये सिर्फ तेरे लिए बना था. ऐसा अल्ला का फरमान था. बस बीच-बीच में मिलने आते जा, इतना ही काफी है."

इक्बालला आपण एकदम स्पेशल असल्याच्या भावना उचंबळून आल्या.

त्या दिवसापासून सुरुवातीला दर तीन, चार दिवसांनी नंतर दररोज तो

मलिकला भेटायला जाऊ लागला. तासन्तास त्याच्याजवळ बसून राहू लागला.

सिद्धी काय असते, त्या कशा प्राप्त होतात, इस्लाम काय आहे, इस्लाम न मानणारे कसे काफिर आहेत. अशा काफिरांना शिक्षा करणं हे आपलं, अल्लाच्या बंद्यांचं काम आहे. अशा काफिरांविरुद्ध जिहाद केल्यास कसा स्वर्ग, जन्नत प्राप्त होते. अशा प्रकारचे आत्मघातकी, जिहादी विचार इक्बाल आणि त्याच्या बरोबर असणाऱ्या तरुणांच्या मनात त्याने खूप खोलवर रूजवले.

त्या तरुणांमध्ये एक होता मसूद, जो मध्यमवर्गीय कुटुंबातला होता. तीन भावंडांमधला सर्वांत लहान. त्याला घरात सर्व बुजरा, डरपोक, कुचकाम्या म्हणून हिणवायचे. सर्वांत वाईट म्हणजे, त्याचे वडीलही त्याला त्याच्या दोन मोठ्या भावांवरून याच पद्धतीनं अपमानित करायचे. त्यामुळे बाहेरही तो बऱ्याचदा अबोलच असायचा. कुठल्याही प्रसंगात तो सगळ्यात शेवटी उभा असायचा. त्यामुळे तो बऱ्याचदा स्वत:वरच चिडायचा, चरफडायचा.

त्यानं कसाबसा इलेक्ट्रिकल डिप्लोमा पूर्ण केला होता. आपल्यावर होणारे हे सर्व आरोप त्याला धुवून टाकायचे होते आणि ते धुवून काढताना आपल्या भावंडांना आणि वडीलांना चांगली अद्दल घडवायची होती. त्यामुळे मसूदही इक्बालप्रमाणे या जिहादी विचारप्रणालीच्या प्रवाहात ओढला गेला होता.

तिसरा होता अमीर. कराचीच्या उत्तरेकडील झोपडपट्टीत राहणारा. कराचीच्या आजूबाजूस असणाऱ्या सर्व झोपडपट्ट्या म्हणजे 'अल-कायदा', 'तालिबानी' यांची लपण्याची ठिकाणं. त्याचबरोबर कराचीतल्या लोकांचं अपहरण करून खंडणी वसूल करणारेही या झोपडपट्ट्यांचा उपयोग करत. या झोपडपट्ट्यांना पाकिस्तानमध्ये 'कच्ची आबादी' म्हटलं जाई.

या झोपडपट्ट्यांमध्ये बॉम्बपासून रॉकेट लाँचरपर्यंत सर्व काही मिळतं. अमीर हे लहानपणापासून बघत आला होता. हे जग असंच आहे, असा त्याचा ठाम विश्वास होता. समंजसपणा, सुसंस्कृतपणा, नागरी कायदे हे फक्त पुस्तकातच असतात. खऱ्या आयुष्यामध्ये ते कुठेही नसतात, असं त्याला ठामपणे वाटे.

साहजिकच इक्बाल आणि मसूदबरोबर अमीरही मलिकच्या गळाला लागला होता. अमीर एकटा असताना मलिकनं 'या जिहादी कामात पैसा खूप मिळतो' असं बोलण्याच्या ओघात सांगितलं होतं. अमीरला तर पैसेच पाहिजे होते. तो झोपडपट्टीतल्या जीवनाला कंटाळला होता. तिथनं त्याला बाहेर पडायचं होतं, पैसे कमवायचे होते आणि मलिकनं त्याला जिहादचा मार्ग दाखवला होता.

या तिघांना आपल्या मोहजालात पक्कं अडकविण्यासाठी त्यांना तो

अधूनमधून अफू खायला देई, ईश्वरीप्रसाद म्हणून. याची पण या तिघांना चटक लागली होती.

ज्यावेळी याकूबनं अशा मुलांची विचारणा मलिककडं केली, त्यावेळी त्यानं प्रत्येकी पाच हजारात ही मुलं त्याच्या ताब्यात द्यायचं कबूल केलं. मग अलीनं जाऊन इक्बाल बरोबर मसूद आणि अमीर यांची भेट घेतली.

भारत पाकिस्तान फाळणीच्या वेळेस जे मुस्लिम भारतातून पाकिस्तानात गेले त्यांना मुहाजिर म्हटलं जातं. त्यांना अजूनही आपण पाकिस्तानच्या मुख्य प्रवाहात असल्याचं वाटत नाही. मूळचे पाकिस्तानी मुस्लिम त्यांना दुय्यम वागणूक देतात. उपरे म्हणून हिणवतात.

या मुहाजिरांना एकत्र करून अल्ताफ हुसैन, ज्याचे पूर्वज मुहाजिर होते, त्यानं पाकिस्तानी सरकारविरुद्ध आवाज उठवला मुहाजिरांच्या हक्कांसाठी. या अल्ताफने 'एमक्युएम' नावानं राजकीय पक्ष स्थापन केला आणि बघता-बघता तो पाकिस्तानमधला तिसरा प्रबळ पक्ष झाला.

बेनझीर भुट्टोचं सरकार असो की नवाझ शरीफचं, एमक्युएमच्या पाठिंब्याशिवाय ते सत्तेवर येऊ शकत नव्हतं. साहजिकच या दोन्ही सरकारांना अल्ताफच्या मनमानीकडे दुर्लक्ष करावे लागे, पण त्यामुळे कराचीचं स्वास्थ्य धोक्यात आलं. जगातल्या पहिल्या पाच धोकादायक शहरांमध्ये कराचीचं नाव घेतलं जाऊ लागलं.

घरातून कामानिमित्त बाहेर पडलेला माणूस संध्याकाळी घरी परत येईलच याची शाश्वती राहिलेली नव्हती. शेवटी अती झाल्यावर नवाज शरीफच्या सरकारनं जून १९९२ मध्ये ऑपरेशन क्लिनअप, मिल्ट्रीच्या मदतीनं राबवायचं ठरवलं. अल्ताफ हुसेनला ही बातमी अगोदरच कळली आणि तो लंडनला पळून गेला. तिथून तो आता कराचीतला कारभार बघतो.

या एमक्युएमचं कटी-पहाडी जवळच्या कसब्यामध्ये प्रशिक्षण केंद्र होतं. तिथं अली एक दिवशी या तिघांना घेऊन गेला. या प्रशिक्षण केंद्रात वेगवेगळ्या प्रकारची हत्यारं चालविण्याचं प्रशिक्षण दिलं जात होतं. स्फोटकांची माहिती दिली जात होती.

हे तिथं पोहोचले तेव्हा एक परदेशी टीएनटीविषयी माहिती सांगत होता. या तिघांबरोबर अली पण ती माहिती लक्षपूर्वक ऐकू लागला.

"टीएनटी म्हणजे 'ट्राय नायट्रो टोलुईन' की, जे भडक पिवळ्या रंगाचं असतं. याचा स्फोट घडवून आणल्यावर यातला हायड्रोजन आणि कार्बन, ऑक्सिजनशी संयोग पावतात आणि एचटूओ म्हणजे पाणी आणि सीओटू

म्हणजे कार्बन-डाय-ऑक्साईड तयार होतो. मग एक नायट्रोजन दुसऱ्या नायट्रोजनशी संयोग पावून नायट्रोजन वायू तयार होतो.'' त्या परदेशी व्यक्तीनं सर्वांवर नजर फिरवत म्हटलं, ''या नायट्रोजन वायूचं प्रमाण आपल्या वातावरणात, हवेत सर्वांत जास्त आहे.''

तेवढ्यात बसलेल्या मुलांमधला एक मुलगा म्हटला, ''जवळ जवळ ७८ टक्के.''

''अगदी बरोबर,'' ती परदेशी व्यक्ती म्हणाली. त्या परदेशी व्यक्तीनं पुढं सांगायला सुरुवात केली.

''हा नायट्रोजन वायू तयार होताना खूप जास्त प्रमाणात ऊर्जा बाहेर टाकतो. कारण याच्या सूत्रामध्ये दोन नायट्रोजन एकमेकांना तीन बंधांनी बांधलेले असतात. हे तीन बंध तयार होतांना ही भयानक ऊर्जा या टीएनटी मधनं बाहेर पडते.'' त्या परदेशी व्यक्तीनं परत सर्वांवरून एक नजर फिरवली. त्याच्या लक्षात आलं की त्यानं सांगितलेल्यातील एकही शब्द न समजणाऱ्यांचं प्रमाण जास्त होतं. एक दोन चेहरे सोडल्यास बाकी कुणाला यातलं एकही अक्षर समजलेलं नव्हतं.

'खरं म्हणजे मीच मूर्ख,' तो परदेशी मनातल्या मनात म्हणाला. 'कसं होतं? याच्याशी यांना काही घेणं नसतं, काय होतं? एवढंच त्यांना हवं असतं.'

त्यानं आपलं व्याख्यान आवरतं घेत म्हणाला, ''थोडक्यात, टीएनटी हे स्फोटक आहे. याचा स्फोट करून तुम्ही इमारती उद्ध्वस्त करू शकता. त्याचप्रमाणे माणसांना मारण्यासाठी हे शस्त्र वापरता येऊ शकतं'' असं म्हणत त्या व्यक्तीनं आपलं व्याख्यान आवरतं घेतलं.

अली त्या तिघा मुलांना घेऊन तिथून बाहेर पडला. त्याला सांगण्यात आलं होतं की, आता थोड्याच वेळात जेईएमचे बाबासाद आणि हाफीज सईद इथल्या मुलांशी बोलायला येणार आहेत.

या दोघांचं बोलणं ऐकल्यानंतर मुलं पक्की जिहादी होतात, हे अलीला माहीत होतं. ते दोघं खास ब्रेन-वॉशर म्हणूनच काम करत होते.

अलीनं या तिघांना जिथं हाफीज सईद आणि बाबासाद येणार होते त्या जागेवर जाऊन बसायला सांगितलं.

समोरून हाफीज सईद सर्वांना आवाहन करत होता,

''अल्ला के बंदों, तुम्हारा वक्त आ गया है, आप बहोत खुशनसीब हो, कि अल्ला ने आप पे मेहरबानी की है.''

“बहोत ही कम मुसलमानों पे अल्ला ताला की मेहेरनजर होती है. अब हम आपको एक ऑडिओ सुनानेवाले हैं.”

अमीरनं इकडे-तिकडे नजर टाकली. त्याला वीस ते तीस तरुण जमा झालेले दिसले. त्यातले बरेचसे पेशावर आणि मुलतानमधून आलेले दिसत होते.

तेवढ्यात समोरून कुणीतरी खूप जोरात बोलत असल्याचं त्याला ऐकू आलं. त्याने समोर बघितलं, तर माईकजवळ एक ऑडिओ वाजवला जात होता. तो आवाज जेईएमच्या सर्वेसर्वा मसूद अझहरचा होता.

“अगर आप अल्ला के बंदे हो, अगर आप नमाजी हो, अगर आपने कुराण पढी हो, तो बताओ, अल्ला ने इन काफिरों को क्या सजा मुफ्तलीब की है?”

“जो ये हिन्दुस्थानी काफिर हमारे कश्मीर में, हाऽ हाऽऽ हाऽ! हमारा कश्मीर, मुसलमानों का कश्मीर. इसपर ये हिन्दुस्थानी सांप जैसे बैठे हैं. और हमारे मुसलमानों को डस रहे हैं.”

“इनके लिए, इन हिन्दुस्थानी काफिरों के लिए, अल्लाने क्या तय किया है?” थोडा वेळ शांततेत गेला आणि मग परत त्या ऑडिओतनं मसूद अझहरचा आवाज किंचाळल्यासारखा ऐकू आला.

“मैं बताता हूँ, क्या तय किया है- जो हमें हमारे नबी ने कहा है” परत थोडावेळ शांतता,

“खत्म कर दो इनको.” अजून वरच्या आवाजात तो ओरडला, “इनका नामोनिशान मिटा दो, अगर आप ऐसा करने का सोचते भी हो, तो भी अल्ला आप पर मेहरबान रहेगा.”

“और.... और.... ध्यान से सुनो, अगर आप जिहादी बनकर हिन्दुस्थान जाते हो,” थोडं थांबून खालच्या पट्टीतल्या आवाजात मसूद म्हणाला, “तो आपको जन्नत मिलेगी.”

“अगर आप जिहाद में अल्लाह को प्यारे हो गये, तो सीधे जन्नत जाओगे, इतना आसान तरीका जन्नत पाने का इस दुनिया में कोई नहीं, जो सिर्फ हम मुसलमानों के लिए अल्ला ताला ने हमें दिखाया है.”

मसूद आता मित्रांशी बोलावं त्या पद्धतीने बोलू लागला,

“जन्नत में क्या मिलेगा आपको?” त्या तरुण मुलांनी कान टवकारले.

“जन्नत में अल्ला ने हमारे लिए बडे बडे महल बनाये हैं. वहाँ दूध की, शहद की नदियाँ बहती हैं.”

“वहाँ कोई बीमार नहीं होता, ना शरीर से ना मन से.”

"आपकी आयु हमेशा तैंतीस साल ही रहेगी."

"आप जो मांगोगे, तुरंत हाजिर किया जायेगा."

"क्यों इन धरतीपर की लौंडियों के पीछे भागकर अपनी जिंदगी बरबाद कर रहे हो?" परत मसूद थोडावेळ थांबला आणि म्हणाला,

"अल्ला ने आपके लिए जन्नत में बहत्तर हूर तैय्यार रखे हैं."

आता त्या येणाऱ्या आवाजाकडे या तरुण मुलांनी जास्त लक्ष देऊन ऐकायला सुरुवात केली.

"सबसे नीचली हूर के पास सत्तर-सत्तर कपडों के जोडे हैं."

"उनकी आँखें गुलाब की पंखुडियों जैसी हैं."

"वहाँ आईना क्या होगा? आपकी बीबी, हूर का जिगर, दिल आपका आईना होगा."

"जितनी बार पलटकर उसे तुम देखोगे, हर बार, पहले से वो सत्तरगुना जादा खूबसुरत होगी."

"और ऐसी एक नहीं, बहुतसी हूर तुम्हारा इंतजार कर रही हैं."

"तो मेरे मुसलमानों, चलो उठो और अल्लाह के लिए, हम मुसलमानों के लिए जिहाद का नारा लगाओ."

"इसमें हम जिंदा आए, तो हमारा ऐसा स्वागत होगा, जैसे किसी राजा का हो रहा हो. और अगर हम शहीद हुए, तो जन्नत में हूर हमारा इंतजार कर रही होगी."

"अल्लाह हो अकबर." तिथल्या सर्व माणसांनी आणि मुलांनीही उत्साहानं म्हटलं 'अल्लाह हो अकबर.' टेप संपली.

पाच मिनिटं सर्व मुलं तशीच बसून राहिली. मग एकमेकांकडे बघून प्रत्येकाचे विचार ऐकू लागली. त्या ठिकाणी खालच्या आवाजात सर्व मुलं चर्चा करायला लागली. त्यातला एक जो शिकलेला दिसत होता म्हणायला लागला, "कुराणमध्ये कुठंही हूरचा उल्लेख नाही, या पद्धतीच्या जन्नतविषयी सांगितलेलं नाही आणि जन्नत मिळवण्याचा मार्ग म्हणजे जिहाद हेही कुठे कुराणमध्ये नाही."

तेवढ्यात तिथल्या एका आडदांड माणसानं त्याच्या खांद्यावर हात जोरात मारून त्याला गप्प बसवलं.

बऱ्याच मुलांच्या डोक्यात तेच येत होतं, यातलं किती खरं! आणि किती काल्पनिक, की या मुल्लांनी स्वतःच्या स्वार्थासाठी रंगवलेलं हे जन्नतचं चित्र आहे?

हे सर्व लोक जिहादच्या नावानं आपल्याला लढायला पाठवतात आणि स्वत: आलिशान गाडयांमधून फिरतात. आलिशान घरांमध्ये राहतात, आणि प्रतिष्ठित म्हणून समाजामध्ये वावरतात. पण जिहादींचं काय? त्यांना तर लपून-छपून जीवन जगावं लागतं. खरंच! हे सगळं अल्लानं सांगितले असेल का, की यांनी आपल्या मनाच्या गोष्टी जोडल्यात.

कुराण कधीच दुसऱ्यांची हत्या करायला परवानगी देत नाही. यांना फक्त स्वत:चं पोट भरायचंय, बक्कळ पैसा कमवायचाय, बाकी काही नाही. असा विचार तिथल्या जवळ-जवळ सगळ्याच मुलांच्या डोक्यात येत होता. त्यातले जे विचारी होते, हुशार होते, सूज्ञ होते त्यांनी तेथून काढता पाय घेतला.

पण जे अर्धवट शिकलेले होते, मंद होते, मनाने कमकुवत होते, ते मात्र तिथेच रेंगाळत राहिले.

इक्बाल, मसूद आणि अमीर यांना मात्र या मुलांमध्ये अलीनं मिसळू दिलं नाही. टेप संपल्याबरोबर अलीनं त्यांना पटकन् बाजूला घेतलं. त्या मुलांच्या चर्चेमध्ये त्यांना सहभागी होऊ दिलं नाही. साहजिकच हे तिघेही जन्नतच्या कल्पनेनं प्रभावित झाले होते. त्यांना लवकरात लवकर जिहादमध्ये सहभाग घ्यायचा होता.

तिन्ही मुलं पक्की गळाला लागली होती.

।। १० ।।

क्रिमिनॉलॉजिस्ट जेनिफर चेसनं गुन्हेगारांच्या मानसिकतेवर अभ्यास केलाय. गुन्हेगारी प्रवृत्ती बळावण्याचे स्वभावदोष त्या गुन्हेगारांमध्ये जाणवतात. असा निष्कर्ष त्यांनी त्यांच्या अभ्यासातून काढलेला होता.

जसं, एखाद्या गुन्हेगारानं एखाद्या स्त्रीची पर्स चोरली, तर त्याला तो गुन्हेगार त्या स्त्रीचाच दोष समजतो. ती स्त्री आपल्या पर्सची नीट काळजी घेऊ शकली नाही, म्हणून ती पर्स मला घेता आली! तिने जर ती पर्स काळजीपूर्वक ठेवली असती तर ती चोरीला गेलीच नसती. यात पर्स चोरणाऱ्याला आपण काही चुकीचं केल्याचं वाटत नाही. तो त्या स्त्रीच्या निष्काळजीपणावर बोट ठेवतो.

बरेचसे गुन्हेगार हे स्वकेंद्रित असतात. त्यांना दुसऱ्यांच्या गरजांची जाणीव नसते. त्यांना स्वत:च्या गरजा इतक्या महत्त्वाच्या वाटतात, की त्या गरजा पुरवण्यासाठी आपल्या नातेवाइकांची, आई-वडीलांची, मित्रांची काय शारीरिक,

मानसिक आणि आर्थिक कुचंबणा होते याची त्यांना जाणीवच नसते. त्यांना त्यांच्या त्रासाचं काहीही वाटत नाही, ते त्या जाणिवेपर्यंत कधीच पोहचत नाहीत. कारण ते स्वकेंद्रित असतात.

काही गुन्हेगारांना प्रत्येक ठिकाणी स्वत:ला केंद्रस्थानी ठेवायचं असतं. प्रत्येक घडणारी घटना, असणारी परिस्थिती हे त्यांना एक युद्ध वाटतं आणि कुठल्याही परिस्थितीत त्यांना हे युद्ध जिंकायचंच असतं.

मग त्यासाठी ते साम, दाम, दंड, भेद काहीही वापरायला तयार असतात.

काही जणांना आपला भावनिक उद्रेक नियंत्रित करता येत नाही. याच भावनिक उद्रेकात त्यांच्याकडून गुन्हा होण्याची शक्यता खूप असते.

खरं म्हणजे, प्रत्येक व्यक्तिमध्ये अशा प्रकारच्या गुन्हेगारी प्रवृत्ती असतात पण ज्या व्यक्ती या प्रवृत्तींना आवर घालू शकतात, त्या गुन्हेगारीकडे वळत नाहीत.

इक्बालला आपल्या आई-वडीलांशी काही देणं-घेणं नव्हतं. भावनिक दृष्ट्या तो त्यांच्यापासून खूप लांब गेला होता.

आपल्या प्रत्येक गोष्टीला घरातून विरोध होतो, हे त्याचं ठाम मत होतं. तो स्वकेंद्रित होता.

मसूदला घरातले सर्वच हिणवत होते. कॉलेजमध्येही तेच आपण भित्रे नाही, हे त्याला सर्वांना दाखवून द्यायचं होतं. त्याला हे जणू एक युद्धच वाटत होतं.

अमीरला त्याच्या गरिबीचा तिटकारा होता. कुठल्याही मार्गानं त्याला पैसा कमवायचा होता. त्यासाठी त्याला दुसऱ्यांच्या भावनांशी काहीही घेणं देणं नव्हतं.

झटपट प्रसिद्धी, पैसा मिळवून देण्याचा शॉर्टकट त्यांना मिळाला होता, असं त्यांना भासवण्यात आलं होतं आणि तो मार्ग म्हणजे जिहाद.

त्यांना दोन दिवसांनी मुझफ्फराबादला पुढच्या ट्रेनिंगसाठी पाठवण्यात आलं. तिघांनीही, घरी आपण मित्रांबरोबर ट्रेकिंगला जातोय असं सांगितलं. इक्बालला त्याच्याजवळचा लॅपटॉप घेऊन यायला सांगितलेलं होतं.

मुझफ्फराबादला जवळ-जवळ दररोज त्यांचा ब्रेनवॉश केला जायचा. त्यांना आता जन्नतशिवाय काहीच दिसत नव्हतं. जन्नत मिळवण्यासाठी ते आता काहीही करायला तयार होते. त्यांना जसं सांगितलं जाईल त्या पद्धतीनं.

मुझफ्फराबादमध्ये त्यांनी हत्यारं हाताळली. यात इक्बाल आणि अमीर लवकर तरबेज झाले पण मसूदला तेवढ्या सफाईनं हत्यारं हाताळता येत

नव्हती.

जेव्हा बॉम्ब संदर्भातलं ट्रेनिंग सुरू झालं, तेव्हा बॉम्ब ॲक्टिवेट करणं, वा डिफ्यूज करणं यात मात्र तो पारंगत झाला. इक्बाल आणि अमीरला मात्र यात तेवढी गती आली नाही.

साधारण आठ दिवसांचं प्रशिक्षण संपल्यावर त्यांना हिंदुस्थानमध्ये पाठविण्याची तयारी सुरू झाली. त्यांना नकली रेशन-कार्ड (पिवळं) बनवून देण्यात आली.

पाकिस्तानमधून या तिघांना काठमांडूला पाठविण्यात आलं. कारण नेपाळमधून भारतात सहज प्रवेश मिळत होता.

काठमांडूपर्यंत त्यांच्याबरोबर एक मुल्ला होता, की जो नियमितपणे त्यांना जिहाद, जन्नत यांची आठवण करून देत होता.

काठमांडूला या तिघांना सोडून तो मुल्लाही परत फिरला. इथून पुढं या तिघांना त्यांच्या कौशल्यावरच भारतात शिरून भारतात प्रवास करायचा होता. त्यासाठी इस्लामाबादमध्ये त्यांना परिपूर्ण प्रशिक्षण देण्यात आले होते. काठमांडूहून त्यांना मुंबईतल्या जोगेश्वरीला पोहोचायचं होतं आणि तिथे अब्दुल लतीफला भेटायचं होतं. हा प्रवास त्या तिघांनीच करावयाचा होता. ही एक प्रकारे त्यांची जन्नतला जाण्यासाठी पूर्वपरीक्षा होती.

भारत-नेपाळ सीमेवरच्या, नेपाळमधल्या बेहलिया गावाला पोहोचल्यावर त्यांना भारतात शिरायला फक्त, एक रस्त्यावरची कमान ओलांडून जायचं होतं. बेहलिया गावातनं भारताच्या सीमेत शिरताना तिघांची हृदयं धडधडत होती. त्यांना मुझफ्फराबादमध्ये सांगण्यात आलं होतं, की हे एकदम सोपं आहे, जसं तुम्ही रावळपिंडीतून इस्लामाबादमध्ये जाता अगदी तसं.

नेपाळच्या बाजूनं ते चालतच निघाले. समोर त्यांना एक लहानशी कमान दिसली. "भारत में आपका स्वागत है." असं त्या कमानीवर निळ्या पार्श्वभूमीवर पांढऱ्या अक्षरात लिहिलेलं होतं. तिथं ना पोलीस दिसत होते ना सैनिक.

ते तिघं इकडे-तिकडे बारकाईने बघत पुढे-पुढे जात राहिले होते. त्यांना कोणीही अडवलं नव्हतं. आता ते भारतातल्या सोनावली गावात पोहोचले होते. त्यांचा, आपण भारतात शिरलोय, आत्ता आपण भारतीय जमिनीवर उभे आहोत यावर विश्वासच बसत नव्हता.

त्यांच्या मनात आलं, अल्लाची मर्जी आहे. म्हणूनच या आपल्या जिहादी कार्यात नेपाळमधून भारतात शिरायला आपल्याला कुठलाही अडथळा आला

नाही.

तिघांनीही आकाशाकडे बघत मनातल्या मनात 'अल्ला हो अकबर' म्हटलं, आणि मनोभावे अल्लाला अभिवादन केलं.

खरं म्हणजे भारत आणि नेपाळ यांचे संबंध खूप चांगले होते. ना भारत नेपाळमध्ये, ना नेपाळ भारतामध्ये घुसखोरी करायचा प्रयत्न करत होता. त्यामुळे सतराशे पन्नास कि.मी. लांबीची या दोन्ही देशांची सीमारेषा मोकळीच होती. कारण नेपाळला, भारत आपला भूभाग बळकावेल अशी भीती कधीच वाटत नव्हती. दुसऱ्यांचा भूभाग बळकावण्याची मानसिकता भारताची कधीच नव्हती हे नेपाळला चांगलं माहीत होतं.

पण हे दहशतवादी त्यांच्या फायद्यासाठी नेपाळचा उपयोग भारतात घुसखोरी करण्यासाठी करून घेत असतील, तर भविष्यात या दोन्ही देशांना सीमेवरची सुरक्षा वाढवावी लागणार आहे. नेपाळला भारताशी संबंध खराब करून घेणं परवडणारं नाही.

मग या तिघांनी सोनावलीतून गोरखपूर बस पकडली. दोन तासात ते गोरखपूर रेल्वे स्टेशनला पोहोचले. पब्लिक ट्रान्सपोर्टच त्यांना वापरायला सांगण्यात आलं होतं. लोकांशी आणि एकमेकांशी कमीत-कमी बोलायला त्यांना सांगितलेलं होतं. कारण त्यांच्या हिंदीमध्ये पाकिस्तानी-पठाणी छटा जास्त होती. तसे भारतामध्ये पठाणी लोक पण खूप होते. तशी काही अडचण येणार नव्हती. पण अंतरानुसार भाषेचा पोत बदलतो म्हणून त्यांना गरजेपुरतंच बोलण्याची काळजी घेण्यास सांगितलेलं होतं.

गोरखपूर सारख्या शहरातले ते भव्य रेल्वे-स्टेशन बघून तिघांचे डोळे विस्फारले गेले होते. त्यात ते संध्याकाळी तेथे पोहोचले होते, ऐसपैस कार पार्किंगच्या मोकळ्या जागेत उभे राहून, तोंडाचा आ वासून ते ती भव्य रेल्वेस्टेशनची इमारत बघत होते. इमारतीच्या प्रत्येक कमानीतून हिरवा रंग प्रकाशित होत होता.

इक्बाल अगोदर भानावर आला. त्याने अमीरच्या खांद्याला त्याच्या खांद्यानं धक्का दिला. अमीर भानावर आला. मग अमीर जोरात खाकरला. तसा मसूदही भानावर आला. ते तिघं रेल्वे स्टेशनमध्ये शिरले. तिथल्या तिकिट काऊंटरवर जाऊन गोरखपूर ते मुंबईचं रेल्वेचं तिकिट घेतलं.

जवळ जवळ सतराशे कि.मी. अंतर ते कापणार होते. त्या मानानं तिकिट होतं फक्त तीनशे चौतीस रुपये. ते तिघेही आपआपल्या तिकिटावरची किंमत पुन्हा-पुन्हा बघत होते.

गोरखपूर रेल्वे स्टेशनमध्ये शिरल्यावर तर आपण अगोदरच जन्नतमध्ये पोहोचलो की काय असं त्यांना वाटायला लागलं. कुठेही कागदाचा एक तुकडा पडलेला नव्हता. सरकते जिने लोकांना एका प्लॅटफॉर्मवरून दुसऱ्या प्लॅटफॉर्मवर घेऊन जात होते. कुठेही आरडाओरडा नव्हता, गोंधळ नव्हता.

एका स्त्रीच्या मंजुळ आवाजात येणाऱ्या आणि जाणाऱ्या गाड्यांची माहिती सांगितली जात होती. बऱ्याच ठिकाणी सीसी टी.व्ही. कॅमेरे लावलेले दिसत होते.

गोरखपूर रेल्वे स्टेशनच्या सीसी टी.व्ही. कंट्रोलरूममध्ये समोर दिसणाऱ्या पडद्यांवर नजर ठेवली जात होती. हे तिघं चार नंबरचा रेल्वे डबा जिथे लागतो, तिथं उभं राहून बावळ्यासारखे इकडे-तिकडे बघत असल्याचं सीसी टी.व्ही. च्या पडद्यावर दिसत होतं.

कंट्रोलरूमध्ये असणाऱ्या ऑपरेटरनं त्या तिघांकडे बघितलं. त्याच्या मनात विचार आला, बिचारे पहिल्यांदाच रेल्वेनं प्रवास करत असावेत. असं म्हणून तिघांवरची नजर काढून तो दुसऱ्या पडद्याचे निरीक्षण करू लागला.

कुठं बेवारस बॅग दिसते का? कुणी अडगळीत बॅग ठेवून निघून जाण्याच्या तयारीत आहे का? काही वॉन्टेड लिस्टमधले अपराधी कुठे दिसतायत का? त्याला काही संशयास्पद वाटलं की तो लगेच वॉकीटॉकीनं त्या प्लॅटफॉर्मवरच्या ड्यूटीवर असलेल्या रेल्वे पोलिसाला कळवत असे. तो पोलीस तातडीनं त्या जागेवर जाऊन तपासणी, चौकशी करत असे. शंभरातल्या नव्याण्णव वेळा काहीही घडत नसे, पण तरीही सुरक्षेच्या दृष्टिकोनातून ही काळजी घेतली जात होती.

ते तिघेही पाच नंबरच्या प्लॅटफॉर्मवर आले होते. तिथूनच त्यांची गाडी रात्री बारा वाजून पंचेचाळीस मिनिटाला सुटणार होती.

त्यांना समोरच्या एका स्टॉलवर कचोरी दिसली. जशा कराचीच्या असतात अगदी तशाच. त्या तिघांनी कचोऱ्यांवर ताव मारला. तोंडातला झणझणीतपणा घालवण्यासाठी भरपूर पाणी प्यायले आणि एका बाकावर तिघेही एकमेकांना खेटून बसले व आपल्या गाडीची वाट बघू लागले. जणू ती गाडी म्हणजे त्यांच्यासाठी जन्नतला घेऊन जाणारा अल्लाचा रथ होता.

रात्री बरोबर बारा वाजून तीस मिनिटांनी गाडी (१५१०१ अंत्योदय एक्स्प्रेस) प्लॅटफॉर्मवर लागली. ते गाडीत चढले, इक्बालनं व अमीरनं खिडकीच्या जागा सांभाळल्या. मसूद इक्बालच्या शेजारी बसला.

मंगळवार सुरू झालेला होता. ते बुधवारी सकाळी सव्वासहाच्या आसपास

मुंबईला पोहोचणार होते.

एक नाजूकसा धक्का देऊन, गाडी बरोबर बारा वाजून पंचेचाळीस मिनिटांनी सुरू झाली. स्टेशनबाहेर पडून धर्मशाळा फ्लायओव्हरखालून त्यांची गाडी गेली. तिचा वेग हळूहळू वाढू लागला. रात्रीचा जवळ-जवळ एक वाजत आला होता. गाडीतले प्रवासी बऱ्यापैकी स्थिरस्थावर झाले होते, गाडीत सगळीकडे जाग होती, पण गोरखपूरवासी त्यांच्या घरांमध्ये गाढ झोपलेले होते.

रोहिणी नदी ओलांडत गाडीनं एक लय पकडली होती. तिच्या चाकांच्या तालबद्ध आवाजांनी एक प्रकारचं संमोहन त्या सर्व प्रवाशांवर टाकलं होतं. त्या संमोहनात प्रवासी हळूहळू निद्रिस्थ होत होते. हे तिघं सोडून.

सुरुवातीला असणारी उत्सुकता, उत्स्फूर्तता आता हळूहळू कमी व्हायला लागली होती. एका वेगळ्या देशामध्ये आपण प्रवास करतोय कुणाच्याही आश्रयाशिवाय, हे त्यांना आता जाणवू लागलं होतं. त्यांच्या मनातलं भय त्यांना झोपू देत नव्हतं. पण शरीर मात्र विश्रांती मागत होतं. त्या तिघांनाही बाहेरच्या अंधाराची का कुणास ठाऊक, पण भीती वाटत होती.

या अगोदर रात्रीच्या अंधाराची अशी भीती त्यांना कधीच जाणवली नव्हती. गाडीच्या लयबद्ध येणाऱ्या खटखट् खटखट् खटखट् आवाजात अचानक बदल झाला. त्या आवाजातून घाईगडबडीत प्रचंड मोठा हवेचा झोत जावा, आणि त्यामुळे निर्माण झालेल्या गोंधळासारखा तो आवाज वाटत होता. गाडी रापती नदीवरचा पूल ओलांडत होती. त्याचमुळे गाडीच्या आवाजात हा बदल झाला होता. पुढच्याच मिनिटाला गाडीनं तिची लय पकडली खटखट् खटखट् खटखट्.

साधारण पावणेदोनच्या सुमाराला गाडीनं सावकाश बस्ती स्टेशनमध्ये प्रवेश केला. गाडीतून उतरणारे कमी, पण चढणारेच जास्त होते. सर्व बोगींमधल्या प्रवाशांनी डोळे उघडून बघण्याचेही कष्ट घेतले नव्हते. परत आपल्या पोटात काही माणसे सामावून घेत, त्या लांबलचक गाडीनं हलकासा धक्का देत मार्गक्रमण सुरू केलं.

नवीन आलेले प्रवासी सोडून बाकी सर्वच गाढ झोपलेले होते. या तिघांच्या मनातल्या भयावर शारीरिक थकव्याने मात केली होती, तेही गाढ झोपी गेले होते.

पहाटेच्या ब्रह्ममुहूर्तास (पहाटे सव्वा तीन वाजता) गाडी गोंडा स्टेशनमध्ये शिरली. सर्व प्रवासी साखर झोपेत होते. आत्तापर्यंतचा गाडीचा प्रवास वायव्य दिशेनं सुरू होता. इथून तिनं तिची दिशा बदलली आणि नैर्ऋत्येकडे धावू लागली.

पहाटेच्या या सुखद वातावरणात तिघांनाही साधारणपणे एकाच प्रकारचं स्वप्न पडलं होतं. मसूदच्या स्वप्नात तो झोपाळ्यावर बसलेला होता आणि त्याला स्वर्गातल्या अप्सरा झोका देत होत्या. हा झोपाळा कुठलाही खंड न पडता सुरू होता. काही अप्सरा गाणी म्हणत होत्या. त्यांच्या टाळ्यांचा आवाजही खटखट् खटखट् असा अविरत येत होता. काही अप्सरा सूफी प्रकारचा नृत्य-आविष्कार सादर करत होत्या. त्यांचा घागरा हवेत गोलाकार तयार करत होता. मध्येच त्यांच्या या स्वप्नात खंड पडला. समोरचं सर्व दृश्य नाहीसं झालं. गाडी आता घागरा नदीचं प्रचंड पात्र ओलांडत होती. गाडीच्या नियमित आवाजात बदल झालेला होता. गाडीनं नदी ओलांडल्यावर तिचा लयबद्ध आवाज परत सुरू झाला, खटखट् खटखट्. मसूदचं स्वप्न पुन्हा सुरू झालं.

सकाळी साधारण साडेपाच वाजता गाडी बादशहा नगर स्टेशनमध्ये शिरली, वेग कमी करत त्या स्टेशनवर गाडी थांबली. गाडी थांबल्यामुळे बसलेल्या लहानशा धक्क्यानं मसूदच्या स्वप्नातल्या अप्सरा, झोपाळा नाहीसे झाले. त्या तिघांना अगोदर आपण कुठे आहोत, हे पटकन ध्यानात आलं नाही. ते कावरे-बावरे होऊन इकडे-तिकडे बघू लागले. त्याच वेळी त्यांना त्यांच्या समोर काळा कोट आणि पांढरी पँट घातलेला माणूस उभा दिसला. तो तिघांवरून नजर फिरवत होता. इक्बालकडे एकटक बघत होता. त्या पहाटेच्या थंड वातावरणातही इक्बालला दरदरून घाम फुटला. त्याच्या कपाळावर आणि काखेत घाम जमा झाल्याचं त्याला जाणवलं.

तेवढ्यात अमीरला परिस्थितीचा अंदाज आला आणि त्यानं इक्बालला तिकीट दाखवायला सांगितलं. इक्बालच्या समोर उभी असलेली व्यक्ती तिकीट-चेकर होती. त्या टीसीनं तिघांची तिकीटं बघितली आणि त्यांना परत केली. टीसी पुढच्या कंपार्टमेंटमध्ये निघून गेला. इक्बालचं हृदय खूप जोरात धडधडत होतं. या प्रसंगातनं आपण सहीसलामत सुटलो हे त्याला जाणवलं.

तेवढ्यात गाडी हलली. आता गाडीनं परत वायव्य दिशा धरली होती आणि नैऋत्येला गोमती नदीवरचा मोठा अर्धवर्तुळाकार पूल ओलांडला. आता तिघेही थोडे सावरले होते.

मसूदनं हळू आवाजात अमीर आणि इक्बालकडे बघत म्हटलं, "मुझे अल्ला ने जन्नत का दीदार करवाया."

दोघेही एकाच वेळेला म्हणाले, "हमें भी."

खरं म्हणजे त्या तिघांच्या मनावर सारखं-सारखं बिंबवलं गेलं होतं, की

जन्नत काय आहे. काझीनं सांगितलेली जन्नतची संकल्पना आणि यांनी स्वतःचं तयार केलेलं कल्पनाचित्र हेच त्यांना स्वप्नात दिसत होतं. पहाटेचं स्वप्न खरं होतं असं म्हणतात, तिघांच्याही मनात विचार आला. तिघंही विचार करू लागले, आत्तापर्यंत आपल्याला कुठेही अडचण आली नाही, म्हणजे अल्ला आपल्या पाठीशी आहे. आपण ज्या जिहादी कृत्यासाठी निघालो आहोत, त्यावर अल्लाची मेहरनजर आहे असा त्यांना विश्वास वाटू लागला.

गाडीनं एशाबाग स्टेशन सोडलं तेव्हा पूर्वेकडचं आकाश उजळत होतं. या सकाळच्या वातावरणात लखनऊ शहरातल्या मशिदीमधल्या लाऊडस्पीकरचा आवाज ऐकू येत होता, तर काही मंदिरांमधला घंटानाद अधून-मधून येऊ लागला होता. गाडीनं लखनऊ शहर मागे टाकलं. ते तिघेही डोळे मिटून आपआपल्या जागेत नुसते बसून होते. पहाटेच्या स्वप्नानं त्यांच्यात थोडी उभारी आली होती.

पण आजूबाजूला सर्व भारतीय, त्यात बरेच मुसलमान असूनही त्यांना एकटेपणाचं विचित्र दडपण जाणवायला लागलं होतं. सुरवातीला वाटणारी अंधाराची भीती बरी या दिवसाच्या उजेडापेक्षा, अशी भावना त्यांच्या मनात निर्माण झाली होती. रात्र होती तेच बरं होतं. अजून ती संपायला नको होती, असं त्यांना वाटत होतं.

सकाळी गाडीनं कानपूर शहर सोडलं. साधारण सकाळी आठ वाजता गाडीनं पवित्र आणि प्रशस्त गंगा नदी ओलांडली. डब्यातल्या बऱ्याच भाविकांनी दारात आणि खिडकीत गर्दी करून एक रुपयाचं किंवा दोन रुपयाचं नाणं त्या पवित्र गंगेच्या पात्रात टाकलं. आणि गंगेला मनोभावे नमस्कार केला.

त्यात हिंदू, मुस्लीम, शीख सर्वच होते. हे तिघं मात्र धम्म बसून होते. काय चाललंय हे त्यांना कळतच नव्हतं. काही प्रवाशांनी रागीट कटाक्ष त्यांच्यावर टाकला आणि आपआपल्या जागेवर जाऊन बसले. या तिघांनाही काय झालं हेच कळलं नाही.

गाडी आता कानपूर शहराच्या बाहेरच्या शिवारातनं जात होती. गंगेमुळे समृद्ध झालेल्या जमिनीवरची हिरवीगार शेतजमीन दिसायला लागली होती, नजर पोहोचेल तिथपर्यंत. जणू या धरतीनं हिरवागार शालू पांघरलेला होता. हे सकाळचं वातावरण अतिशय प्रसन्न आणि उत्साहित करणारं होतं, या तिघांना सोडून.

काल्पी स्टेशनच्या अगोदर गाडीनं यमुना नदी ओलांडली आणि डब्यातल्या लोकांनी परत तेच केलं. म्हणजे यमुनेच्या पात्रात नाणी फेकली आणि मनोभावे

नमस्कार केला. त्या वेळी ते 'जय गंगामैय्या' म्हणत होते. या वेळी मात्र ते 'जय राधाकृष्ण' गजर करत होते. या तिघांनीही मागच्या वेळची प्रतिक्रिया होऊ नये म्हणून बळे-बळे यमुना नदीकडे बघत नमस्कार केला आणि अंग चोरून बसून राहिले.

गाडीतले जवळ-जवळ सगळेच हिंदी बोलत होते. त्यात काही नवाबी हिंदी बोलत होते. त्यांच्या वाक्यांमध्ये बरेच उर्दू शब्द येत होते. तरी या तिघांना त्या भाषेमुळे मानसिक आधार मिळत नव्हता. ती भाषा त्यांना आपली वाटत नव्हती.

शून्यात बघितल्यासारखं ते खिडकीतून बाहेर बघत होते. जिहादचा उत्साह, जन्नतची ओढ अजूनही होती, पण कराचीत असतानाचं त्यातलं वाटणारं आकर्षण बरंच कमी झालं होतं.

सकाळी दहा वाजता गाडी ओरई स्टेशनमध्ये शिरली. प्लॅटफॉर्मवरच्या स्टॉलवर गरमागरम जिलेबी काढली जात होती, तिचा गोडसर सुगंध आजूबाजूला पसरला होता. त्यांच्या डब्यातल्या बऱ्याच जणांनी गरम-गरम पिवळी-धमक जिलेबी विकत घेतली होती. या तिघांना मात्र आपल्या जागेवरून उठायची इच्छा झाली नाही. त्यांची जणू तहानभूक मरूनच गेली होती.

सकाळी अकरा वाजून पंचावन्न मिनिटाला झाशी शहर आलं. तेव्हा मात्र या तिघांना जाणवायला लागलं, की आपण काहीतरी खाल्लं पाहिजे. अमीर पटकन प्लॅटफॉर्मवर गेला. त्यानं तिथं भाजलेले शेंगदाणे आणि ग्लुकोज डी बिस्कुटाचे काही पुडे घेतले आणि तो परत गाडीत येऊन बसला.

गाडीनं झाशी सोडलं. आता ती सरळ मध्यप्रदेशातल्या भोपाळला थांबणार होती. जवळ-जवळ चारसाडेचार तास तिचा प्रवास कुठेही न थांबता होणार होता. डब्यातले लोक परत पेंगायला लागले होते.

गाडीनं सफा गाव मागे टाकलं आणि पुढच्या पाच मिनिटांत गाडी उत्तरप्रदेशमधून मध्यप्रदेशमध्ये शिरली. आता बऱ्याचदा गाडी कधी उत्तरप्रदेश तर कधी मध्यप्रदेशमधून प्रवास करत जाणार होती.

गाडीनं भोपाळ गाठलं. गाडीनं भोपाळ मागे टाकलं, बुधनी गावाजवळ गाडीनं नर्मदा नदी ओलांडली तरी तिघं झोपलेलेच होते.

रात्री नऊ वाजता खंडवा स्टेशनवर गाडी थांबल्यावर त्यांनी थोडं-थोडं खाऊन घेतलं. रात्र सुरू झाल्यामुळे त्यांना सुरक्षित वाटायला लागलं होतं. आता डोळेही जड व्हायला लागले होते. त्यांनी परत झोपण्याचा प्रयत्न केला.

बऱ्हाणपूर सोडल्यावर गाडी मध्यप्रदेशातून महाराष्ट्रात शिरली. रावेर,

निभोणे करत गाडी तापी नदी ओलांडून भुसावळ स्टेशनमध्ये शिरली. रात्रीचे अकरा वाजले होते. अर्धवट झोपेतल्या त्या तिघांच्या कानावर वेगळीच भाषा ऐकायला येऊ लागली होती.

"ओय, सरक ना बे थोडासा, तुले काय एवढी जागा लागस का रे भो?"

या तिघांना यातला एकही शब्द कळला नाही. त्यांनी आपलं अंग चोरून घेतलं आणि झोपेचं सोंग घेतलं. रात्र जाग-झोप मध्ये गेली. पहाटे पाचला परत त्यांच्या कानावर काही ओळखीचे हिंदी शब्द पडायला लागले. गाडी कल्याणला पोहोचली होती.

साधारण सकाळी सव्वासहा वाजता त्यांची गाडी 'छत्रपती शिवाजी महाराज टर्मिनल्स'वर पोहोचली आणि तिघांनीही भारताच्या आर्थिक राजधानीत, महाराष्ट्राच्या राजधानीत पाय ठेवला.

या घाबरलेल्या, भेदरलेल्या, कमकुवत मनाच्या, तिघांचा उपयोग विकृत लोक करून घेणार होते जिहादच्या नावानं. एखाद्या मानसिक रोग्याच्या हातात जर बंदूक पडली, तर तो काय करेल, तेच करण्याच्या इराद्यानं या तिघांनी भारताच्या भूमीवर पाय ठेवला होता. अशा वृत्तीच्या माणसांना अल्ला कधीही माफ करत नाही.

सकाळच्या प्रसन्न वातावरणात ते तिघं 'छत्रपती शिवाजी महाराज टर्मिनल्सच्या' प्लॅटफॉर्मवर उतरले. त्यांना त्यांचंच प्रतिबिंब त्या प्लॅटफॉर्मच्या जमिनीवर दिसलं. एवढं भव्य आणि स्वच्छ रेल्वे स्टेशन त्यांनी अगोदर कधीच बघितलेलं नव्हतं. त्या रेल्वे स्टेशनची भव्यता बघून ते अवाक् झाले.

१८७८मध्ये हे रेल्वे स्टेशन बांधण्यास घेण्यात आले. याचं डिझाईन इटालियन गोथिक प्रकारातलं होतं, जे फ्रेड्रीक विल्यम स्टिवन यांनी तयार केलेलं होतं. जुन्या बोरीवलीबंदराच्या रेल्वे स्टेशनच्या दक्षिणेला याच्या बांधकामाला सुरुवात झाली. १८८७ मध्ये बांधकाम पूर्ण झालं.

१९९६ साली याचं व्ही.टी. नाव बदलून छत्रपती शिवाजी टर्मिनल्स (सीएसटी) ठेवण्यात आलं. नंतर २०१७ मध्ये याचं पुन्हा परिपूर्ण नामकरण करण्यात आलं ते म्हणजे 'छत्रपती शिवाजी महाराज टर्मिनल्स.' (सीएसएमटी) अगोदरच्या नावात महाराज समाविष्ट करण्यात आलं.

१९९६ सालीच छत्रपती शिवाजीच्या ऐवजी छत्रपती शिवाजी महाराज का ठेवलं नव्हतं कळत नाही. कारण छत्रपती शिवाजी महाराज हे महाराष्ट्रासाठी पूजनीय दैवत आहेत. मोगल, निझाम, आदिलशाह यांच्याशी एकाचवेळी संघर्ष करून त्यांनी महाराष्ट्राची बांधणी केली होती. महाराष्ट्र स्वंतत्र केला होता.

सर्व जगामध्ये त्यांच्या युद्धकलेचं, गनिमी काव्याचं कौतुक केलं जातं. त्यांना सतराव्या शतकातला मॅनेजमेंट गुरू मानलं जातं. अशा या शूर, वीर आणि थोर पुरुषाचं नाव या रेल्वे स्टेशनला देण्यात आलं होतं.

तिघं स्टेशनच्या बाहेर पडले. टॅक्सी स्टँडवरून त्यांनी टॅक्सी केली. त्यांच्या खिशात आता शेवटचे एक हजार रुपये शिल्लक होते. टॅक्सी भाडं साधारण सहाशे ते सहाशे पन्नासच्या दरम्यान होईल, असं त्यांना सांगण्यात आलं होतं.

त्यांनी टॅक्सी ड्रायव्हरला की जो बिहारी होता, त्याला गुलशन डेअरी फार्म, बेहराम बाग, जोगेश्वरी असा पाठ केलेला पत्ता सांगितला. इक्बाल पुढे ड्रायव्हर जवळ बसला. मसूद आणि अमीर मागे बसले.

टॅक्सी पार्किंगमधून बाहेर पडत दक्षिणेला वळली. काही अंतर गेल्यावर तिने यू टर्न घेऊन डॉ. दादाभाई नौराजी रोडवरून उत्तर दिशा पकडली. सकाळचे सात वाजले होते. रस्त्यावर बरीच वर्दळ होती.

मुंबईला न झोपणारं शहर म्हटलं जातं. टॅक्सी आता मोहम्मद अली रोडनं मार्गक्रमण करत होती. तिघांनीही न बोलण्याचं ठरवलं होतं. ते आपआपसातही बोलत नव्हते. तसंच त्यांना सांगण्यात आलं होतं.

ईस्टर्न एक्स्प्रेस हायवेवरून गाडीनं बापू जगताप मार्ग पकडला. काही चहा आणि नाश्ट्याची दुकानं उघडत होती. काही ठिकाणी दूध घेण्यासाठी लोक लाईनीत उभे होते. संत गाडगे महाराज उद्यानाला उजवीकडं ठेवत गाडी के के रोडला लागली. आणि मग महालक्ष्मी रेसकोर्सच्या कडेनं उत्तरेला धावू लागली.

या रेसकोर्सवर आता शुकशुकाट होता. एखाद दुसरा घोडा रपेटसाठी आलेला लांबवर दिसत होता. या रेसकोर्सवर जिंकणाऱ्याच्या आनंदापेक्षा हरणाऱ्याचं दु:ख नेहमीच मोठं असतं. किती दिग्गजांच्या पराभवाचे अश्रू पडलेले असतील, त्या अश्रूंमुळेच इथल्या हिरवळीला एक वेगळीच चकाकी आलेली होती.

टॅक्सी आता खान अब्दुल गफार खान रोडनं चालली होती. डावीकडे प्रशस्त अरबी समुद्र होता. सकाळचा भरभरता वारा खारट चवीसकट टॅक्सीत शिरत होता. टॅक्सी डावीकडे वळत बांद्रा, वरळी, सी लिंकवरनं धावू लागली.

याच पुलाला 'राजीव गांधी सी-लिंक' पण म्हणतात. टॅक्सीतून प्रशस्त अरबी समुद्र दिसत होता. पुलाखालून बोटींची ये-जा चालू होती. बोटींना ये-जा करता यावी, यासाठी पुलाच्या खालच्या खांबांमध्ये योग्य इतकं अंतर ठेवलेलं होतं. पुलाचं आणि त्यावरच्या रहदारीचं वजन पेलण्यासाठी पुलाखालच्या

खांबांबरोबरच मोठमोठाल्या लोखंडी दोरांनी पुलाला वरती उचलून धरलेलं होतं.

अर्धवर्तुळाकारातला हा पूल हिंदुस्थान कन्स्ट्रक्शन कंपनी, भारत यांनी बांधलेला होता. भारतातला समुद्रावरचा हा पहिला पूल होता. जो स्वत: भारतानेच बांधलेला होता. ५.६ कि.मी. लांबीच्या या पुलाला बांधण्यास २००० साली सुरुवात करून २०१० मध्ये आठही लेन्स लोकांना वापरण्यासाठी खुल्या करण्यात आल्या.

सी-लिंक ओलांडून मिठी नदीच्या कडेनं त्यांची टॅक्सी धावू लागली. सी-लिंकची भव्यता आणि बांद्र्यामधल्या भव्य इमारती, रहदारीच्या नियमांचे पालन करत असलेले लोक बघून तिघांना आश्चर्य वाटत होतं.

गर्दी होती वाहनांची आणि माणसांची, तरीही कुठेही फार वेळ न अडकता त्यांचा प्रवास सुरू होता. हेच कराचीमध्ये आत्तापर्यंत टॅक्सी-ड्रायव्हर चार-पाच वेळा तरी टॅक्सीतून उतरून आजूबाजूच्या किंवा समोरच्या लोकांशी भांडला असता.

उजव्या हाताला सहारा विमानतळ गेलं. पूर्ण रस्ताभर आकाशातनं खूप खालून उडत जाणारी बरीच विमानं त्यांना दिसली होती.

वेगवेगळी वळणं घेत टॅक्सी आता दाट वस्तीतून जात होती. आजूबाजूचा परिसर अमीरला त्याच्या कराचीतल्या झोपडपट्टीसारखा वाटत होता. टॅक्सी थांबली. गंजलेल्या एका लहानशा बोर्डवर 'गुलशन डेअरी' लिहिलेलं इक्बालला दिसलं.

आपआपली सॅक घेत तिघेही उतरले. इक्बालनं टॅक्सीचे पैसे दिले.

टॅक्सी-ड्रायव्हरनं मागच्या सीटवर नजर टाकली. काहीही सामान त्या सीटवर नव्हतं. त्या तिघांना टॅक्सीत बसवतानाच त्यांच्याकडच्या सामानाची त्यानं मनात नोंद करून घेतली होती. आणि आता उतरतानाही त्यानं बघून घेतलं, त्यांनी त्यांचं सर्व सामान उचललं की नाही.

मुंबईतला प्रत्येक टॅक्सी ड्रायव्हर, रिक्षावाला ही काळजी घेत होता. आजपर्यंत मुंबईनं अनुभवलेल्या अनुभवांवरून.

'गुलशन डेअरी' बोर्डच्या खालीच एक किरकोळ शरीरयष्टीचा भुरकट तपकिरी पठाणी ड्रेस घातलेला, दाढी ठेवलेला एक माणूस या तिघांना न्याहाळत होता. टॅक्सी निघून जाईपर्यंत तो आपल्या जागेवरून हालला नाही. टॅक्सी नजरेआड झाल्यावर तो तिघांजवळ आला आणि म्हणाला, "सलाम आलेकूम."

इक्बालनं उत्तर दिलं "आलेकुम सलाम." त्या माणसानं विचारलं, "क्या इतना ही सामान है?"

इक्बालच्या लगेच लक्षात आलं की, हाच आपला इथला कॉन्टॅक्ट आहे. 'इतना ही सामान है,' असं त्यांना विचारलं जाणार होतं आणि त्यांनी काय उत्तर द्यायचं हे इक्बालला माहिती होतं. इक्बाल म्हणाला, "दुल्हन बाद में आयेगी."

त्या इसमाच्या चेहऱ्यावरची एकही रेषा हलली नाही. त्यानं त्या तिघांनाही त्याच्या मागे यायला सांगितलं.

रस्त्याला लागूनच असलेल्या बोळातून ते वस्तीत शिरले. आजूबाजूला मुसलमान वस्ती होती. उजव्या हाताला त्यांना कुर्तुबा जामा मस्जिद लागली. तसंच पुढे जाऊन डाव्या हाताच्या एका झोपडीवजा घरात ते शिरले. त्या माणसानं आतून दरवाजा लावून घेतला.

ती दहा बाय दहाची खोली होती. आत शिरल्याबरोबर उजव्या हाताला एक खुर्ची होती. आणि त्या खुर्चीच्याच बाजूला एकावरएक ठेवलेल्या कापसापासून बनवलेल्या चार गाद्या होत्या. आणि त्याच्या पलीकडे बाथरूम होतं. छताला एक उषा कंपनीचा पंखा लटकलेला होता. त्याचं एक पातं वाकडं झालेलं होतं. तो फिरताना ठरावीक वेळानंतर विशिष्ट आवाज येत होता. दरवाजाच्या डाव्या बाजूच्या भिंतीवर एक चाळीस वॅटचा बल्ब जळत होता. दिवस आणि रात्र हा दिवा आणि फॅन चालूच ठेवावा लागत होता. त्या खोलीला एकही खिडकी नव्हती.

अमीरला अगदी आपल्या घरी आल्यासारखं वाटलं, पण इक्बाल आणि मसूदला या खोलीची स्थिती पचनी पडत नव्हती.

इक्बाल स्वत:वर चरफडला, कुठून या फंदात पडलो? नेपाळ-भारत सीमारेषा ओलांडल्यापासून उत्साह कशाला म्हणतात, आनंद कशाला म्हणतात, स्वातंत्र्य कशाला म्हणतात, तहान कशी असते, भूक कशी लागते हे जणू तो विसरूनच गेला होता. सारखं एक प्रकारचं दडपण त्याला जाणवत होतं. या दडपणाखाली आपण चिरडले जाऊ की काय असं त्याला वाटायला लागलं होतं. अशा मन:स्थितीत ते तोंडात अफू टाकून घेत. अफू त्यांना हे सर्व विसरायला लावी.

तसं म्हणायला या खोलीत त्याला थोडं बरं वाटत होतं. खोलीची स्थिती एवढी वाईट असूनही त्याला कारणीभूत त्या इसमाची भेट असावी. कुणाला तरी आपण कुठे आहोत, कोण आहोत हे माहीत होतं. आपल्याला मदत

करणारं, ओळखणारं कुणीतरी आहे ही भावना, नाही म्हटलं तरी अशा परिस्थितीत खूप धीर देऊन जाते.

तो माणूस अब्दुल लतीफ होता. तो पाकिस्तानी होता. पण गेल्या १५ वर्षांपासून तो भारतीय म्हणून जोगेश्वरीच्या बेहरामबागमध्ये राहात होता.

अब्दुल लतीफ 'जैश-ए-मोहम्मद'चा मुंबईतला कॉऑर्डिनेटर होता. या आलेल्या तिघांची राहण्याची, खाण्यापिण्याची आणि त्यांना योग्य ठिकाणी पोहोचविण्याची त्याची जबाबदारी होती. या कामासाठी त्याला जेईएमकडून पंचाहत्तर हजार रुपये मिळणार होते.

त्यातला पहिला हप्ता पंचवीस हजार रुपयांचा आजच त्याच्या खात्यात जमा होणार होता. या अब्दुल लतीफचं जोगेश्वरीतल्या गौतम नगरमधल्या बेहरामबाग मार्केटमध्ये फळांचं दुकान होतं. हे पंचवीस हजार रुपये दिल्लीतल्या एका व्यापाऱ्याकडून मिळणार होते. त्यानं हे पैसे अब्दुलला पाठवायचं कारण या दोघांमधला हापूस आंब्यांचा व्यापार होता, असं कागदावर दाखवण्यात येणार होतं. जेणेकरून सरकारी तपासात तो अडकणार नाही, हे बघण्यात आलं होतं.

लतीफनं तिघांना वडापाव आणि चहा दिला. तिघंही मुलं जमिनीवर बसली होती, लतीफ खुर्चीत बसला होता, त्यानं फक्त चहा घेतला.

तिघांचं खाऊन झाल्यावर लतीफ खुर्चीतून उठला, त्या तिघांना त्यानं सांगितलं, "मी बाहेर जाऊन येतो. या खोलीतून बाहेर पडायचं नाही आणि जोरात बोलायचं नाही. जाताना मी बाहेरून कुलूप लावून जाईन, काळजी करू नका. अल्ला हमारे साथ है." मग त्यानं इक्बालला त्याच्या लॅपटॉपवर मेल अकाऊंट ओपन करून ठेवायला सांगितलं. तिघांकडची बनावट रेशन-कार्डं त्यानं मागून घेतली. मग तो खोलीतनं बाहेर पडला. त्यानं बाहेरून दरवाजाला कुलूप लावलं.

तिथून त्याचं दुकान दहा मिनिटांच्या अंतरावर होतं. तो पायीच निघाला. छाकिजा मस्जिद रोडला लागल्यावर त्यानं त्याच्या मोबाईलवरून कराचीला फोन केला. तिकडून फोन उचलला गेल्यावर तो म्हणाला, 'तीन सेब की पेटियाँ मिली' आणि त्यानं फोन कट केला.

इकडे इक्बालनं त्याचा लॅपटॉप उघडला आणि नवीन मेल अकाऊंट ओपन केलं. shabna@gmail.com आणि प्रोफाईल पिक्चर म्हणून एका सुंदर मुलीचा फोटो टाकला.

।। ११।।

रणवीर आज सकाळी साडेनऊलाच ऑफिसला पोहोचला होता. त्याच्या समोर एचएएलच्या सीसी टी.व्ही.चा रिपोर्ट होता. त्याचबरोबर त्या सीसी टी.व्ही.वरून घेतलेली काही छायाचित्रं.

त्यातल्या एका छायाचित्रात एक व्यक्ती मोटरसायकलवर बसलेली दिसत होती. अगदी सयाजींनी वर्णन केल्याप्रमाणे. त्याच्या उजव्या हातात मोबाईल होता आणि तो आपली मान डावीकडं वळवून बघत होता. दुसऱ्या छायाचित्रात तो मोबाईलमध्ये बघत होता आणि तिसऱ्या छायाचित्रात दोन्ही हात मोटरसायकलच्या हँडलवर होते, मान थोडी पुढे सरकलेली होती, डावा पाय फुटरेस्टवर होता. हे छायाचित्र थोडं धूसर होतं भुतासारखं. म्हणजे तो मोटरसायकल सुरू करून निघून चाललेला होता.

कोण होती ही व्यक्ती? वडराईतल्या घटनेशी याचा काही संबंध होता का? हा जर कराचीला फोन करणारा असेल, तर तो पाकिस्तानी होता का? की पाकिस्तानात असणाऱ्या एखाद्या दहशतवादी संघटनेचा भारतातला एजंट?

रणवीरनं त्यातल्या त्यात एक स्पष्ट असणारा फोटो घेतला आणि आपल्या सेक्रेटरीला सांगून भारतातल्या सर्व गुप्तचर संस्थांना, विमानतळांवर पाठवायला सांगितलं. खाली नोट लिहायला सांगितली, संशयित आढळल्यास किंवा काही माहिती असल्यास त्वरित कळविणे, अती महत्त्वाचे. त्यानं हा संदेश आणि छायाचित्र त्याच्या ऑफिसमधल्या मेल आयडीवरून पाठवायला सांगितलं.

सर्व प्रकारच्या देशी आणि विदेशी गुप्तचर संघटना त्यांच्या वेबसाईटवरून अशा प्रकारची माहिती एकमेकांना पुरवत असतात. तसंच वेगवेगळ्या पोलीस स्टेशन्समधून होणाऱ्या काही सेन्सिटिव्ह चौकशींची माहितीही पाठविली जाते.

दररोज येणाऱ्या अशा हजारो ईमेल्स, पत्र, फोन्स यांचं सॉर्टिंग करून त्यातल्या त्यात नाशिक-रॉच्या उपयोगातली माहिती रणवीरच्या टेबलावर येऊन पडे. ती माहिती डोळ्यांखालून घालत असताना त्यातल्या एका माहितीनं त्याचं लक्ष वेधलं गेलं.

अंधेरी पोलीस स्टेशनचे इनचार्ज प्रदीप वर्मा यांनी एक कॉल ट्रेस केलेला होता. प्रदीप वर्मा हे एनकाऊन्टर स्पेशालिस्ट होते. त्यांच्या नावानं दहशतवादी आणि गुंड थरथर कापायचे.

त्यांनी ट्रेस केलेला कॉल कराचीला लावण्यात आला होता. तो कॉल प्रदीप वर्मानं रेकॉर्ड केला होता. त्या कॉलमध्ये फक्त एका वाक्याचं संभाषण

होतं. 'तीन सेब की पेटियाँ मिली.' हे वाचताच रणवीर तिथेच थबकला. त्यानं त्याच्या सेक्रेटरीला सांगून हा संदेश रेकॉर्ड केलेल्याची ऑडिओ कॉपी तातडीनं मागून घ्यायला सांगितली.

चार खून झाले, कराचीला फोन करण्यात आला. पण त्या फोनचा ऑडिओ मिळू शकला नाही. आता तीन सफरचंदाच्या पेट्या पोहोचल्या आणि कराचीला फोन गेला. एवढं हे महत्त्वाचं आहे का, सफरचंदाच्या पेट्या पोहोचल्या हे कळवणं. त्या मेलमध्ये खाली 'ताजा कलम' होता, जो प्रदीप वर्मांनी टाकलेला होता.

फोनकॉल जोगेश्वरीच्या गौतम नगर भागातून केला गेला होता, आणि त्या फोन नंबरचं सिम कार्ड घेणाऱ्याचा पत्ता अरुणाचलमधल्या बोमडिल्यातला होता. पण ते सिम गेल्या पाच वर्षांपासून जोगेश्वरीतच वापरलं जात होतं.

अर्ध्या तासात त्याच्या लॅपटॉपवर मेल फ्रॉम अंधेरीचं नोटिफिकेशन आलं. त्यानं पटकन मेल ओपन केला, हेडफोन लावून प्रदीप वर्मांनी रेकॉर्ड केलेला तो कराचीचा कॉल ऐकू लागला.

अगोदर फक्त रिंग वाजल्याचा आवाज ऐकू येत होता. साधारण वीस सेकंदांनी फोन उचलला गेला. 'तीन सेब की पेटियाँ मिली', फोन कट झाला.

पाच सेकंदाच्यावर ती व्यक्ती बोलली नव्हती, आणि पलीकडून कोणीही बोललं नव्हतं. रणवीरनं ती क्लिप परत-परत ऐकली.

त्याला जाणवलं की ही व्यक्ती पायी चालतच फोनवर बोलतेय. बऱ्यापैकी रहदारीचा आवाजपण येतोय, त्याचबरोबर मशिदीतलं नमाजसाठी केलं जाणारं आवाहन पण ऐकू येतंय.

या नंबरवर लक्ष ठेवणं गरजेचं आहे असं रणवीरला जाणवलं. तो स्वत: त्याच्या कम्युनिकेशन डिपार्टमेंटमध्ये गेला, जे वरच्याच पाचव्या मजल्यावर होतं.

हे महत्त्वाचं काम त्यानं रजदला द्यायचं ठरवलं. तो एक गोरापान उंच, मितभाषी आणि हुशार असा पंचविशीतला, उमेदवारी करणारा रॉचा एजंट होता. नवीन रिक्रुटमेंट झालेला, फिल्डवर्कचं ट्रेनिंग घ्यायला आलेला. रणवीरला तो मुलगा आवडायचा.

"हाय रजद," रणवीर रजतच्या टेबलाजवळ जात म्हणाला. "काय विशेष? काम चाललंय?" रणवीरनं विचारलं.

रजद पटकन खुर्चीतनं उठून उभा राहिला आणि आदरानं म्हणाला, "हाय सर, गुडमॉर्निंग सर. काही विशेष नाही सर, रोजचंच काम."

“मग माझ्यासाठी या नंबरवर लक्ष ठेवशील?” रणवीर म्हणाला आणि कागदावर लिहिलेल्या जोगेश्वरी गौतमनगरमधला तो फोन-नंबर त्याला दिला.

“नक्की सर,” त्या नंबरवरून नजर फिरवत रजद म्हणाला.

“कितीही किरकोळ असलं, तरी मला ते तातडीनं कळव.” असं म्हणत रणवीरनं हलकेच त्याच्या पाठीवर थोपटलं आणि तो त्या ऑफिसमधनं बाहेर पडला. रणवीर रजदला आपला लहान भाऊ मानत होता, पण हे त्यानं रजदला कधीही जाणवू दिलं नव्हतं.

अर्ध्या तासात रजद रणवीरच्या केबीनमध्ये त्याच्या समोर बसलेला होता.

“सर, या सिमचे रेकॉर्ड चेक केल्यावर असं लक्षात येतं की, हे सिम सकाळी नऊ वाजल्यापासून रात्री दहा वाजेपर्यंतच ॲक्टिव असतं. रात्री दहा नंतर असं वाटतं, की ही व्यक्ती हा मोबाईल ऑफ करते किंवा ड्युएल सिमचा मोबाईल असेल तर हे सिम काढून ठेवते आणि ते डिसकनेक्ट केलं जातं, बेहरामबाग मार्केटच्या परिसरातच.”

“गेल्या आठ-एक दिवसांपासून ते अधूनमधून बढी मस्जिद म्हणजेच मस्जिद-इ-फरहानच्या भागात पण ॲक्टिव होतंय.” प्रदीप वर्मांनी ट्रेस केलेला कॉल याच भागाच्या जवळपासहून आलेला होता. नंतरचं लोकेशन परत बेहरामबाग मार्केटच्या जवळपास दिसतंय.

रणवीरनं रजदचं म्हणणं शांतपणे ऐकून घेतलं, “थँक्स रजद. या नंबरवर लक्ष राहू दे.” रणवीर म्हणाला.

“ओ.के. सर” म्हणत रजद उठला आणि केबिनच्या बाहेर निघून गेला.

रणवीरनं वडराईजवळ केला गेलेला फोन, तिथं झालेले खून आणि जोगेश्वरी, बेहरामबाग परिसरातील फोन यांचा रिपोर्ट तयार केला आणि जेडी सरांकडे पाठवून दिला.

विसाव्या मिनिटाला रणवीरला जेडी सरांच्या केबिनमधून बोलावणं आलं. रणवीर जेडी सरांच्या समोरच्या खुर्चीत बसेपर्यंत, सर त्यानं पाठविलेला रिपोर्ट चाळतच होते. रणवीरनं पाठविलेल्या एचएएल बाहेरच्या मोटरसायकलवरच्या फोटोकडे ते पाहत होते. मग नजर वर करून म्हणाले, “रणवीर हे प्रकरण आपल्याला आपल्या दिल्ली हेडक्वॉर्टरला कळवणं गरजेचं आहे. हे सर्व मी आजच पाकिस्तान डेस्क-एरिया-वनच्या जॉईंट सेक्रेटरींना पाठवून देतो, त्यांना फोनही करतो.”

“तुला काय वाटतं?” सरांनी विचारलं.

“जसं तुम्ही योग्य समजाल सर,” रणवीर अदबीनं म्हणाला.

“ ‘तीन सेब की पेटी’? काय वाटतं याबद्दल?’’ सरांनी रणवीरला विचारलं.

सरांना असंबद्ध बोललेलं आवडत नसे. असंबद्ध बोलल्यास ते त्यावर काही बोलत नसत, पण त्यांच्या चेहऱ्यावर नाराजी स्पष्ट दिसत असे.

रणवीरनं एक सेकंद विचार करून सांगायला सुरुवात केली.

“कदाचित पाकिस्तानी दहशतवाद्यांचा नाशिकमध्ये घातपात घडवून आणण्याचा विचार दिसतोय. पण नाशकात कुठं? हे समजत नाही, कारण अस्लमची रिक्षा नाशिकच्या बऱ्याचशा महत्त्वाच्या ठिकाणांना भेट देत फिरत होती. त्यांचा शेवटचा थांबा सोमेश्वर धबधब्याजवळची वडराई होता.’’

“तसंही या दहशतवाद्यांना फार पैसे दिले जात नाहीत, हे आपल्याला ‘इंडिया गेट’ प्रकरणावरून माहीत आहे. ते पाच दहशतवादी जोगेश्वरीतच आले होते. त्यांनी तिथल्या कोऑर्डीनेटरच्या सल्ल्यानं बोरिवलीतल्या एका को-ऑपरेटिव्ह बँकेत पैशांसाठी दरोडा टाकला होता. तिथल्याच एका कर्मचाऱ्याचं ओळखपत्र चोरलं होतं. त्या ओळखपत्राचा उपयोग करून त्यांनी सिमकार्ड विकत घेतलं. जोगेश्वरीच्या एका ड्रायव्हिंग स्कूलकडून, ड्रायव्हिंग लायसन्स बनवून घेतलं आणि दिल्लीला पोहोचले. त्याच लायसन्सचा उपयोग करून त्यांनी पासपोर्टपण काढून घेतले.’’

“त्यांना पाकिस्तानातून येणारे संदेश आपल्या दिल्ली ऑफिसनं पकडले होते. त्यावरून त्यांचा ‘इंडिया गेट’ उडवायचा प्लॅन लक्षात आला. त्यांना अगोदरच अटक करण्यात आली. पुढच्या चौकशीत असं कळलं, की त्यांचा पंतप्रधान अटलबिहारी वाजपेयींनाही मारण्याचा प्लॅन होता.’’

“थोडक्यात, इथं रिक्षानं फिरणारे आणि ते बँकेत दरोडा घालून पैसे उभे करणारे भुरटे, सारखेच वाटतात.’’

सरांनी मान डोलावली. रणवीर पुढे सांगू लागला, “तीन सेब की पेटियाँ म्हणजे तीन दहशतवादी मुंबईत पोहोचलेत असा मला त्याचा अर्थ लागतोय.’’

सरांनी पुन्हा मान डोलावली आणि म्हणाले, “आपल्या कराची आणि इतर ठिकाणच्या कॉन्टॅक्टस्‌कडून अजूनतरी काही कळलेलं नाही. तरी हे सर्व मी दिल्ली हेडऑफिसला पाठवतो, अती महत्त्वाचे म्हणून.’’

“तू तुझं त्या तिघांना ट्रेस करायचं काम चालू ठेव. मला वाटतं, तुला आता कुठलीही सुट्टी घेता येणार नाही,’’ सर म्हणाले.

“काही अडचण नाही सर, अशा धावपळीत मला सुट्टी घ्यावीशी पण वाटत नाही.’’ असं म्हणत रणवीर उठला, “गुड डे सर,’’ म्हणाला आणि

सरांच्या केबिनमधून बाहेर पडला.

त्याच वेळी रणवीरचा मोबाईल वाजला. फोन पाकिस्तानमधल्या खबऱ्याचा होता. रणवीरनं फोन कानाला लावला. त्यानं फोन बंद केला, तेव्हा त्याचा चेहरा उजळलेला होता.

खबऱ्यानं सांगितलं होतं, की इस्लामाबादपासून साधारण तेरा कि.मी. अंतरावर असलेल्या प्रसिद्ध हॉटल मोनलच्या समोरच्या लहानशा 'शकील रेस्टॉरंटमध्ये' त्यानं रहीमला बघितलं होतं. त्याच्या बॉडीगार्डस् समवेत.

त्याला भेटायला दोन माणसं आली होती. ते दोघे कराचीचे होते, त्यातला एक अली होता. दुसऱ्याविषयी त्याला काही माहीत नव्हतं. पण, अलीला तो ओळखत होता एक विकृत, पिसाट, खुनी म्हणून. सुपारी घेऊन खून करणारा.

रहीमची आणि त्यांची भेट दहा मिनिटांच्यावर नव्हती झाली. रहीम हा मसूद अझरचा थिंकिंग ब्रेन होता, रहीम निघून गेल्यावर त्या दोघांनी तिथंच जेवण घेतलं होतं. जेवण करून ज्या वेळेस ते बाहेर पडत होते, तेव्हा या खबऱ्याला त्याच्या मोबाईलमध्ये त्यांचा फोटो काढता आला होता. तो फोटो त्यानं रणवीरला मेल केला होता.

रणवीर तसाच त्याच्या संपर्क कक्षात गेला आणि त्याचा मेल ओपन केला. मेलच्या खाली एक ॲटॅचमेंट दिसत होती. त्या ॲटॅचमेंटवर त्याने क्लिक केलं. दोन सेकंदात वरून खालपर्यंत एका चौकोनातला पांढरा भाग कमी होत गेला आणि त्यावर हळूहळू चित्र उमटू लागलं.

त्या फोटोत, 'शकील रेस्टॉरंटचा' बोर्ड मागे दिसत होता. त्यातला एक माणूस पंचेचाळीस-पन्नासचा होता. थोडा स्थूल. दुसरा त्याच्या मागून खिशातून काहीतरी काढत असल्यासारखं दिसत होता आणि सरळ समोरच बघत होता. जणू तो फोटो काढणाऱ्या खबऱ्याकडेच बघत होता. बारीक, कुरळे कापलेले केस, जाड नाक, आणि ते विचित्र डोळे.

रणवीरला लगेच एचएएलच्या गेटसमोर मोटरसायकल वरचा माणूस आठवला. त्यानं त्या चित्राशी या फोटोला जुळवून बघितलं, नकळत रणवीरनं शिट्टी वाजवली. खबऱ्यानं पाठवलेला फोटोतला माणूस आणि एचएएलच्या बाहेर मोटरसायकलवर उभा असलेला माणूस एकच होता.

त्याच्या मेलवरच्या त्या फोटोची त्यानं प्रिंट घेतली आणि तडक आपल्या केबिनमध्ये आला. आपल्याला त्या वडराईतल्या चार इसमांचा खून करणारा खुनी सापडला, असं रणवीरला जाणवलं.

सरकार-वाडा पोलीस स्टेशनच्या साटम साहेबांपर्यंत ही माहिती पोहोचवली

पाहिजे, पण त्यांच्या नकळत. असं रणवीरच्या मनात आलं.

रणवीरनं अलीचा फोटो आणि त्या संदर्भातली माहिती यांचं एक कुरियर तयार केलं आणि पत्ता साटम साहेबांचा टाकला. फ्रॉमच्या ठिकाणी 'एक मित्र' एवढंच टाकलं होतं. ते कुरियर पंचवटीतल्या एका कुरियर एजन्सीत टाकायची व्यवस्था केली.

अलीचे फोटो त्यानं विमानतळांवर पाठवून दिले. संशयित, धोकादायक म्हणून. ही व्यक्ती दिसल्यास ताबडतोब जवळच्या पोलीस स्टेशनला कळवण्याच्या सूचना त्या बरोबर पाठवून दिल्या.

साटम साहेबांना कुरियर आजच मिळून जाणार होतं आणि ते ताबडतोब महाराष्ट्रातल्या सर्व पोलीस स्टेशन्सना कळवतील याची रणवीरला खात्री होती.

रहीम हा जेईएमचा महत्त्वाचा माणूस आहे हे सर्व जगाला माहीत होतं. ही दहशतवादी संघटना भारतात कार्यरत होती. ते तीन जे जोगेश्वरीला पोहोचले, त्यांचा आणि या रहीमचा काही संबंध होता का?

अली आणि तो दुसरा माणूस, या रहीमला भेटून काय ठरवत होते? हे भारतात की महाराष्ट्रात, की नाशिकमध्ये काही घातपात घडवण्याचा विचार करत होते? का? रणवीर विचार करत खुर्चीतून उठला आणि खिडकीजवळ जाऊन उभा राहिला.

बाहेर वारा सुटलेला होता. जून महिना सुरू झालेला होता. ढगांची गर्दी आकाशात दिसायला लागली होती. त्यातले बरेच पांढरेशुभ्र होते, म्हणजे त्यात पाण्याचं प्रमाण कमी होतं. अधून-मधून काळे ढग पण दिसत होते, त्यांच्यात पाण्याचं प्रमाण जास्त होतं.

हे सर्व ढग घाईघाईत पश्चिमेकडून पूर्वेकडे निघाले होते. प्रत्येकाकडे कोणा न् कोणासाठी प्रेमाचा, विरहाचा संदेश असेल का? तो संदेश समोरच्याला पोहोचविण्याची या ढगांना घाई झालेली असेल का? मेघदूतासारखी? रणवीर खिडकीतून बाजूला होत आपल्या खुर्चीत येऊन बसला.

महाकवी कालिदास साधारण चौथ्या ते पाचव्या शतकात होऊन गेले. ते संस्कृत कवी म्हणून नावारूपाला आले. त्यांनीच 'मेघदूत' हे काव्य लिहिलेलं आहे. यामध्ये लांब गेलेला प्रियकर, आपल्या प्रेयसीला त्याला वाटणाऱ्या तिच्या विरहाचा निरोप ढगांमार्फत देतो.

१८१३ मध्ये होरेस हायमन विल्सन यानं कालिदासांचे काव्य पहिल्यांदा इंग्रजीत भाषांतरीत केलं.

तेवढ्यात त्याच्या टेबलावरचा इंटरकॉम वाजला. रणवीरनं तो लगेच

उचलला. समोरून रजद बोलत होता, “सर, तुम्ही दिलेल्या फोननंबरच्या कॉल्स मेसेजेसबरोबर मी त्या एरियातल्या सोशल मीडियांवर पण नजर ठेवून होतो. ठरावीक शब्द जसे कराची, बॉम्ब, दहशत वगैरेंसारखे असलेले मेसेजेस स्कॅन करत होतो. त्यात मला एक विचित्र मेल दिसला. ज्या लॅपटॉपवरून तो मेल पाठविण्यात आला होता, त्याचा आयपी नंबर इस्लामाबादचा आहे. रिसीव्ह केलेल्या लॅपटॉपचा आयपी नंबर कराचीचा आहे. पण तो आत्ता मुंबईत जोगेश्वरीत ॲक्टिव होता, थोड्या वेळासाठी. तो मेल मी तुम्हाला फॉरवर्ड केलाय.”

“ठीक आहे रजद,” रणवीर म्हणाला आणि त्यानं त्याचा मेल बॉक्स ओपन केला. रजदनं त्याला पाठविलेला मेल वाचू लागला.

‘हाय शबाना,’

‘आपकी बहोत याद आती है, दिनरात आप ही के खयाल आते हैं, हमें आपसे रूबरू होना है.’

.०.०१.०००.०६.१.०००.०००.७.००५.०४.०५.०७-७

‘दो दिन पहले वहाँ पहुँचो.’

‘हमारी जब मुलाकात होगी जानम, तब पूरी कायनात आपके कदमों में रख दूंगा. तुम्हे जन्नत के हूर जैसे रखूंगा.’

रणवीर या मेसेजकडे बघत राहिला. वरती आणि खाली दोन प्रेमिकांमधला संवाद वाटत होता, पण त्याला काहीही महत्त्व नव्हतं. महत्त्वाचे होते ते नंबर. विचित्र पद्धतीनं लिहिलेले. आणि नंतरचं वाक्य ‘दो दिन पहले वहाँ पहुँचो.’

कुठं पोहोचायला सांगितलंय? या नंबरांचा अर्थ काय आहे?

त्यानं ताबडतोब तो मेसेज जेडी सरांकडे पाठवून दिला. मग कागद आणि पेन घेऊन ते कोडं कागदावर उतरवून घेतलं. त्या कागदाची घडी करून शर्टच्या वरच्या खिशात तो कागद सरकवला आणि तो ऑफिसमधून बाहेर पडला.

सूर्य केव्हाच त्याच्या घरी विश्रांतीला निघून गेला होता. अजून चंद्राकडून पृथ्वीची मनधरणी सुरू झालेली नव्हती. त्यामुळे सगळीकडे सैतानाच्या राज्यातल्या अंधारासारखा अंधार पसरलेला होता.

रणवीरच्या मनातही वडराईतल्या सर्व घटनांसंदर्भात असाच अंधार होता. त्या अंधारात तीन लोक दबा धरून बसलेत. त्या तिघांचा नाशिककरांना कुठलाही संशय आलेला नाही. रोजच्याप्रमाणे आजही नाशिककर निर्भयपणे गंगापूर रोडवर फिरतायत आणि संधी मिळताच राक्षसांसारखे दिसणारे ते तीन

कर्दनकाळ कर्कश्य किंकाळ्या मारत, आरडाओरड करत गंगापूर रोडवरून बेछूट गोळीबार करत निघालेत.

रणवीरच्या मनाचा थरकाप उडाला. आपल्याला दरदरून घाम आल्याचं त्याला जाणवलं. त्यानं मानेला झटका देऊन मनातील अशुभ विचार झटकून टाकायचा प्रयत्न केला.

त्याच्या पार्किंगमधल्या सफारीत बसून त्यानं गाडी सुरू केली. त्याच वेळेला त्याच्या गाडीतला रेडिओ सुरू झाला, त्यावर लता मंगेशकरांच्या स्वर्गीय आवाजातलं, हसरत जयपुरींनी लिहिलेलं आणि शंकर जयकिशन यांनी संगीतबद्ध केलेलं, अजरामर झालेलं गाणं सुरू होतं. रणवीरच्या कानावर शब्द पडत होते,

'किसको खबर! कौन है वो! अंजान है कोई, गुमनाम है कोई '

रणवीरनं गाडी पार्किंगमधून बाहेर काढली व सरळ त्याच्या घरी गेला.

रात्रभर त्या कोड्यानं त्याला त्रास दिला होता, पण उत्तर सापडलेलं नव्हतं. तसाच सकाळी साडे नऊ वाजता तो ऑफिसमध्ये पोहोचला. आज आठ जून. साधारण अकरा वाजता रजदनं परत एक मेल पाठवल्याचं रणवीरला फोनवर सांगितलं. त्याच दोन लॅपटॉपवरून.

घाईघाईत रणवीरनं मेलबॉक्स ओपन केला. या मेलमध्येही तशाच प्रेमाच्या आणाभाका संदर्भातली वाक्यं होती. मध्ये मात्र आकडे होते.

.०१.५.०८.०१.५.०००.००५.००२.८.५.०७-५

या अगोदरच्या मेलमधल्या कोडसारखाच हाही मेल होता.

अजून एकाचा उलगडा झालेला नव्हता, तोपर्यंत हा दुसरा. रणवीर मनात म्हणाला. त्यानं हाही मेल जेडी सरांकडे पाठवून दिला.

सरांनी जेव्हा मेल बघितले, तेव्हा त्यांनी ते कोडं एका कागदावर उतरवून घेतलं आणि तो कागद आपल्या खिशात ठेवला. सरांचा स्वत:च्या हातानं लिहलेल्यावरच जास्त विश्वास होता, कॉम्प्यूटर प्रिंटआऊटपेक्षा!

सरांनी या दोन कोड्यांची उकल करण्याचं काम आपल्या सर्व स्टाफला दिलं. एका तासानं, 'त्या कोड्याचं काय झालं? कुणाला सोडवता आलं का?' सरांनी आपल्या सेक्रेटरीला इंटरकॉमवरून विचारलं.

अजून कुणाकडूनही उत्तर न आल्याचं सेक्रेटरीनं सांगितलं.

सरांना ही कोडी लवकरात लवकर ब्रेक करून हवी होती. त्यांनी ते दोनही मेल दिल्ली हेड ऑफिसला फॉरवर्ड करून टाकले. त्याचवेळी आयआयटी पवईतल्या प्राध्यापक दिपक भामरेंनाही त्यांनी ही कोडी पाठवून दिली.

ही आंतरराष्ट्रीय सुरक्षेची बाब आहे, तरी या कोड्यांची उकल लवकरात लवकर करून पाठवावीत अशा पद्धतीची नोट पण त्यांनी त्या ठिकाणी टाकली. गरज पडल्यास तुमच्या आयआयटी मधल्या मुलांचीही मदत घेण्यास हरकत नाही असं सुचवलं.

ऑफिसच्या संपर्क केंद्रामध्ये माहितीचा पूर वाहायला लागला होता. भारतातल्या वेगवेगळ्या विमानतळांवरून, रेल्वे स्टेशनमधून वेगवेगळे संदेश आणि फोन यायला लागले होते. संपर्क केंद्रातला प्रत्येकजण कुणाशी न कुणाशी फोनवर बोलत होता, किंवा सोशल मिडिया वा मेलमधून वाहणाऱ्या माहितीच्या पुरातून आपल्याला हव्या असलेल्या माहितीला वेचून घ्यायचा प्रयत्न करत होता.

त्यात एक संदेश मुंबई इंटरनॅशनल विमानतळावरून आला होता. तो संदेश पाठवला होता, दिनेश देवरे या कस्टम अधिकाऱ्यानं. त्यात म्हटलं होतं, की पाठविलेल्या फोटोतली व्यक्ती अकरा मे ला मुंबईत उतरली आणि तेरा मेच्या रात्री उशिराच्या विमानानं भारताबाहेर निघून गेली.

त्यांच्या माहितीप्रमाणे त्याच्याकडे विमानातून पिस्तुल नेण्याचा परवाना होता आणि तो स्वत:ला एफ.बी.आय. अधिकारी असल्याचं सांगत होता. त्यासाठी लागणारी सर्व कागदपत्रं त्याच्याकडे होती.

त्या दिवशी ड्यूटीवर असलेल्या अधिकाऱ्याची 'व्यवस्थित' चौकशी केल्यावर कळलं की त्या व्यक्तीनं, अलीनं या अधिकाऱ्याला पैसे दिले होते, म्हणून त्याची कागदपत्रं या अधिकाऱ्याने बारकाईनं बघितली नाहीत. दिनेश देवरेंनी पुढे लिहिलं होतं की तो अधिकारी आता निलंबित झालेला आहे, पण गरज पडल्यास तुमच्यापुढे त्याला हजर करता येईल.

या माहितीमुळे रणवीरच्या मनानं वडराईतल्या खुनांमागे अलीच असल्यावर शिक्कामोर्तब केलं. कारण वडराईतली घटना तेरा मे ला घडली होती. त्याच दिवशी चार तासात तो मुंबई विमानतळावर पोहोचला असेल आणि मिळणाऱ्या पहिल्या विमानानं भारताबाहेर पळाला असणार.

अलीला उडवायचाच, संपवायचाच, मग तो जगात कुठे का असेना. या नराधमाला जिवंत ठेवण्यात अर्थ नाही. कमीत कमी अस्लमसाठी तरी. रणवीरच्या मनात विचार आला. त्यावेळी नकळत त्याच्या डाव्या हाताची मूठ आवळली गेली होती. दंडातले स्नायू टरटरून फुगून आले होते.

आजचा दिवस, येणाऱ्या माहितीचं विश्लेषण करण्यातच गेला होता. त्यातून आत्तापर्यंत फक्त एकच उत्तर मिळालं होतं, वडराईतले खून अली या

माणसाने केले होते आणि तो निसटून गेला होता.

ते दोन मेल्स ज्यांच्यावरून पाठविले, घेतले गेले त्यांचे आयपी पत्तेसुद्धा पाकिस्तानमधले होते.

तसंच 'तीन सेब की पेटियाँ' चा संबंधही पाकिस्तानशीच लागत होता.

या तिन्हीं गोष्टी एकाच घटनेकडे बोट दाखवत होत्या, की त्यांचा एकमेकांशी काहीही संबंध नव्हता? हे अजून कळलेलं नव्हतं. अजूनही आपण अंधारातच चाचपडतोय असं रणवीरला वाटत होतं. 'दो दिन पहले वहाँ पहुँचो' म्हणजे केव्हा? ते अगोदरच त्यांच्या टार्गेटजवळ पोहोचलेत का? की तो दिवस अजून यायचा आहे? ते कुठे पोहोचणार आहेत?

या विचारांच्या ओझ्यासकट तो ऑफिसमधून बाहेर पडला. संध्याकाळ झाली होती. ऑफिसमधून पार्किंगकडे जाताना त्याला जाणवलं, की आपल्याला चहाची खूप गरज आहे. परत ऑफिसमधल्या कॅन्टीनकडे जाण्यापेक्षा त्याने सलीमचा चहा घेण्याचे ठरवलं.

गंगापूर रोडवरून विद्या-विकासच्या चौफुलीजवळून डावीकडे वळत तो कॉलेज रोडला उजवीकडे वळण घेऊन भोसला मिलिटरी स्कूलच्या दिशेनं जाऊ लागला. बाटा शोरुमजवळच्या चौफुलीत डावीकडे वळत, त्यानं पेट्रोलपंपाच्या अलीकडे डाव्या हाताला गाडी थांबवली. वातावरण कुंद होतं. आज आठ जून तारीख होती. हवेत आर्द्रता जास्त होती, त्यामुळे गरम होत होतं. पण पावसाला सुरुवात झालेली नव्हती.

सलीमच्या दुकानासमोर नेहमीप्रमाणेच गर्दी उसळलेली होती. सलीमच्या दुकानासमोर गर्दी नाही, असं आजपर्यंत कधीच झालेलं नव्हतं.

रणवीरला बघताच सलीमनं एक चहा त्याच्याकडे पाठवला. त्याच्या चहाची गोडी काही वेगळीच होती. सलीमनं नाशिककरांशी जोडलेले संबंध त्याहीपेक्षा गोड होते. नाशिककर म्हणून त्यानं सांभाळलेली सामाजिक बांधिलकी ही एकमेवाद्वितीय होती.

विचारांनी जडावलेलं डोकं एका चहाच्या घोटानंच हलकं झाल्याचं रणवीरला जाणवलं, त्याचा मेंदू परत तल्लख झाला.

त्याचवेळी जेडी सरही घरी पोहोचले होते. आजच्या कामाचा थकवा त्यांच्या शरीरावर आणि मनावरही होता.

शरयूनं दार उघडलं, सरांनी घरात पाय ठेवता-ठेवता वर शरयूकडे बघितलं. शरयूच्या चेहऱ्यावर प्रसन्न हास्य होतं. त्याचवेळी तिच्या कडेवर असलेल्या मिहिकाकडे त्यांचं लक्ष गेलं.

मोठ्ठाले डोळे करून उजवा हात वर उचलून, त्या हाताच्या बोटांची इवलीशी मूठ तयार करून ती सरांकडे टुकुटुकु बघत होती.

शरयू दारातून बाजूला झाली, तिला माहीत होतं की पप्पा बाहेरून आल्यावर अगोदर कपडे बदलतील, हातपाय स्वच्छ धुतील मगच मिहिकाला घेतील.

पुढच्या दहाव्या मिनिटाला पांढरा पायजमा आणि पांढरा झब्बा घालून सर बैठकीत आले. त्यांनी अगोदर पटकन मिहिकाला शरयूकडून घेतलं. दोन्ही हातांनी तिच्या काखेत हळुवार धरत तिला त्यांच्या डोक्याच्या वरपर्यंत उचललं. मिहिकाच्या चेहऱ्यावर हसू फुटलं, तिचे इवलेसे पाय सायकल चालवल्यासारखे ती जोरात मागेपुढे करू लागली. हे करत असताना वरून मिहिका सरांच्या चेहऱ्याकडे बघत आनंदाचे चित्कार काढत होती.

तिच्या मानेचे स्नायू अजून पूर्णपणे भरलेले नव्हते. त्यामुळे तिला तिची मान ताठ आणि स्थिर ठेवायला प्रयत्न करावे लागत होते. त्या प्रयत्नात तिचं डोकं डुगूडुगू हलत होतं, कारमध्ये लावायच्या त्या मान हलवणाऱ्या तीन बाहुल्यांसारखं!

सरांचा दिवसभराचा ताण क्षणात नाहीसा झाला होता. ते मिहिकाशी खेळण्यात रमून गेले.

साधारण अर्ध्या तासानं सरांचे जावई, भाई आले. मालतीताईंनी जावयांसाठी खास मटणाचा बेत केलेला होता. मथुरा मटण फक्त कोथमिरेंच्याच दुकानातून आणत असे. ते अतिशय कोवळं व लुसलुशीत असे.

भाई, हे घरातलं नाव त्यांच्या आईनी, कल्पनाताईंनी व वडीलांनी – प्रकाशरावांनी – ठेवलं होतं.

पु.ल. देशपांडे, हे दोघांचेही आवडते लेखक होते, ते भाई म्हणून ओळखले जात होते.

खरं म्हणजे, पु.ल. देशपांडे हे देशविदेशातल्या सर्वच मराठी वाचकांचे आवडते लेखक होते.

नारायण असो, की कोकणातला अंतु बर्वा असो. त्यांनी रंगवलेली पात्रं अफलातून होती, अंतु बर्वा तर शेवटी टचकन डोळ्यात पाणीच आणे.

भाई आल्याबरोबर मिहिका त्यांच्याकडे झेपावली, त्यांना बिलगलीच म्हणाना! भाईंना आलेलं बघून मालतीताईंचा चेहरा आनंदाने फुलला होता. त्यांनी मथुरेला पाणी आणावयास सांगितलं. नंतर भाई व सरांसाठी चहा ठेवायला सांगितला. त्याही बैठकीत आल्या आणि मिहिकाच्या राज्यात सर्वजण तिच्याएवढे होऊन रमून गेले.

जेवणाला बसल्यावर भाईंच्या लक्षात आलं की, सर आज कुठल्यातरी विचारात दिसतायत, शेवटी न राहवून भाईंनी विचारलंच,

"पप्पा, कसला विचार करताय?"

सर म्हणाले, "काही विशेष नाही. खरं म्हणजे विशेष आहे, दोन कोडी आहेत की जी सुटत नाहीत."

घरी आल्यावर कपडे बदलताना त्यांनी ज्या कागदावर कोडं लिहिलेलं होतं तो कागद पायजम्याच्या खिशात टाकला होता. सर पुढे म्हणाले, "आपण जेवण झाल्यावर बघू."

भाईंनी सी.ओ.ई.पी. पुणेमधून बी.टेक. केलेलं होतं. एम.टेक. बिटस् पिलानीतून, आणि एम.बी.ए. एक्स.एल.आर.आय. जमशेदपूरमधून. सर्वच्या सर्व अतिशय प्रतिष्ठित शिक्षण संस्था होत्या.

भाई आणि शरयूला या कोड्यांची उकल करता येईल असा सरांना ठाम विश्वास वाटत होता.

जेवण झाल्यावर खिशातला कागद काढून सरांनी तो भाईंकडे दिला. भाईंच्या बाजूला शरयू येऊन बसली. थोडा वेळ त्या आकड्यांकडे दोघं बघत राहिले.

.०, .१,.२ असे .९पर्यंत आकडे होते. ते बघून शरयू म्हणाली, कदाचित हे A,B,C,D चे नंबर असावेत.

भाईंनी शरयूकडे पेन मागितला. शरयूनं पेन दिल्यावर त्यांनी खालीलप्रमाणे लिहिण्यास सुरुवात केली.

.०	.१	.२	.३	.४	.५	.६	.७	.८	.९
A	B	C	D	E	F	G	H	I	J

मग बराचवेळ ते नंबर आणि कोड्याकडे बघत बसले.

यांचं काय चाललंय? कारण जेवणानंतर साधारण दोन तास होऊन गेले होते. रात्रीचे दहा वाजले होते, तरी भाई आणि शरयू जागेवरून उठले नव्हते. म्हणून मालतीताईंनी त्या कागदात डोकावून बघितले. त्या आकड्यांवरून नजर फिरवल्यावर त्या अचानक म्हणाल्या ".०० पासून J च्या पुढचे अक्षर घेऊन बघा.

भाईंनी पुढचे नंबर त्या प्रकारे लिहिले.

.००	.०१	.०२	.०३	.०४	.०५	.०६	.०७	.०८	.०९
K	L	M	N	O	P	Q	R	S	T

आणि त्याच ओघात त्यांनी पुढची लाईनही लिहून काढली.

.००० .००१ .००२ .००३ .००४ .००५

U V W X Y Z

आणि कोडं होतं,

.०.०१.०००.०६.१.०००.०००.७.००५.०४.०५.०७-७

शेवटचा सात कशासाठी? भाईंच्या मनात विचार आला.

या सातला थोडावेळ बाजूला ठेवूया आणि बघूया काय होतं.

भाईंनी विचार केला आणि त्यांना मिळालं,

ALUQBUUHZOPR

यावरून काही अर्थबोध होत नव्हता. या अक्षरांना वेगवेगळ्या पद्धतीनं वेगवेगळं करूनही भाईंनी बघितलं जसं,

AL UQ BUUHZOPR

काही अर्थबोध होत नव्हता, तेवढ्यात मिहिकाला भूक लागल्यानं, भूक लागल्याचा तिने विशिष्ट आवाज काढला. शरयूला तिला दूध देण्यासाठी उठावं लागलं.

रात्रीचे बारा वाजले होते. मथुरा केव्हाच तिच्या खोलीत झोपायला निघून गेली होती. सर आणि मालतीताई बसल्याबसल्या डुलक्या द्यायला लागले होते.

भाईंचं या सर्वांकडे मुळीच लक्ष नव्हतं. ते पूर्णपणे त्या कोड्याशी एकरूप झाले होते.

परत पहिल्यापासून भाईंनी त्या कोडनंबरवरून नजर फिरविली, शेवटी -७ काय? का? आणि अचानक त्यांना त्याचा अर्थबोध झाला. त्यांच्या लक्षात आलं, कोडं सुटलंय.

पहिला नंबर .० म्हणजे A पण -७ आहे, म्हणजे ७ अक्षरं पाठीमागे, भाईंनी उलट अक्षरं मोजायला सुरवात केली, Z,Y,X,W,V,U सहा झाले. म्हणजे सातवा T आहे.

याचा अर्थ .० हा T साठी आहे.

तसंच .०१ म्हणजे L, ७ अक्षरं पाठीमागे म्हणजे E या प्रमाणे करत त्यांना एक वाक्य मिळालं.

TENJUNNASHIK

शेवटी नाशिक NASHIK, लगेच लक्षात आलं, वाक्य मिळालं.

'TEN JUN NASHIK'

'दहा जून नाशिक.'

भाईंनी सरांना आवाज दिला, ''पप्पा, उत्तर मिळालं.''

सर पटकन उठून कागदात बघू लागले.

'TEN JUN NASHIK'

रात्रीचे दोन वाजले होते.

याच पद्धतीनं भाईंनी पुढल्या दहाव्या मिनिटाला पुढचं कोडं सोडवलं.

.०१ .५ .०८ .०१ .५ .००० .००५ .००२ .८ .५ .०७-५

या कोड्यात पाच अक्षरं मागे जायचं होतं. याचं उत्तर भाईंना मिळालं,

'GANGAPUR DAM'

सरांना अतिरेक्यांची हल्ल्याची जागा आणि दिवस कळला होता. रात्रीचे अडीच वाजत आले होते. थोड्याच वेळात ब्रह्ममुहूर्त सुरू होणार होता. तारीख सुरू झाली होती, ९ जून. म्हणजे ते तीन अतिरेकी नाशिकमध्ये पोहोचले होते. पहिल्या मेलमध्ये त्यांना दोन दिवस अगोदर टारगेटच्या ठिकाणी पोहोचायला सांगितलेलं होतं.

।। १२।।

इक्बालच्या लॅपटॉपवर एका तासाने दहा मिनिटांच्या अंतरानं दोन मेल आले. त्यानं ते उघडून बघितले, ते रहीमकडूनच आले होते. पण त्या आकड्यांचा अर्थ त्याच्या लक्षात आला नाही. अब्दुल लतीफ आल्यावर ते दाखवायचं ठरवून त्याने लॅपटॉप बंद केला.

तिघंही त्या दहा-बाय-दहाच्या खोपट्यात जमिनीवर बसून होते. प्रत्येकजण आपल्याच विचारात गढून गेला होता, पण अफू, जी त्यांना नियमित पुरवली जात होती त्यामुळे त्यांना स्पष्ट विचार करता येत नव्हता. जेव्हाही अफूची नशा उतरे, तेव्हा मात्र त्यांना कराची आठवे, आपले कुटुंब आठवे.

आपल्याकडून नक्की काय करवून घेतले जाणार आहे, याचा त्यांना काहीही उलगडा होत नव्हता. ट्रेनच्या प्रवासाचा शीण त्यांच्या शरीरातून आणि मनातून अजून गेलेला नव्हता. जेव्हा ते अफू घेत, त्यावेळेला तो थकवा जाणवत नव्हता. मनाची स्थिती गोंधळलेली असे.

ज्यावेळेला ते शुद्धीत असत, त्यावेळी कळत-नकळत त्यांच्या मनात कराचीतल्या आपापल्या घरांचा, आईवडीलांचा, भावंडांचा विचार डोकावत होता. भूक लागलेली असल्यामुळे त्यांना घरच्या जेवणाची आठवण प्रकर्षाने येत होती. जसजसा वेळ जात होता, तसतसं त्यांना आपल्या आईवडीलांचं बोलणं, भावंडांचं बोलणं आपल्या भल्यासाठी होतं, असं वाटायला लागलं

होतं, पण आता वेळ निघून गेली होती.

आपल्या आईवडीलांना आपण फक्त आणि फक्त त्रासच दिला. आपल्या विषयी चिंता दिली, आनंद किंवा प्रेमाचा ओलावा आपण कधीच दिला नाही अशी उपरती इक्बालला यायला लागली आणि त्याच्या डोळ्यातून अश्रूधारा सुरू झाल्या. आपल्या स्वकेंद्रित स्वभावाला तो दोष द्यायला लागला.

मसूदची परिस्थिती काही वेगळी नव्हती. आपली भावंडं आपल्यातला बुजरेपणा जावा म्हणून प्रयत्न करत होती, पण ते आपण चांगलं म्हणून न घेता वाईट अर्थानंच घेत राहिलो. कुठल्याही बापाला आपल्या मुलाचं चांगलं व्हावं असंच वाटत असतं. त्यातूनच ते कठोर झालेले असतात. याचा अर्थ आपण त्यांना आवडत नाही असाच घेतला. खरं म्हणजे, त्या मागे आपल्या पुढील आयुष्याची काळजी होती हे त्याला आता समजत होतं. आपण फारच एककल्ली वागलो, असं त्याला वाटायला लागलं. आईच्या आठवणीनं, जी नेहमी त्याची बाजू घ्यायची, त्याचे डोळे पाणावले.

अमीरच्या मनात येत होतं, पैशांसाठी आपण या फंदात पडलो, पण पैसे नसतानाही आत्तापर्यंतचं आपलं आयुष्य काही वाईट नव्हतं, असं त्याला आत्ता जाणवलं. आत्ता आपण ज्या ताणतणावातून जातोय, चोरून, लपून जगतोय, जवळ-जवळ सगळ्या जगापासून तुटलोय, एकटे पडलोय, ही भावना अगोदर आपल्याला कधीच जाणवली नव्हती, हे त्याच्या लक्षात आलं. आपल्याला झोपडीत जी सुखाची झोप लागायची, ती तर माहीत नाही कुठं गेली? डोळे मिटले की भीती वाटायला लागते, कोणी येऊन दरवाजा ठोठावेल का? आपण पकडले जाऊ का? जे स्वच्छंद जीवन कराचीत, आपल्या भागात आपण जगत होतो तो मोकळेपणा, तो उत्साह कुठेतरी हरवल्याचं त्याला जाणवत होतं.

पण आता तिघांसाठी परतीचा मार्ग बंद झाला होता. त्यांच्या घरच्यांनाही माहीत नव्हतं की ते कुठे आहेत. ते ट्रेकिंगला गेलेत एवढंच माहीत होतं. दोन चार दिवसांनी घरी परत येतील, अशी त्यांची अपेक्षा होती.

तिघांचीही मन:स्थिती थोड्याफार फरकानं सारखीच होती. तेवढ्यात दाराबाहेर कोणी आल्याचं त्यांना जाणवलं, नकळत तिघांनी आपलं अंग चोरलं. भीतीयुक्त नजरेनं ते तिघेही दाराकडे बघत राहिले.

दाराचं कुलूप उघडल्याचं त्यांना जाणवलं. दाराची कडी काढल्याचा त्यांना आवाज आला आणि दार उघडलं गेलं.

दारात अब्दुल लतीफ होता. तिघांचा जीव भांड्यात पडला. हा अनोळखी माणूसच त्यांच्यासाठी आधार होता.

अब्दुलच्या हातात कॅरीबॅग होती, त्याने दरवाजा आतून लावून टाकला. खुर्चीत बसल्यावर त्याने कॅरीबॅग अमीरकडे दिली आणि म्हणाला "कुछ खाने को लाया है."

अमीरनं पिशवीतून तीन कागदी पुडे काढले. त्यात वडा-पाव होता. कागद पूर्ण तेलकट झालेला होता. त्याच कागदात तिघं वडा पाव खावू लागले. कागदामध्ये त्यांना तळलेल्या मिरच्या दिसल्या, पांढरट हिरव्या, त्याही त्यांनी खाऊन टाकल्या.

त्यांचं खाऊन झाल्यावर अब्दुलनं विचारलं, "लॅपटॉपपे कुछ आया है क्या?"

इक्बालनं त्याचे तेलकट झालेले हात त्याच्याच पँटला पुसून लॅपटॉप उघडला आणि आलेले दोन मेसेज अब्दुलला दाखवले.

अब्दुलनं त्याच्या वरच्या खिशातली पॉकेट डायरी काढली आणि एका कागदावर तो लिहू लागला.

त्या कोड्याला कसं सोडवायचं याची सविस्तर माहिती अब्दुलला दिल्लीच्या त्या फळ व्यापाऱ्याकडून मिळालेली होती.

पहिल्या मेसेजसाठी त्याच्या कागदावर वाक्य तयार झाले,

TEN JUN NASHIK

दुसऱ्या मेसेजचं वाक्य मिळालं,

GANGAPUR DAM

त्यानं तो कागद आणि डायरी खिशात टाकली.

"कल हम यहाँ से निकलेंगे, अब सो जाओ."

असं म्हणून अब्दुल खोलीतून बाहेर पडला. जाताना बाहेरून कुलूप लावायला तो विसरला नाही.

जोगेश्वरी ते नाशिक प्रवासाची त्याला व्यवस्था करायची होती. एका ट्रॅव्हल एजन्सीकडून मारुती ८०० त्यानं भाड्यानं फोनवरच ठरवली. दुसरा फोन करून नाशिकच्या जुन्या मुंबई-आग्रा रोडवरच्या हॉटेल कुबेरला लागून असणाऱ्या एका आऊटहाऊसमध्ये त्यांच्या राहण्याची सोय झाली की नाही हे त्यानं विचारून घेतलं.

हे फोन त्यानं पब्लिक टेलिफोन बूथवरून केले.

इस्लामाबादमध्ये असलेल्या रहीमनं अलीला इस्लामाबादला बोलावून घेतलं होतं. बॉम्ब नाशिकपर्यंत पोहोचवण्याची जबाबदारी अलीवर टाकण्यात आली होती.

वेगवेगळ्या मार्गांचा विचार रहीम बॉम्बला भारतात पोहोचवण्यासाठी करत होता. त्याच्या दृष्टिकोनातून एक मार्ग होता, राजोरी जवळची बॉर्डर क्रॉस करणं. राजोरी हे भारतातलं उत्तर पश्चिमेकडे असणारं, पाकिस्तान-भारत या देशांच्या सीमारेषेजवळचं गाव होतं. पूर्वीपेक्षा इथं सुरक्षा व्यवस्था बरीच कडक करण्यात आली होती पण बॉर्डर क्रॉस करणं अशक्य नव्हतं.

पाकिस्तानी सैनिकांनी भारतीय बीएसएफ जवानांवर गोळीबारी सुरू केली की भारतीय जवान त्याला प्रत्युत्तर देण्यात अडकायचे आणि मग बॉर्डर क्रॉस करणं त्या मानानं सोपं जायचं.

सोपं म्हणजे, दहा जणातला एकतरी भारतात जिवंत पोहोचू शकायचा, नऊ मारले जायचे, पण रहीमला नऊ मारले जातात याचं काही सुख-दु:ख नव्हतं. राजोरीत एकदा बॉम्ब पोहोचला की पूंछ मार्गे श्रीनगरपर्यंत आडमार्गानं नेता आला असता. मग, श्रीनगरहून राजस्थानमार्गे गुजराथपर्यंत आणि गुजराथमधून सापुतारामार्गे नाशिक गाठणं शक्य होतं किंवा श्रीनगरहून आग्रा, मग मुंबई आणि तिथून नाशिकला जाणं पण शक्य होतं.

या गोष्टींचा विचार करताना रहीमच्या लक्षात आलं की, भयानक स्फोटकं घेऊन रोडनं एवढा प्रवास करणं फारच धोकादायक होतं. पकडलं जाण्याची शक्यता फारच जास्त होती.

विमानसेवा उपयोगाची नव्हती, नाहीतर नेपाळच्या काठमांडूहून भारतात शिरणं सोपं होतं. त्या तिघांना तसंच पाठवण्यात आलं होतं, पण हा दुसरा मार्ग आत्ता उपयोगाचा नव्हता.

शेवटी कराची बंदराचा उपयोग करण्याचं ठरलं. हा विचार रहीमला जास्त पटला आणि त्याचप्रकारे करण्याचं ठरवलं.

रहीमनं स्फोटकांचा विचार अगोदरच करून ठेवलेला होता. त्याच्या बॉसनं, मसूद अझहरनं ती व्यवस्था केलेली होती.

आयएसआय त्यांना स्फोटकं पुरवणार होतं. तीन वर्षांपूर्वी पाकिस्तान नेव्हीनं ४०० डेफ्त चार्ज मार्क ७ mol I आणि ३८६ मार्क ७, आंतरराष्ट्रीय बाजारातून विकत घेतलं होतं जे पाणबुड्यांना नष्ट करण्यासाठी वापरलं जात असे.

'डेफ्त चार्ज' ब्रिटिश नेव्हीमधले इंजिनीयर हार्बर्ट टेलर यांनी १९१६ मध्ये तयार केलं. पहिल्या महायुद्धात जर्मनीविरुद्ध हे डेफ्त चार्ज वापरलं गेलं.

डेफ्त चार्ज साधारण सिलेंड्रीकल आकाराचा असतो. त्याचा व्यास साधारण दोन फुटांचा असतो. तो दिसायला आपल्या टॉर्चच्या सेलसारखा पण आकारानं

खूप मोठा व वजन जवळ-जवळ ३४६ कि.ग्रॅ. चं असतं. आपल्या टॉर्चच्या सेलला फोडल्यावर जशी रचना दिसते, साधारण तशीच रचना डेफ्त चार्जमध्ये असते.

सेलच्या मध्यभागी जसा काळा कार्बनचा रॉड असतो, तशी या डेफ्त चार्जमध्ये मध्यभागी एक पोकळ नळी असते. त्या पोकळ नळीमध्ये डिटोनेटर बसवलेला असतो. जो पाण्याच्या दाबावर कार्यरत होतो आणि स्फोट घडवून आणतो.

सेलच्या मधली काळी पावडर, जी कार्बन रॉडभोवती घट्ट दाबून भरलेली असते तसंच डेफ्त चार्जच्या आतल्या नळीभोवती TNT भरलेलं असतं.

या TNT बरोबर वेगवेगळी, ज्वलनाला मदत करणारी, म्हणजे रासायनिक प्रक्रियेत ऑक्सिजन सोडणारी रसायनं वापरली जातात.

बऱ्याचदा TNT बरोबर अमोनियम नायट्रेट असतं. TNT आणि अमोनियम नायट्रेटचं वेगवेगळं प्रमाण असू शकतं.

रहीमला मिळालेल्या डेफ्त चार्जमध्ये शंभर किलोग्रॅम TNT आणि शंभर किलोग्रॅम अमोनियम नायट्रेट होतं.

हे सिलेंडर दोन्हीकडून बंद असतं. वरच्या बाजूला, इंडेक्स पॉईंटर बसवलेला असतो. त्यावर ३०, ५०, ७५, १००, १५०, २००, २५०, ३०० असे आकडे फुटांमध्ये असतात आणि त्याबरोबर SAFE चा शिक्का असतो.

पॉईंटर सेफवर ठेवलेला असेल, तर त्याचा स्फोट होत नाही. जर पॉईंटर ३० वर ठेवला आणि डेफ्त चार्ज पाण्यात टाकला तर जसजसा तो पाण्यात खाली खाली जाईल, तसतसे मधल्या नळीमध्ये पाणी शिरेल, जेव्हा डेफ्त चार्ज ३० फूट पाण्यात जाईल तेव्हा त्या पाण्याच्या दाबामुळे मधल्या नळीमधला डिटोनेटरचा स्फोट होऊ शकतो. डिटोनेटरचा स्फोट त्याच्या बाहेरच्या TNT आणि अमोनियम नायट्रेटचा स्फोट घडवून आणतो.

या स्फोटामुळं पाण्यातच पाण्याचा मोठा फुगा तयार होतो. फार थोड्या वेळात तो खूपवेळा आकुंचन आणि प्रसरण पावतो आणि शेवटी तो फुटतो. त्या फुग्याच्या फुटण्याने पाण्यात लहरी तयार होतात व त्या खूप वेगाने आजूबाजूला पसरतात. एक हजार टन वजनाची पाणबुडी म्हणजे जवळ जवळ दहा लाख किलोग्रॅम वजनाची पाणबुडी. ही पाण्याच्या अंतर्गत लहरींमुळे उलथवून टाकली जाऊ शकते. हे तीन डेफ्त चार्ज एकाच वेळेला पाण्यात टाकल्यास ते धरणाची भिंत फोडू शकतील, असा कयास रहीमनं केलेला होता.

हे असे डेफ्त चार्ज मिळवताना रहीमनं इस्लाम धर्माला वेठीस धरलं होतं.

भारतात घडवून येत असणाऱ्या अशा घातपाती कारवायांमुळे जागतिक पातळीवर पाकिस्तानची खूपच छी! थू! होत होती. वेगवेगळ्या देशांमधले आणि भारतातले मुस्लिम या अशा कारवायांची निर्भत्सना करत होते. 'इस्लाम धर्माला बदनाम करताय', असे ठणकावून सांगत होते.

२६/११/२००८मधला मुंबईवरचा दहशतवादी हल्ला हा अतिशय भेकड, राक्षसी आणि निर्लज्जपणाची परिसीमा गाठणारा होता.

'लष्कर-ए-तोयबानं' तयार केलेल्या दहा निर्बुद्ध, अडाणी, परिस्थितीनं गांजलेल्या तरुणांना जाळ्यात ओढून, त्यांना जन्नतचं आमीष दाखवून आणि तुम्हाला सहीसलामत परत आणण्याचा प्लॅन आहे, त्यासाठी सर्वांनी गेट-वे-ऑफ इंडियाच्या जवळ असलेल्या ताज हॉटेलवर जमा. तिथून आम्ही तुम्हाला बाहेर काढू आणि पाकिस्तानात परत आणू असं सांगण्यात आलं होतं.

तुम्ही पाकिस्तानमध्ये शूरवीर म्हणून मिरवले जाल, असं त्यांना सांगण्यात आलं होतं, पण 'लष्कर-ए-तोयबानं' त्यांना पाकिस्तानमध्ये परत नेण्याची कुठलीही व्यवस्था केलेली नव्हती. त्यांना मरण्यासाठीच पाठवण्यात आलं होतं.

हे दहशतवादी पूर्णवेळ अफीमच्या अंमलाखाली होते. त्यामुळे त्यांना तहान, भूक, झोप लागली नाही आणि डोकंही चाललं नाही. त्यांचा 'आका' पाकिस्तानमधून फोनवर जसं सांगेल, तसं करत राहिले.

'लष्कर-ए-तोयबाचे' कमांडर हाफीज सैद, झाकीर रेहमान लकवी, अबू हामझा, शेख अब्दुल ख्वाजा पाकिस्तानमधून फोनवर या दहशतवाद्यांना सूचना करत होते, 'आता हॅण्ड ग्रेनेड टाका, जिन्याच्या वरच्या कोपऱ्यात पोझीशन घ्या, हॉटेलच्या पडद्यांना पेटवून द्या' आणि हे त्या प्रमाणे करत होते.

नरीमन हाऊस मधल्या इस्त्रायली गर्भवती रिवकाला त्यांनी त्यांच्या आकाच्या सांगण्यावरून मारून टाकलं. अफूच्या अंमलाखाली हे दहाही जण होतं. जसं त्यांचे पाकिस्तानमधले आका सांगतील तसं ते करत गेले.

साधारण सहा महिने अगोदर रॉ ने मुंबईतल्या हॉटेल्सवर होऊ घातलेल्या दहशतवादी हल्ल्यासंदर्भातले फोन ट्रॅक केले होते, पण त्यांची अंमलबजावणी पुढे केली गेली नाही.

मुंबईवरच्या हल्ल्याच्या काही तास अगोदर, रॉ ऑफिसमधल्या टेक्निशियननं सॅटेलाइट ट्रान्समिशन ट्रॅक केलं. त्यांचं संभाषण ऐकलं आणि त्यानं ताबडतोब महत्त्वाचं म्हणून आपल्या वरिष्ठांकडं तातडीने पाठवलं. ती माहिती नॅशनल

सिक्युरिटी ॲडव्हाईजरला देण्यात आली, पण परत तिकडे दुर्लक्ष झालं. रॉच्या ऑफिसमध्ये मुंबईवरच्या दहशतवादी हल्ल्यादरम्यान पाकिस्तानशी त्या दहशतवाद्यांचं होणारं सहा फोनवरचं संभाषण ध्वनिमुद्रित केलं.

१५ जानेवारी २०१० या दिवशी रॉ एजंटनं २६/११च्या हल्ल्यातला एक कर्ता करविता शेख अबुल ख्वाजाला श्रीलंकेतल्या कोलंबोत पकडला व त्यास भारतात, हैद्राबादला आणून रीतसर अटक केली.

या अशा इस्लामी जिहादच्या नावानं होणाऱ्या दहशतवादी हल्ल्यांनी भारताचा नेक मुसलमान नेहमीच अस्वस्थ होत होता. जिहादी झालेल्या तरुणांची कुटुंबं देशोधडीला लागत होती. त्यांच्या आईवडीलांना, भावंडांना मुसलमान नातेवाईक वाळीत टाकत होते. त्यांच्याशी घरोबा टाळत होते.

'ए.आय.एम.आय.एम.' या राजकीय पार्टीच्या प्रमुखाने टीव्हीवरच्या मुलाखतीत म्हटलं होतं, ''मसुद अझहर तू मौलाना नहीं, तू शैतान का शागिर्द है'' हा मसूद अझहर जेईएमचा प्रमुख होता आणि त्याचा ब्रेन रहीम होता. याला आता भारतात घातपात घडवून आणायचा होता. भारतात स्फोटकं पोहोचवण्याचा मार्ग त्याच पद्धतीनं आखण्यात आला, जसा २६/११/२००८ साली मुंबईवरील दहशतवादी हल्ल्यात वापरला होता, सागरी मार्ग.

अलीनं याकूब खानबरोबर जाऊन एक मोठी मच्छिमारी करणारी बोट जिचं इंजीन आणि सांगाडा मजबूत होता, ती ५ जूनसाठी पहाटे चार वाजल्यापासून भाड्यानं घेतली.

त्या बोटीवर काम करणाऱ्यांपैकी कमीत-कमी बारा माणसं त्या दिवशी बरोबर घेण्यास बोटीच्या मालकाला सांगण्यात आलं. एक डेफ्त चार्ज उचलायला, चार माणसं तरी लागतील असा अंदाज अलीनं केला होता.

पहाटेच्या अंधारात तीन डेफ्त चार्ज बोटीवर चढवण्यात आले. साधारण सकाळी साडे अकरा वाजता बोटीनं कराची बंदर सोडलं.

।। १३।।

कराचीच्या आकाशात राखाडी रंगांच्या ढगांची गर्दी होती. हवामान अंदाजानुसार दोन दिवस पाऊस येण्याची शक्यता नव्हती. वातावरणात आर्द्रता असल्यानं उकडत मात्र होतं. लांब पूर्वेकडच्या आकाशात मुंबईच्या दिशेला काळ्या ढगांची गर्दी दिसत होती.

बोट दहा नॉट वेगानं म्हणजे साधारण १८.५ कि.मी. पर अवर वेगानं

गुजरातच्या समुद्र किनाऱ्याकडे निघाली.

अलीनं पाठीमागं मान वळवून बघितलं. कराचीचा समुद्र किनारा धूसर दिसायला लागला होता. कराचीच्या आकाशात एक वेगळ्याच प्रकारची काळपट छटा दिसत होती.

तीन डेफ्त चार्ज, जिथे समुद्रातून पकडलेली मासळी ठेवतात, त्या बोटीच्या गोदामासारख्या जागेत बांधून ठेवले होते. बोटीला बसणाऱ्या हिंदोळ्यांबरोबर तेही इकडे-तिकडे घरंगळत राहिले असते. त्यामुळे बोटीला नुकसान होण्याची शक्यता होती. त्या तीनही डेफ्त चार्जवर बोटीतलं सटर फटर सामान ठेवून देण्यात आलं होतं.

पाकिस्तान कोस्ट गार्ड चेकिंगला आले तर त्यांना ते चटकन दिसू नये हा त्या मागचा उद्देश होता. तशी कोस्ट गार्ड येण्याची शक्यता कमीच होती. आजची त्यांची समुद्रकिनाऱ्याचं चेकिंग करण्याची दिशा बलुचिस्तानच्या समुद्रधुनीकडे होती. त्यामुळे अली बिनधास्त होता.

मच्छिमार बोटी दुसऱ्या जहाजांपेक्षा आकारानं लहान असल्यानं त्या पटकन रडारवर दिसत नसत. तोही फायदा या बोटीला मिळणार होता. त्यामुळे भारतीय समुद्रीकिनाऱ्यावर असलेल्या एकूण ४६ रडार स्टेशन्सच्या नजरेतून आपण सुटू अशी आशा अलीला होती.

ही सर्व रडार केंद्रं गोव्यातल्या कोस्टल-गार्ड सेंटरशी कनेक्टेड होती. २४ × ७ त्यांची नजर भारताच्या एकूण ७५१७ कि.मी.च्या समुद्र किनारपट्टीवर असे. या सेंटरमध्ये संशयित बोटींचं लोकेशन आणि त्या बोटींच्या बायोमेट्रिक आयडीची माहिती मिळे.

गरज पडल्यास त्या बोटींकडे जवळच्या कोस्टल-गार्ड स्टेशनवरून हायस्पीड बोटीनं पोहोचता येई. त्याचबरोबर आकाशातनं चेतक हेलिकॉप्टर त्या बोटीकडे झेपावत असे. त्यामुळे अली मनातल्या मनात आपण भारतीय रडारच्या नजरेत येऊ नये यासाठी प्रार्थना करत होता.

त्याला जास्त भीती वाटत होती, ती म्हणजे 'अलम कोस्टगार्ड' जहाजाची. हे भारतीय नौसेनेचं जहाज होतं. ते ३८ नॉट म्हणजे ७० कि.मी. पर अवर एवढ्या भयानक स्पीडनं समुद्रातून जाऊ शकत होतं. त्यात ते शस्त्रसज्ज होतं.

अलीला जर नशीबानं साथ दिली, तरच तो या जंजाळातून सुटून भारतीय समुद्र किनाऱ्याला लागू शकत होता.

आता तो पाकिस्तानी समुद्रीधुनीतून जात असल्यानं भितीचं कारण नव्हतं. पुढच्या सगळ्या धावपळींचा विचार करत अरबी समुद्राच्या निळ्याशार

पाण्याकडे शून्य नजरेनं अली बघत बसला होता.

आता समुद्र काळसर निळा दिसायला लागला होता. याचा अर्थ या ठिकाणी समुद्राची खोली खूप होती. बोटीजवळून जाणाऱ्या समुद्री लाटा भरीव वाटत होत्या आणि सावकाश बोटीला ओलांडून पुढे सरकत होत्या.

सुरुवातीला काही मच्छिमारी बोटी त्यांच्या बरोबर होत्या, पण त्याही आता मागे थांबल्या, मासे पकडण्यासाठी. अलीची बोट तशीच पुढे मार्गक्रमण करीत राहिली. त्याच्या आजूबाजूला लांब-लांब अंतरापर्यंत समुद्राच्या निळ्याशार पाण्याशिवाय काहीही दिसत नव्हतं.

जसजशी लांब नजर टाकावी, तसतसा समुद्र फुगीर होत गेल्यासारखा वाटत होता. जिथे आकाशाला समुद्र मिळतो असं दिसत होतं, तेथून जणू समुद्र खाली धबधब्यासारखा घरंगळतोय की काय, असं वाटत होतं. असा भास व्हायचं कारण अर्थातच पृथ्वी गोल असणं हे होतं.

इटलीतल्या गॅलीलिओने सांगितलं होतं की, सूर्याभोवती आपली पृथ्वी फिरते, पण त्या वेळी ख्रिश्चन धर्मगुरूंमध्ये पृथ्वी केंद्रस्थानी असून बाकी सर्व तारे, ग्रह पृथ्वीभोवती फिरतात असा समज होता. अलीलाही सूर्य पूर्वेकडून पश्चिमेकडे सरकताना दिसत होता.

सूर्य केंद्रस्थानी आहे, पृथ्वी व बाकी ग्रह सूर्याभोवती फिरतात, या गॅलीलिओच्या म्हणण्याला त्या काळी कडाडून विरोध झाला होता. यावरून गॅलीलिओचा छळ करण्यात आला होता. त्याच्यावर त्यांच्या धर्मपीठात खटला भरण्यात आला होता. गॅलीलिओकडून बळजबरीनं वदवून घेण्यात आलं होतं की पृथ्वी केंद्रस्थानी आहे. पण हा अवलिया गुडघ्यांवर येशूच्या मूर्तीसमोर बसताना पुटपुटलाच, पण मला अजूनही वाटतं सूर्य केंद्रस्थानी आहे, पृथ्वी नाही.

खरं म्हणजे त्याच वेळी गॅलीलिओचा शिरच्छेद करण्यात आला असता, पण त्याचे मित्र चर्चच्या कमिटीत असल्याने तो वाचला.

अलीला आपल्या बोटीसमोर पाच-सहा डॉल्फिन्स पोहताना दिसले. ते पाण्यातून उसळी मारून वर येत आणि सूर मारून पाण्यात शिरत. अतिशय तालबद्ध त्यांचं पोहणं बोटीच्या पुढे चालू होतं. साधारण ४-५ कि.मी.पर्यंत त्यांचा हा खेळ चालू होता. नंतर त्यांची झुंड डावीकडे वळून पोहत अलीच्या नजरेआड झाली.

सूर्य पश्चिमेकडे झुकलेला होता, साधारण संध्याकाळचे सहा वाजले होते. त्यांची बोट आता खुल्या समुद्रात होती. त्यामुळे त्यांच्या बोटीवर कुठल्याच

देशाचे नियम लागू नव्हते.

समुद्र-किनारी असणाऱ्या देशांच्या बेसलाइनपासून २२ कि.मी. अंतरापर्यंत त्या देशाचे सर्व सागरी कायदे लागू होतात. बेसलाइनपासून ४४ कि.मी.पर्यंत त्या देशाचे कोस्टल-गार्ड गस्त घालू शकतात. त्या क्षेत्राचा वापर करणाऱ्या जहाजांवर, बोटींवर कर आकारू शकतात. त्यामुळे जेव्हा अली त्याच्या बोटीतून भारताच्या समुद्रधुनीत शिरेल म्हणजे भारताच्या बेसलाइनपासून ४४ कि.मी.वर असणाऱ्या आभासी सीमेच्या आत शिरेल, तेव्हा त्याच्या बोटीला नजरेआड राहणं कठीण जाणार होतं. बेसलाइनपासून ३७० कि.मी.पर्यंत भारत खनिज व तेलउत्खनन करू शकत होता.

भारताच्या हद्दीत शिरायच्या अगोदर बोटीवरचा पाकिस्तानी ध्वज उतरवून भारताचा तिरंगा लावण्याचं त्यानं ठरवलं होतं. याचाच अर्थ भारताच्या अखत्यारित असणारं समुद्री क्षेत्र साधारण २३,०५,१४३ कि.मी. स्क्वेअर यामध्ये बेसलाइनपासून ३७० कि.मी.पर्यंतचा समुद्र येत होता, त्या क्षेत्रात तो प्रवेश करत होता. बेसलाइनपासून ४४ कि.मी. सोडून पुढच्या भागामध्ये म्हणजे बेसलाइनपासून ४४ कि.मी. ते ३७० कि.मी. पर्यंत भारताचे कायदे लागू नव्हते. समुद्रीकायदा १९८२ (UNCLOSS 1982) नुसार हे सर्व कायदे जगातल्या सर्व समुद्रकिनारी देशांसाठी बनविण्यात आले आहेत. ४४ कि.मी. ते ३७० कि.मी.पर्यंत त्या देशाला, त्या समुद्रातल्या खनिजांचं उत्खनन व वापर करता येणार होता. पण तिथे त्या देशाचे कुठलेही कायदे लागू होणार नव्हते.

अलीच्या बोटीनं आतापर्यंत साधारण १३० कि.मी. अंतर कापलं होतं. बोटीच्या डाव्या बाजूला भारताचा समुद्र किनारा ठेवत त्याचा साधारण दक्षिणेला प्रवास सुरू होता. आकाशात संध्याकाळची रंगांची उधळण झालेली होती. लहान-लहान ढगांचे पुंजके काळसर आकाशाच्या पार्श्वभूमीवर दिसत होते आणि मावळतीच्या सूर्यामुळे त्या सर्व ढगांच्या पश्चिम-कडा नारंगी रंगानं चमकत होत्या. त्याचबरोबर समुद्री पक्षांचे थवे किनाऱ्याकडे झेपावताना दिसत होते. अंधाराअगोदर त्यांना त्यांची घरटी गाठायची होती. मध्येच एखादा मागे रेंगाळलेला पक्षी आपल्या थव्याच्या दिशेने उडताना, ओरडून आपल्या पुढच्या साथीदारांना थांबण्यास सांगत होता.

हळूहळू आकाशानं काळी झालर ओढली आणि त्याचवेळेला त्या झालरीवर हजारो, लाखो तारे लुकलुकू लागले. जस-जसा अंधार वाढत गेला, तशीतशी ताऱ्यांची तेजस्विता वाढत गेली. अलीला या सर्वांमध्ये तेजस्वी व्याध

तारा दक्षिण आकाशात दिसायला लागला. 'व्याध'चा अर्थ शिकारी असा होतो. यालाच इंग्रजीमध्ये 'डॉग स्टार' पण म्हणतात.

रात्री साधारण ११ वाजता त्याची बोट भारताच्या भूज प्रदेशाला समांतर जात होती. बोटीच्या हेलकाव्यांबरोबर अलीचे डोळे जड व्हायला लागले, तो झोपी गेला.

सकाळी त्याला जाग आली, तरी आजूबाजूच्या देखाव्यात काहीही बदल झालेला नव्हता. कालसारखाच सूर्य तळपत होता आणि दूरदूरपर्यंत फक्त समुद्राचं निळंशार पाणी दिसत होतं. आजही त्याच्या आजूबाजूला कुठलीही होडी वा जहाज दिसत नव्हतं.

सकाळी ११ वाजेपर्यंत त्याने ४०० कि.मी.पर्यंतचा पल्ला गाठलेला होता. त्याच्या डाव्या हाताला, पूर्वेकडे भारताचं पोरबंदर होतं. पण त्याला ते दिसत नव्हतं. अलीला हा प्रवास एकदाचा संपावा असं वाटत होतं. समुद्रावरचा झोंबणारा वारा, तळपणारा सूर्य आणि कुणीकडेही नजर टाकली तरी तोच तो भरीव निळाशार समुद्र.

बसून-बसून त्याचं अंग आंबून आलं होतं. पण प्रवास तर अजून भरपूर शिल्लक होता. अलीनं दाढी वाढवली होती. अगोदर जेव्हा तो भारतात गेला, आणि भिवंडीतल्या सैय्यदला भेटला, त्यावेळी त्यानं नकली दाढी व मिशा लावल्या होत्या.

त्याच्या दाढीतले केसही समुद्रावरच्या खारट वाऱ्यामुळे राठ झाले होते. कितीही वेळा पाण्यानं धुतले, तरी ते राठच राहात होते. त्यानं सारखं-सारखं तोंडावर पाणी मारणं सोडून दिलं होतं.

साधारण रात्री नऊ वाजता त्यानं त्याला न दिसणारं भारतीय समुद्र किनाऱ्यावरचं सोमनाथ मागे टाकलं. त्यांना आता ८३ कि.मी.च जायचं होतं आणि काळजीही खूप घ्यायची होती.

अलीनं बोट मालकाला छारा जेट्टीचे कोऑर्डीनेटस् दिले, जिथे बोट न्यायची होती, २०.७२०४४२, ७०.७४२९२९. थोड्याच वेळात ते भारतीय समुद्रधुनीत जिथं कोस्टगार्डस् त्यांच्या हायस्पीड बोटीतून गस्त घालत, त्यात शिरणार होते. आता ते भारताच्या एक्सटेंडेड इकॉनॉमिकल झोनमधून प्रवास करत होते.

त्यांना काही मोट्ठाली मच्छिमारी करणारी भारतीय जहाजं लांब अंतरावर दिसायला लागली होती. अलीनं पाकिस्तानी झेंडा उतरवून भारताचा तिरंगा जहाजावर लावला.

त्यांची बोट रात्रीच्या अंधारात समुद्राचं पाणी कापत छाराच्या किनाऱ्याकडे सरकू लागली.

२८ ऑगस्ट २०१३ ला पत्र क्रमांक CS & P/RM/LNG-CHHARA भारत सरकारला देण्यात आलं होतं. त्यानुसार छारा किनारपट्टीवर LNG (लिक्विड नॅचरल गॅस) पाईप लाईननं आणणं, साठवणं आणि या द्रवरूप नॅचरल गॅसला पुन्हा वायूमध्ये रूपांतरित करणं, यासाठी हिंदुस्थान पेट्रोलियम कार्पोरेशन लिमिटेड (HPCL) आणि एस.पी. पोर्ट लिमिटेड (SPPPL) यांचा संयुक्त प्रोजेक्ट येऊ घातला होता. पण अजून सर्व परवानग्या न मिळाल्यानं, म्हणावं तसं काम या किनाऱ्यावर सुरू झालेलं नव्हतं. स्थानिक लोकांचाही याला विरोध होता. त्यामुळे ६ जून २०१५ च्या रात्री किनारा सामसूम होता.

अलीनं दिलेल्या कोऑर्डीनेटसूवर कच्ची जेटी होती. त्या जेटीचाच उपयोग ते किनाऱ्यावर उतरण्यासाठी करणार होते. त्यांनी बोटीवरचे दिवे विझवून टाकले होते. ढगाळ वातावरणाचाही त्यांना फायदा होत होता. सर्व समुद्र जणू मोठं काळंशार विवर वाटत होतं.

त्यांची बोट लहान असल्यानं रडारच्या नजरेत येणार नव्हती, शनिवारची रात्र आणि उद्या रविवार त्यामुळे नेहमीपेक्षा कोस्ट-गार्ड बोटीच्या फेऱ्या कमी होणार होत्या.

रात्री एकच्या सुमाराला डाव्या हाताला असलेल्या 'अंबुजा सिमेंट जेटी', जी मूळ द्वारकेला होती तिचं लाईटस दिसायला लागले. आता इथून फक्त ९ ते १० कि.मी.वरच छारा किनारपट्टीच्या त्या निर्मनुष्य जेटीवर लागायचं होतं.

बोटीचा मालक अतिशय काळजीपूर्वक बोटीची दिशा आणि वेग नियंत्रित करत होता. वेळोवेळी समुद्राच्या खोलीचा अंदाज घेत होता. त्याच्याकडच्या समुद्री नकाशात छारा जवळची खोली ५० मीटरवरून २० मीटरपर्यंत कमी होणार होती, पण त्यांच्या बोटीला अडचण नव्हती.

अली डोळे मोठे करून त्या अंधाराला भेदून समुद्र किनारा बघण्याचा प्रयत्न करत होता. त्याच बरोबर कानांनी कोस्ट-गार्डच्या बोटींचा आवाज येतो का? याकडे लक्ष देत होता.

साधारण एका तासानं त्याच्या बोटीच्या बरोबर समोर ३०० मीटर अंतरावर बॅटरीचा तीन वेळा चमकलेला प्रकाश दिसला. ताबडतोब अलीनं त्याच्याकडच्या बॅटरीनं त्या प्रकाशाच्या दिशेनं दोन वेळा बॅटरी चालू-बंद केली.

किनाऱ्यावर रहीमचा माणूस, रहीमनं सांगितल्याप्रमाणे हजर होता. बोटीच्या मालकानं सावकाश बोट जेटीजवळ नेली. अलीने दोरखंड जेटीकडे

फेकला. जेटीवरच्या त्या माणसानं दोरखंड तिथल्या एका खुंटीला घट्ट बांधून टाकला. बोटीच्या मालकानं बोटीचं इंजीन बंद केलं. बोटीवरच्या चार-चार जणांनी मिळून एक-एक डेफ्त चार्ज, ज्याचं वजन साधारण ३६० किलोग्रॅम होतं, जेटीवर उतरवलं. सर्व वेळ अलीची नजर समुद्रावरून भिरभिरत होती. भारतीय समुद्री तटरक्षकांची बोट येत तर नाही ना? हे बघण्यासाठी. त्याच्या पाठीमागचा जमिनीवरचा भाग पूर्ण काळोखात बुडालेला होता. थोड्या अंतरावर फक्त एक लहानसा बल्ब टिमटिमताना त्याला दिसला. आकाश ढगाळ असल्यामुळे चंद्र प्रकाशाची तीव्रताही खूप कमी झाली होती.

रहीमच्या माणसानं आणलेल्या निळ्या मारुतीव्हॅनच्या पाठीमागच्या भागात हे तिन्ही डेफ्त चार्ज ठेवण्यात आले. ते हिंदकळणार नाहीत, इकडं-तिकडं गडबडत जाणार नाहीत याची काळजी घेण्यात आली. त्यावर कापड अंथरून देण्यात आलं.

बोट-मालकाची माणसं पटकन बोटीवर चढली. अलीनं बोटीचा दोरखंड सोडून बोटीवर फेकला. बोट-मालकानं 'खुदा हाफीज' म्हणून बोट सुरू केली आणि उत्तर दिशा पकडली. बोटीच्या इंजिनाचा आवाज हळूहळू कमी होत गेला. बोटीच्या इंजिनाचा आवाज येणं थांबेपर्यंत अली त्या दिशेकडे निरर्थक बघत राहिला. समोर दिसणाऱ्या काळ्याकुट्ट अंधाराच्या साम्राज्यात जणू ती बोट नाहीशी झाली, विरघळून गेली.

अलीनं त्याची बॅग मागच्या सीटवर टाकली आणि तो ड्रायव्हिंग सीटच्या शेजारी जाऊन बसला. त्याच्याकडे असलेल्या सॅटेलाईट फोननं त्यानं रहीमला फोन केला. 'सुसर को जमीं पे उतारा, अब गाडी में रखाँ' तिकडच्या उत्तराची वाट न बघता त्यानं फोन कट केला, कारण तसंच ठरलेलं होतं.

त्यांची गाडी कच्च्या रस्त्यानं उत्तरेला निघाली. साधारण तासाभरानं गाडी डांबरी रस्त्याला लागली. उजवीकडे वळण घेतल्यावर लगेचच एक पेट्रोलपंप लागला. पहाटेचे तीन वाजून गेले होते. पेट्रोल पंपाच्या शेजारच्या धाब्यावर, ट्रक्सच्या मागे त्यानं त्यांची मारूती व्हॅन लावली, जी रस्त्यावरून सहजासहजी दिसणार नव्हती. दोघांनीही सीटची बॅक मागे करून ताणून दिली. अलीला तर झोपेची अतिशय गरज होती.

सकाळी सहा वाजता दोघांना जाग आली. तोंडावर पाणी मारून दोघंही नाशिकला मार्गस्थ झाले.

दीव आणि सारंगपूर ओलांडल्यावर बडोदा येणार होतं. साधारण सायंकाळी ७ वाजता बडोद्यात न शिरता आड मार्गानं टोलनाके आणि पोलीस चौकी

टाळत त्यांनी भरूच ओलांडलं. याच पद्धतीनं लहान रस्ते वापरत अच्छादला गुजरातमधून महाराष्ट्रात प्रवेश केला. त्यांनी अहमदाबाद हायवे टाळत चारोटी गाठलं. रात्रीचे अकरा वाजले होते. चारोटी फाट्यावर त्यांनी थोडं खाऊन घेतलं आणि त्र्यंबकेश्वरच्या दिशेनं निघाले. रस्ते बऱ्यापैकी सुनसान होते. कासा गावातनं जाताना काही मोकाट कुत्री भुंकत त्यांच्या गाडीमागे काही अंतर धावत आली.

थोड्याच वेळात त्यांनी सूर्यानगर आणि त्यापुढचा धामणी डॅम ओलांडला. पुढचा वळणावळणाचा, घाटाचा व दाट जंगलाचा रस्ता ओलांडत रात्री साधारण दोन वाजता जव्हार पास झालं. त्यावेळी जव्हार गाढ झोपी गेलं होतं. आता पुन्हा घाट रस्ता सुरू झालेला होता. वळणं खूप वाढली होती. आजूबाजूला गर्द झाडी दिसत होती.

अलीनं लघुशंकेच्या निमित्ताने ड्रायव्हरला गाडी साईडला घ्यायला लावली. ड्रायव्हरनं गाडी त्या घाट-रस्त्याच्या बाजूला थांबविली. अली गाडीचा दरवाजा उघडून खाली उतरला आणि रस्त्याच्या कडेच्या झाडींमध्ये शिरला. थोड्या वेळानं परत आल्यावर ड्रायव्हरलाही जाऊन येण्यास सांगितलं.

ड्रायव्हर उतरून झाडीत गेला, त्याच्या पाठोपाठ पावलांचा आवाज न करता अली पण गेला आणि त्यानं तयार ठेवलेल्या, सायलेन्सर लावलेल्या पिस्तुलातून ड्रायव्हरच्या डोक्यात पाठीमागून गोळी झाडली. ड्रायव्हर उभ्या उभ्याच पुढे कोलमडला आणि खोलगट भागात जाऊन पडला.

अली कानोसा घेत थोडावेळ तिथेच थांबला. त्याच्या ओठांच्या डाव्या बाजूला जमा झालेली थुंकी त्यानं उजव्या हाताच्या बाहीनं पुसून टाकली. त्या नीरव शांततेत सायलेन्सर लावलेल्या पिस्तुलाचाही आवाज बराच मोठा जाणवला होता, पण अलीला कुठूनही दुसरा आवाज आला नाही. तो निर्धास्त होऊन आपल्या गाडीजवळ आला आणि त्यानं गाडी सुरू केली. ड्रायव्हरला संपवण्याच्या सूचना त्याला पाकिस्तानमध्येच देण्यात आल्या होत्या.

आंबोली घाट ओलांडून अली त्र्यंबकेश्वरला पोहोचला. पहाटेचे साडेतीन वाजत आले होते. त्र्यंबक चौफुलीवर काहीजण खुर्च्या टाकून बसलेले त्याला दिसले. गाडीचं पासिंग नाशिकचंच असल्यानं (एम.एच.१५) त्यांनी गाडीकडे दुर्लक्ष केलं. पहाटेच्या साखरझोपेचाही त्यांच्यावर पगडा होताच.

त्याची गाडी चौफुलीतून पुढं आल्यावर अलीनं गाडी साईडला घेऊन थांबवली. त्यानं त्याच्या नकाशात पुढचं वळण कुठे आहे ते बघितलं. त्याला आता मुख्य रस्ता सोडून त्र्यंबक रोडवरच्या, भवानी स्वीट समोरून पेगलवाडी

शिवारातून जाणाऱ्या रस्त्यानं गाडी न्यायची होती. ते वळण घेऊन तो पूर्वेकडे प्रवास करत राहिला. रोहीले, देवरगाव, कश्यपी धरण ओलांडून धोंडेगावच्या चौफुलीवर पोहोचला. आता पहाटेचे साडेचार झाले होते. अलीनं गाडी चौफुलीत थांबवली, इथून सरळ जायचं की उजवीकडे वळायचं हे तो त्याच्या नकाशात बघत होता. त्याला त्याच्या उजव्या हाताला थोडं मागच्या बाजूला टेकडीवर केलेलं भव्य बांधकाम दिसत होतं. त्या पहाटेच्या नीरव शांततेच्या पार्श्वभूमीवर तिथल्या साईबाबांच्या मंदिरात वाजत असलेल्या घंटेचा मंजूळ आवाज सर्वत्र भरून राहिला होता. एक वेगळ्याच प्रकारची प्रसन्नता त्या वास्तूकडे बघून वाटत होती. ते होतं, जगविख्यात 'संजीवनी वेलनेस सेंटर'.

अलीनं गाडी उजवीकडे घेतली, गिरनारे ओलांडल्यावर दुगाव फट्याजवळ परत गाडी उजवीकडं वळवली आणि गंगापूर धरण ओलांडून पुढे निघून गेला. इथंच आपल्याला त्या तिघांकडून उत्पात घडवून आणायचाय, हे त्यावेळी अलीच्या लक्षात आलं नाही. गंगापूर गाव ओलांडून त्याची निळी व्हॅन पहाटेच्या नीरव शांततेत नाशकाच्या मुख्य वस्तीत शिरली, जणू एखादी किळसवाणी निळसर हिरवी अळी पिवळसर सोनेरी रसाळ आंब्यात शिरते आणि तो आंबा नासवून टाकते तशी.

जेहान सर्कलला गाडी उजवीकडे वळवून त्याने त्र्यंबकरोड आल्यावर एबीबी सर्कलला त्याची गाडी डावीकडं हाकारली. पहाटेचे पाच वाजले होते. रस्त्यावर मार्निंग वॉक करणारे उत्साही, प्रसन्न नाशिककर दिसायला लागले होते.

ठक्कर-बझार मागे टाकत त्यानं गाडी डावीकडे वळवून डाव्याच हाताला असलेल्या हॉटेल कुबेरच्या बाजूच्या रस्त्यानं गाडी मुख्य रस्ता सोडून नो एंट्रीतून आत घेतली. तिथल्या एका आऊट हाऊसच्या आडोशाला गाडी उभी केली. समोर दिसणाऱ्या भिंतीपलीकडे ठक्कर-बझार एस.टी. स्टँड होता. वाजले होते, सकाळचे ५.१५ आणि तारीख होती, ८ जून.

अलीनं त्याच्या सॅटेलाईट फोनवरून पाकिस्तानला फोन केला 'सुसर नाशिक में पहुचीं.' त्याच दिवशी अब्दुल लतीफ तिघांना घेऊन सकाळी सात वाजता त्या आऊट हाऊसमध्ये पोहोचला होता. त्यानं त्यांची गाडी संदीप हॉटेलजवळच सोडली आणि ड्रायव्हरला गाडी परत नेण्यास सांगितली.

सकाळी ९ वाजता अली आणि अब्दुल लतीफ गंगापूर धरणाची रेकी करण्यासाठी गंगापूर धरणावर पोहोचले. गंगापूर धरणाचे कंपाऊंडगेट अर्धवट उघडं होतं. तिथं चौकीदार नव्हता, त्यांनी गाडी सरळ पुढे नेत झेंडा वंदनासाठी

उभारलेल्या खांबाजवळ थांबवली.

गंगापूर धरण हे नाशिकच्या पश्चिमेला गोदावरी नदीवर १९४७ला बांधायला सुरुवात करून १९६५ मध्ये पूर्ण करण्यात आलं. हे महाराष्ट्रातलं पहिलं मातीचं धरण आहे. या धरणाची उंची साधारण ३६ मीटर म्हणजे १२० फूट म्हणजे जवळजवळ ११ मजली इमारतीएवढी. या धरणाची लांबी ३८११ मीटर म्हणजे साधारण ३.८ कि.मी. आहे.

गोदावरीला दक्षिणेकडची गंगा म्हटलं जातं. या गोदावरीचा उगम महाराष्ट्रातील सह्याद्रीच्या ब्रह्मगिरी पर्वतामध्ये होतो. सह्याद्रीची पर्वत रांग भारताच्या पश्चिमेला आहे. ती उत्तरेकडून दक्षिणेकडे सरकत जाते. ती साधारण १६०० कि.मी. लांबीची पर्वतरांग असून ती तापी नदीच्या दक्षिणेकडून व महाराष्ट्र-गुजरातच्या सीमेशेजारून सुरू होऊन दक्षिण भारताच्या टोकापर्यंत पोहोचते. या पर्वतरांगेची सरासरी उंची १२०० मीटर म्हणजे जवळ-जवळ ३७५ मजली इमारतीएवढी आहे. या पर्वतरांगेमधील ब्रह्मगिरी म्हणून ओळखल्या जाणाऱ्या डोंगरावरून गोदावरीचा उगम होतो.

गोदावरीचा प्रवाह गौतमऋषींच्या आश्रमामुळे पुनीत झाल्याचं मानलं जातं. गौतमऋषींनी पहिल्यांदा गोदावरीचा प्रवाह शोधून त्या ठिकाणी भात-शेती केल्याची नोंद सापडते.

गोदावरीच्या उगमासंबंधीची पुराणातली कथा अतिशय रोचक आहे.

भगवान शंकराच्या मस्तकावरचं गंगेचं अस्तित्व पार्वतीला भावत नव्हतं. पार्वतीला आपल्या पतीच्या डोक्यावरची गंगा काढून टाकायची होती. पार्वतीनं दासी जयाला गाईचं रूप घेऊन गौतमऋषींच्या शेतातील उभे भातपीक खाण्यास पाठविलं. जेव्हा गौतमऋषींनी गाईला शेतातील उभे भातपीक खाताना बघितलं, तेव्हा त्यांनी गाईवर गवताची काडी फेकली, त्यामुळे गाय तत्काळ मरून पडली! बरोबर त्याचवेळी भगवान गणपती ब्राह्मणाचे रूप घेऊन तेथे उपस्थित झाले. त्यांनी गौतमऋषींना गोहत्या पाप-क्षालनासाठी भगवान शंकराच्या डोक्यावर असलेल्या गंगेत स्नान करायला सांगितलं. तेव्हा गौतमऋषींनी तपश्चर्या करून भगवान शंकरांना प्रसन्न केलं. व त्यांना त्यांच्या मस्तकावरच्या गंगेच्या प्रवाहास मुक्त करण्याची विनंती केली.

पण गंगा भगवान शिवाच्या जटांमधून बाहेर पडेना, तेव्हा भगवान शंकरानं आपल्या जटा आपटल्या त्यामुळे गंगा त्यांच्या मस्तकावरून बाहेर पडली व सैरावैरा धावू लागली. तेव्हा गौतमऋषींनी कुश म्हणजेच दर्भ टाकून गंगेचा प्रवाह अडवला, तेच आजचं 'त्र्यंबकेश्वरचं कुशावर्त तीर्थ' म्हणून प्रसिद्ध

झालं. गौतमऋषींनी गंगेत स्नान करून आपल्याकडून झालेल्या गोहत्येच्या पापातून अशा प्रकारे मुक्ती मिळवली.

गोदावरी ही दक्षिण भारतातली लांबीने सर्वात मोठी नदी. गोदावरीची लांबी १४९८ कि.मी. त्यामुळे ती भारतातली दोन नंबरची लांब नदी मानली जाते. एक नंबरवर अर्थातच गंगा नदी आहे. पण गोदावरी हिमालयातील गंगेच्या अगोदरची आहे, म्हणून तिला वृद्ध गंगाही म्हणतात.

गोदावरीच्या या पौराणिक कथेशी, भारतीयांच्या या भावनेशी, त्या नदीवरल्या प्रेमाशी अलीला काहीही देणंघेणं नव्हतं. त्याला मोहम्मद पैगंबरांविषयीही किती माहिती होती, शंकाच आहे.

तेवढ्यात एक टेंपो मागून आला आणि धरणाच्या भिंतीवरून पुढं निघून गेला. तो टेंपो पुढं जाऊन जिथे डावा-कालवा विमोचनाचा टॉवर होता, तिथं थांबला. अली आणि लतीफ दोघंही धरणाच्या भिंतीवरून चालत आजूबाजूचा परिसर निरखत टेंपोपर्यंत गेले. टेंपो कोणा 'पाटील कन्स्ट्रक्शन'चा होता. त्या टॉवरच्या दुरूस्तीचं काम त्यांना मिळालेलं होतं.

आठ ते दहा माणसं वेगवेगळी हत्यारं घेऊन त्या टॉवरमध्ये कामाला लागली होती. टेंपोचा ड्रायव्हर ज्याने कपाळावर उभट चंदनाचा टिळा लावलेला होता, टेंपोला पाठ टेकून उभा होता.

लतीफ त्याच्याशी सहज बोलल्यासारखं गप्पा मारू लागला. आपली तीन मुलं इथं कामाला लावता येतील का? असं त्यानं त्या ड्रायव्हरला विचारलं.

"लावता येतील ना! " ड्रायव्हर म्हणाला. "अशीही त्यांना पंधरा माणसांची गरज असते, पण माणसंच मिळत नाहीत. आजकाल लोकांना मेहनतीचं काम नको असतं. सरकारकडून स्वस्तात धान्य मिळतं, त्यामुळं ते काम करायला तयारच नसतात आणि समजा करायला आलेच, तर त्यांना पगार जास्त हवा असतो. " ड्रायव्हरनं एखाद्या तत्त्वज्ञान्यासारखं लतीफला ऐकवलं.

"तुम्ही त्या साहेबांना विचारा." ड्रायव्हरनं कामावर देखरेख करणाऱ्या व्यवस्थित कपडे घातलेल्या इसमाकडे बोट केलं. लतीफ लगेच त्याच्याकडे धरणाची भिंत आणि टॉवर यांच्यात बांधलेल्या पुलावरून चालत गेला.

त्याचवेळी त्याला टॉवरच्या गोलाकार भिंतीवर लावलेल्या पाण्याच्या खोलीची माहिती देणारी पट्टी दिसली.

एकोणसाठ फुटाच्या आकड्याजवळ धरणातल्या पाण्याच्या बारीक लाटा आदळत होत्या, इथे एकोणसाठ फूट म्हणजे जवळ-जवळ अठरा मीटर पाण्याची खोली होती. त्याने तो आकडा लक्षात ठेवला.

त्या इसमाकडं जाऊन लतीफनं पुन्हा आपल्या तीन मुलांना जी गरीब कुटुंबातली आहेत, आणि त्यांना कामाची फार गरज आहे, काम मिळेल का? म्हणून विचारलं. पाटलांना माणसांची गरज होतीच, त्यांनी त्या मुलांना लगेच पाठवा म्हणून सांगितलं.

लतीफचा आपल्या कानांवर विश्वास बसत नव्हता. एवढ्या सहजपणे आपल्या माणसांना धरणावर प्रवेश मिळेल, असं त्याला स्वप्नातही वाटलं नव्हतं.

मी त्या मुलांना लगेच घेऊन येतो, असं म्हणून लतीफ घाईघाईनेच तेथून निघाला. अली आजूबाजूच्या परिसराचं निरीक्षण करण्यासाठी धरणावरच तिथल्या कर्मचाऱ्यांशी गप्पा मारत थांबला.

पुढच्या एका तासात इक्बाल, मसूद आणि अमीरला घेऊन लतीफ धरणावर पोहोचला. ते तिघेही त्या कामगारांबरोबर कामाला लागले.

गप्पांच्या ओघात अलीला हेही कळलं की डेफ्त चार्ज कसे आणावेत ते. 'गंमत-जंमत' नावाच्या हॉटेलच्या डाव्या बाजूनं एक रस्ता थेट धरणाच्या पायथ्यापर्यंत येतो. तिथपर्यंत यायला कोणाचीही आडकाठी नसते. त्या पायथ्यापासून धरणाच्या भिंतीवर चढायला पायऱ्या केलेल्या होत्या. आणि त्या पायऱ्यांना पांढरा रंग दिलेले रेलिंग्स होते. तिथून गंगापूर धरणाच्या भिंतीचा उतार साधारण छत्तीस मीटर होता.

तिघांना घ्यायला आम्ही संध्याकाळी येऊ, असं सांगून अली आणि लतीफ परत नाशिक शहराकडे गेले.

सर्वांत अगोदर त्यांना १५० फूट लांबीचे दोरखंड विकत घ्यायचे होते. कारण ३६० कि.ग्रॅ. वजनाचे डेफ्त चार्ज एकट्या-दुकट्यानं उचलले जाणार नव्हते. दोरखंडानं डेफ्त चार्जला अशा पद्धतीने बाधावं लागणार होतं की जेणे करून एका बाजूनं दोन व दुसऱ्या बाजूनं दोन जणांना धरून तो उचलता यावा. त्या अगोदर गंमत-जंमत हॉटेलच्या बाजूच्या रस्त्याने ते थेट गंगापूर धरणाच्या पायथ्यापर्यंत जाऊन आले. मुख्य रोडपासून हे अंतर साधारण ९०० मीटरच्या आसपास होतं. तिथून उजवीकडे कच्चा रस्ता जात होता. त्या कच्च्या रस्त्यावर साधारण ४५० मीटर गेल्यावर उजव्या हाताला झाडींमध्ये एक घुमट बांधलेला होता. तिथं कुणाचाही वावर दिसत नव्हता.

डेफ्त चार्ज आणि दोरखंड रात्रीच तिथं आणून ठेवायचं अली आणि लतीफनं ठरवलं. लतीफनं हार्डवेअरच्या दुकानातून दोरखंड विकत आणले होतेच.

संध्याकाळी ते परत धरणावर तिघांना घेण्यासाठी गेले. धरणावरच्या वातावरणात त्यांना कुठलाही बदल जाणवला नाही. त्यांच्या गाडीला कुणीही अडवलं नाही. तिघांना गाडीत घेऊन ते परत निघाले. परत निघताना या मुलांना उद्या परत सोडतो, हे सांगायला लतीफ विसरला नाही.

गंगापूर धरणाच्या गेटमधून बाहेर पडल्यावर अलीनं इक्बालकडं बघून विचारलं, "क्या दिखा दिनभर?"

"जनाब, इस डॅम पे कोई भी सिक्यूरिटी नहीं है, कोई भी आसानी से आ-जा सकता है. सीसी टी.व्ही. लगाये हैं, पर एक भी चालू नहीं है, हर एक नये साहब सीसी टी.व्ही.का नया टेंडर निकालते है, सीसी टी.व्ही. लगाते हैं, पर चलता कोई भी नहीं, ये तो हमारे पाकिस्तान जैसा ही है. सब खा जाते है." तिघं – इक्बाल, रहीम, अमीर – हसायला लागले.

"कॉलेज के लडके-लडकियाँ भी बहोत आती हैं जनाब, उनको कोई नहीं रोकता."

अलीनं सुस्कारा सोडला. त्याला सीसी टी.व्ही.चे कॅमेरे दिसले होते, त्याचीच त्याला भीती होती. जर ते चालू असते, जर त्यांचं रेकॉर्डिंग होत असतं, तर तो नक्की त्यात दिसला असता. लतीफ आणि ती तिन्ही मुलं सीसी टी.व्ही.मध्ये दिसली काय आणि नाही दिसली काय त्याला काही फरक पडणार नव्हता.

अली म्हणाला, "ये तो बहुत आसान टार्गेट है. परसों हम लोग इसे उडानेवाले हैं.", "इन्शा अल्ला, और हम सब जन्नत के हकदार होने वाले हैं."

लतीफच्या चेहऱ्यावर एक विचित्र हास्य पसरलं, तिन्ही मुलं एकमेकांकडे बघायला लागली. इक्बाल म्हणाला, "हमारे साथ काम करनेवालों में आधे तो मुसलमानही हैं, क्या वो भी मरेंगे? वो अल्लाह के ही बंदे हैं. इस शहर में भी बहोत सारे मुसलमान रहते हैं. उनका क्या होगा?"

अली एकटक इक्बालकडे बघत राहिला. मग अतिशय धीरगंभीर आवाजात म्हणाला, "ये सब आका देख लेंगे. अल्ला अगर चाहेगा, तो उन्हें बचा लेगा. आपको जिस तरह से बताया जायेगा, वैसा करो. और अपना मुँह उन लोगों के सामने मत खोलो. ये काम करने के लिए अल्लाह ने ही हमें चुना है."

तिघांनी माना खाली घातल्या आणि म्हणाले, "जी जनाब."

लतीफनं गाडी गंमत-जंमत हॉटेलच्या बाजूच्या रस्त्याला टाकली. सरळ रस्ता संपल्यावर गाडी उजवीकडच्या कच्च्या रस्त्यावर घेतली. गाडी

घुमटाजवळ गेल्यावर ती त्यानं थांबवली. गाडीतून सर्व खाली उतरले. आता बऱ्यापैकी अंधार पडलेला होता. धरणाच्या भिंतीवर चिटपाखरू नव्हतं. धरणाच्या भिंतीवर लावलेल्या लांब-लांब अंतरावरच्या खांबांवर जेमतेम प्रकाश देणारे दिवे लुकलुकत होते.

त्यांनी ते तीनही डेफ्त चार्ज घुमटाच्या बाजूला ठेवले, जिथे अगोदरच बरंच भंगार पडलेलं दिसत होतं. त्यामुळे अलीला हायसं वाटलं. त्या भंगारातच त्यांनी डेफ्त चार्ज आणि दोरखंड लपवून ठेवले. त्या डेफ्त चार्जवर आणि दोरखंड तसेच आजूबाजूच्या परिसरावर अलीनं आपल्याबरोबर आणलेलं अत्तर भरपूर प्रमाणात शिंपडलं. सगळीकडे मोगऱ्याचा तीव्र वास पसरला. त्याचबरोबर त्यानं मोगऱ्याच्या अत्तराची दुसरी बाटली काढून त्याच्या जवळच्या लहान स्क्रू ड्रायव्हरच्या सहाय्यानं त्या बाटलीच्या झाकणाला दोन बारीक छिद्र पाडली आणि ती बाटलीही त्या डेफ्त चार्जमध्ये ठेवून दिली.

ती जागा त्या तिघांना नीट लक्षात ठेवायला सांगितली आणि ते परत त्यांच्या आऊटहाऊसमध्ये आले. उद्या नऊ जूनला फक्त एकच काम होतं, डेफ्त चार्जवर लक्ष ठेवणं. तिथपर्यंत कोणालाही पोहोचू न देणं.

।। १४।।

गंगापूर धरणातला जिवंत पाणीसाठा २०३.२२ × $१०^{६}$ मीटर क्यूब म्हणजेच, वीस हजार तीनशे बावीस कोटी लिटर किंवा सातशे सतरा कोटी क्युसेक्स एवढा आहे.

समुद्रसपाटीपासून धरण ६०४ मीटर उंचीवर तर गोदावरीवरील रामकुंड समुद्रसपाटीपासून ५५७ मीटर उंचीवर आहे. म्हणजे धरणापासून रामकुंडाकडे उतार साधारण ४७ मीटर किंवा १५४ फूट एवढा आहे. रामकुंडावर जर पंधरा मजली इमारत बांधली, तर त्या इमारतीचे सर्वांत वरचे छत आणि धरण साधारण एका रेषेत येतील.

जर गंगापूर धरणाची भिंत फुटली तर एवढा प्रचंड पाण्याचा लोंढा, गोदावरीच्या पात्रातून नाशिक शहराच्या मध्यातून आजूबाजूची दोन्ही बाजूंची वस्ती गिळंकृत करत सुसाट बाणासारखा चिरत जाईल.

नाशकात सर्वांत मोठा पूर १९६९ साली आला होता. तेव्हा साधारण एक लाख तीस हजार क्युसेक्स एवढं पाणी नदीपात्रातून गेलं होतं. गंगापूर गाव पूर्ण पाण्यात होतं. पैठणला गोदावरीच्या पाण्याची पातळी पंधरा तासात

चोवीस फुटांनी वाढली होती. म्हणजे साधारण अडीच मजल्याएवढ्या उंचीचं पाणी शहरात पसरलेलं होतं.

त्यावेळची लोकसंख्या होती अवघी २,६१,०००. तेव्हा जुनं नाशिक सोडल्यास नदीकिनारी विशेष वस्ती नव्हती. आजची नाशिकची लोकसंख्या आहे, १७,८२,००० आणि नाशकात नदीच्या दोन्ही बाजूंना दाट वस्ती झालेली आहे. काय हाहा:कार होईल! सरांच्या मनात विचार आला.

त्र्यंबकेश्वरला झालेल्या भरमसाठ पावसामुळे धरण भरलेलं होतं. वीस हजार क्युसेक्स पाणी सोडावं लागल्यास आजच्या स्थितीला नाशिकमध्ये पूरस्थिती निर्माण होते. रामकुंडाजवळचा दुतोंड्या मारूती पाण्यात बुडतो. भाजीबाजार, सराफ बाजार पाण्यात असतो. नवश्या गणपतीच्या मांडवात पाणी शिरतं.

नाशिकच्या पुढील गावं जी गोदावरी काठी वसली आहेत, जसे ओढा, एकलहरा, सायखेडा, चांदोरी पूर्णपणे पाण्यात जातात. कोपरगावची परिस्थिती तर अजूनच वाईट होते.

२००६साली गोदावरीच्या पुरात कोपरगाव पाण्यात होतं. गोदावरीच्या पाण्याची उंची कोपरगावमध्ये जवळ जवळ २२ फुटांनी वाढली होती, म्हणजे घरांचे दोन मजले पूर्ण पाण्यात व तिसऱ्या मजल्यावर पाणी शिरलं होतं.

पुराच्या पाण्यात चारचाकी गाड्या एखाद्या खेळण्यातल्या गाड्यांसारख्या अगदी सहजपणे वाहून जातात, एवढी ताकद त्या वाहत्या पाण्यात असते. पुलावरच्या लोखंडी कठड्यांना हे घोंघावत येणारं पाणी सहजपणे वाकवतं. काही वेळा तर पुलालाच आपल्याबरोबर घेऊन जातं. अशा पद्धतीनं घोंघावत येणाऱ्या या पुराच्या पाण्यात माणसांचा वा इमारतींचा, शेतीचा, गुरांचा टिकाव लागणं अतिशय कठिण असतं.

पुराचं पाणी ओसरल्यानंतरचं चित्र अजून जास्त विदारक असतं. बरेचसे रस्ते उखडलेले असतात, त्या रस्त्यांवर, घरांमध्ये चिखल आणि कचरा जमा झालेला असतो, त्यात मेलेले प्राणी अडकलेले असतात. शहरातली पूरक यंत्रणा, जसे शुद्ध पाणी-पुरवठा, वीज, रस्ते सर्व उद्‌ध्वस्त झालेले असतात. रोगराईचं प्रमाण प्रचंड वाढतं.

हे सर्व चित्र सर्वसाधारण पुरांमध्ये बघायला मिळतं, पण जर या दहशतवाद्यांनी धरण फोडलं तर? हा पाण्याचा लोंढा नाशिकला शिल्लक ठेवेल का? काय भयानक विध्वंस घडून येईल! जेडी सरांना दरदरून घाम आला.

जेव्हा जास्तीत जास्त वीस हजार क्युसेक्स ते पन्नास हजार क्युसेक्स पाणी सोडलं किंवा १९६९ प्रमाणे एक लाख तीस हजार क्युसेक्स पाणी सोडण्यात आलं त्यावेळेला नाशिकची व त्याच्या खालच्या शहरांची स्थिती वाईट झालेली होती. सातशे सतरा कोटी क्युसेक्सच्या निम्मे पाणी जरी गोदावरीतून गेलं, तर काय होईल?

कुठल्याही परिस्थितीत या दहशतवाद्यांना रोखलं पाहिजे, त्यांचा हा नापाक इरादा कुठल्याही परिस्थितीत पूर्णत्वाला जाऊ देता कामा नये, हे सरांच्या लक्षात आलं.

या दहशतवाद्यांचं टार्गेट गंगापूर धरण आहे हे तर नक्की. पण हे ते उडवणार कसे?

पाकिस्तानातनं कुठलंही फाईटर विमान नाशिकपर्यंत पोहोचू शकत नाही. त्याच्या अगोदरच आकाशात त्याच्या चिंधड्या उडवल्या जातील, एवढी आपली विमान-विरोधी यंत्रणा सज्ज आहे.

क्षेपणास्त्रांची पण आपले वायूसैनिक तीच गत करतील. कारण एअरफोर्स कराचीचे एएएफ बेस फैजलपासून, नाशिक साधारण आठशे पासष्ट किलोमीटर एअर डिस्टन्सवर आहे. या बेसवरून त्यांच्या विमानानं नाशिकच्या दिशेनं उड्डाण करताच भारतातलं राजस्थानमधलं बारमर एअरफोर्स स्टेशन ॲक्टिव होईल आणि या विमानाला वा क्षेपणास्त्राला आकाशातच उडवलं जाईल.

जर पाकिस्ताननं क्षेपणास्त्र वापरायचं ठरवलं असेल, तर ते त्यांचं HATF 5 GHAVRI जे पंधराशे कि.मी.पर्यंत मारा करू शकतं, किंवा HATF 6 SHAHEEN 2 जे दोन हजार कि.मी. पर्यंत मारा करू शकतं, किंवा SHAHEEN 3 जे दोन हजार सातशे पन्नास कि.मी. पर्यंत जातं, ही सर्व जमिनीवरून जमिनीवर मारा करणारी बॅलिस्टिक (BALLISTIC) मिसाइल्स आहेत. यांच्यापैकी एक ते वापरतील.

याला प्रत्युत्तर देण्यासाठी, त्या मिसाइलला आकाशातच नष्ट करण्यासाठी भारताकडे पृथ्वी एअरडिफेन्स (PAD) अन्टीबॅलिस्टिक मिसाइल आहे, किंवा पृथ्वी डिफेन्स व्हेईकल मार्क २ (PDV MK 2) मिसाइल आहे, जे पाकिस्तानच्या कुठल्याही मिसाइलला क्षणात आकाशातच नष्ट करून टाकेल.

PDV MK 2 मिसाईल १० Km/s म्हणजेच ३६,००० कि.मी. पर अवर या वेगानं येणाऱ्या कुठल्याही टार्गेटला नष्ट करण्याची त्याच्यात क्षमता आहे.

पण पाकिस्तान असा उघड हल्ला करणार नाही. त्यामुळे फायटर विमान

वा क्षेपणास्त्र वापरण्याची शक्यता नाही.

ते नक्कीच काही माणसं पाठवून धरणावर बॉम्ब पेरण्याचा प्रयत्न करतील. असा एक प्राथमिक विचार सरांच्या मनात आला.

सकाळी नऊ वाजता जेडी सर ऑफिसच्या केबिनमध्ये होते. त्यांनी सर्व स्टाफला सकाळी साडे आठलाच हजर व्हायला सांगितलं होतं. रणवीरला त्यांनी आपल्या केबिनमध्ये बोलावून घेतलं. तो आत्ता सरांच्या समोरच बसलेला होता.

रणवीरला सरांच्या चेहऱ्यावर चिंता स्पष्ट दिसत होती. रात्रीची अपूर्ण झोप डोळ्यांवरून लक्षात येत होती. काळजीनं चेहरा काळवंडलेला जाणवत होता.

सर स्वत:शीच बोलल्यासारखे सांगत होते, ''त्यांचं टार्गेट गंगापूर धरण आहे. अजून या पावसाळ्यातल्या पावसाला म्हणावी अशी सुरवात झालेली नाही, तरीही गौतमी, कश्यपी धरणातलं पाणी गंगापूर धरणात आल्यामुळे ते काठोकाठ भरलेलं आहे.''

''वीस हजार तीनशे बावीस कोटी लिटर म्हणजेच सातशे सतरा कोटी क्युसेक्स पाणीसाठा आत्ता धरणात आहे. जर सातशे सतरा कोटी क्युसेक्स पाणी एकाच वेळी धरणाला पडलेल्या भगदाडामुळे गोदावरीच्या पात्रातून वाहू लागलं, तर काय होईल? याची कल्पना करतानाही माझ्या मनाचा थरकाप होतोय. रणवीर कुठल्याही परिस्थितीत आपल्याला या येऊ घातलेल्या संकटावर मात करायची आहे. कुठलाही प्रपोगंडा न करता,'' सरांनी रणवीरकडे रोखून बघत म्हटलं.

''गंगापूर धरणावर दहशतवादी हल्ला होणार आहे, ही बातमी जर फुटली तर सर्वसामान्य नाशिककरांमध्ये हाहा:कार माजेल. या व्हॉटसअपच्या जमान्यात अफवांचं पीक येईल, नाशिककरांना आवरणं कठीण जाईल.''

''त्यामुळे हे सर्व आपल्याला बिनबोभाटपणे मार्गी लावावं लागणार आहे. साटम साहेबांना सांगून धरणावर पोलीस बंदोबस्त लावायला सांगतो. त्यांनाही जास्त तपशील देणार नाही, कारण पोलीस स्टेशनच्या आवारात काही पत्रकार कायम ठाण मांडून बसलेले असतात. त्यामुळे दहशतवादी गंगापूर धरणावर हल्ला करण्याची बातमी तेथून लगेच बाहेर पडेल, ते आपल्याला नको आहे. या बातमीनं फक्त गोंधळ आणि अफरातफरी माजेल.''

''जर धरण फुटलंच, तर १/४ नाशिक पाण्यात असेल. आजची नाशिकची लोकसंख्या आहे १७,८२,०००, त्यातले साधारण ४ लाख अधिक बाहेर-गावाहून कामानिमित्त आलेले लोक, जे नदीच्या दोन्ही बाजूंना रहातात यांना, विस्थापित करणं सोपं काम नाही. आपल्या हातात असलेल्या एका दिवसाच्या

वेळेचा विचार करता, हे शक्यही नाही.''

"तेव्हा हे सर्व तुलाच बघायचं आहे. एचएएलच्या सीसी टी.व्ही.तला अली तुला माहीत आहे, जर तोही त्यांच्यात असेल तर. 'तीन सेब की पेटी' म्हणजे अजून तीन लोक असतील. असे चार झाले. त्यांच्या बरोबर मुंबईतला कोऑर्डिनेटर असण्याची शक्यता आहे. झाले पाच. नाशिकमध्ये त्यांचे काही हस्तक असू शकतात. तशी शक्यता कमीच आहे, पण तरीही ते दोन जण धरू या, असे एकूण सात लोक असावेत. तुला त्यांना रोखायचंय.''

"मुंबई हल्ल्यात एकूण दहा होते. पठाणकोट हल्ल्यात एकूण पाच होते. त्यामुळे धरणासाठीचा सातचा आकडा मला योग्य वाटतोय. त्यांना तुला थोपवायचंय.''

रणवीर आत्मविश्वासानं म्हणाला, "काही अडचण नाही सर.''

"तुला काय लागेल?'' सरांनी विचारलं.

रणवीर थोडा वेळ विचार करत थांबला. मग म्हणाला, "सर, जर धरणावर पोलीस पाठवले तर त्या दहशतवाद्यांच्या लक्षात येईल की, त्यांचं बिंग फुटलंय. मग ते धरणाकडे फिरकणारच नाहीत. ते केव्हातरी नंतर परत हल्ला करतील. आज आम्हाला नक्की माहीत आहे की, ते केव्हा व कुठे हल्ला करतील. त्यामुळे त्यांना आत्ता पकडणं सोपं आहे.''

"जर ते आता पोलिसांना बघून पळून गेले, तर ते परत केव्हा येतील हे आपल्याला माहीत होईलच असं नाही. यावेळी आम्हाला त्यांचे ईमेल ट्रेस झाले, ते पुढच्या वेळेला नाही झाले तर?''

"२६/११/२००८ मधल्या दहा जणांबद्दल रॉ ला लागलेल्या सुगाव्याकडे लक्ष दिलं गेलं असतं, तर त्यांना अरबी समुद्रातच समाधी दिली गेली असती.''

"साध्या वेशातले पोलीस पाठवूनही उपयोग नाही. कारण ते जास्त लवकर ओळखू येतात!'' जेडी सरांनी मान डोलावली.

"मग तुमच्या मनात काय आहे ते स्पष्ट सांग रणवीर!'' सर म्हणाले.

"मी आजच गंगापूर धरणावर जातो, तिथली सविस्तर माहिती तुम्हाला कळवतो.''

"ठीक आहे, रणवीर काळजी घे. ही माणसं नाहीत, जनावरं आहेत. तुझं पिस्तुल बरोबर घ्यायला विसरू नकोस.''

"हो सर,'' रणवीर म्हणाला व केबिनच्या बाहेर पडला आणि सरळ ऑफिसच्या कँटीनमध्ये गेला. त्याने तिथे चार अंड्यांचं ऑम्लेट, त्यानंतर कडक चहा पटापट संपवला आणि सरळ गंगापूर धरणाकडे निघाला. ऑफिसमधल्या

पार्किंगमधून गाडी काढून त्यानं गंगापूर रोडवर गाडी पश्चिमेला घेतली.

रणवीर गंगापूर धरणापर्यंत पोहोचला होता. धरणाच्या अलीकडे त्यानं गाडी थांबवली. रणवीरनं गाडीचं इंजीन बंद केलं. त्यानं गंगापूर धरण व परिसराचा नकाशा उघडला.

गंगापूर धरणाच्या पाणीसाठ्याला 'बंधसागर' पण म्हणतात. त्याच्या पूर्वेला धरणाची मातीची भिंत आहे. पाण्याचा फुगवटा पश्चिमेला सरकत गेलेला होता. त्याचा आकार फुलपाखराच्या उभ्या पंखांसारखा दिसत होता. त्याच्या उत्तर पश्चिमेकडून कश्यपी धरणाचे पाणी गंगापूर धरणाला येऊन मिळत होतं. गंगापूर धरणाच्या पश्चिम टोकाला नागलवाडी गाव होतं. धरणाच्या उत्तरेकडच्या किनाऱ्यावर शेतीवाडीच जास्त होती. त्याचबरोबर काही भाग्यवान लोकांची टोलेजंग फार्महाऊसेस पण होती. धरणाला खेटून विचारात घ्यावा, एवढा उंच डोंगर वा टेकडी नव्हती, त्यामुळे तशा टेकडीला उडवून तिला धरणाच्या पाण्यात पाडून सुनामीसारखा परिणाम निर्माण करता येणार नव्हता.

शिवणगाव परिसरही किंवा पिंपळगाव-गरूडेश्वर परिसर जे धरणाच्या पश्चिमेला होते, तिथलाही परिसर सुरक्षित वाटत होता.

गौतमी-गोदावरी धरणाचं पाणी दक्षिणेकडून धरणाला येऊन मिळत होतं. हा भाग बऱ्यापैकी उंच सखल होता, पण तो गंगापूर धरणाच्या पाणीसाठ्यापासून लांब होता. थोडं दक्षिणेकडून पूर्वेला सरकल्यावर गंगावरे गाव होतं. तिथून पूर्वेकडे नाशिकच्या जगप्रसिद्ध असलेल्या वायनरीज होत्या. जशी सुला, सोमा, यॉर्क. तिथे असलेल्या वर्दळीमुळे आणि जागरूक नागरिकांमुळे तोही परिसर सुरक्षित वाटत होता.

गंगावरे गावाच्या दक्षिणेकडे टेकड्यांची रांग पूर्वेकडून पश्चिमेकडे गेलेली होती, पण ती धरणापासून सुरक्षित अंतरावर होती.

रणवीरला जाणवलं, उत्तर, पश्चिम, दक्षिण बाजूंकडून धोका संभवत नाही. पाण्याचा मुख्य साठा साधारण दोन कि.मी. बाय चार कि.मी. म्हणजे आठ कि.मी. स्क्वेअर एवढ्या परिसरात होता. तिथे साधारण ऐंशी लाख मीटर स्क्वेअर क्षेत्रफळातलं पाणी त्या भागात सामावलेलं होतं. या ठिकाणी पाणीसाठा सर्वात जास्त होता आणि याला धोका होता, पूर्वेकडून म्हणजेच धरणाच्या भिंतीकडूनच.

धरणाच्या दक्षिण टोकाला, धरणाची भिंत आणि मुक्त विद्यापीठाची पश्चिम बाजू एवढ्या परिसरात दाट झाडी होती, पण रणवीरला जाणवलं, जर ते बॉम्ब पेरून उडविण्याची शक्यता जास्त आहे, तर त्यासाठी ते तो बॉम्ब

शक्यतो धरणाच्या मध्यावरच ठेवून स्फोट घडवून आणायचा प्रयत्न करतील. म्हणजेच साधारण गंमत-जंमत हॉटेलची मागची बाजू. किंवा मग धरणाचे नऊच्या नऊ दरवाजे उडविण्याची त्यांची योजना असावी. काहीही करून या निळ्या फुलपाखराला, गंगापूर धरणाला सुरक्षित ठेवायचंच असा निर्धार करत त्यानं त्याची गाडी सुरू केली, रेडिओही सुरू झाला. किशोर कुमार आपल्या दर्दभऱ्या आवाजात गात होते.

"जिंदगीका सफर है, ये कैसा सफर
कोई समझा नहीं, कोई जाना नहीं.
है ये कैसी डगर चलते हैं, सब मगर
कोई समझा नहीं, कोई जाना नहीं."

इंदीवरांनी लिहिलेलं कल्याणजी-आनंदजींनी संगीतबद्ध केलेलं, राजेश खन्नानं 'सफर' या चित्रपटात या गाण्याला खूप समर्थपणे साकारलं होतं.

या पृथ्वीवरील सर्व सजीव जीवन जगत असतात, कशासाठी? आम्ही सर्व या जीवनरूपी मार्गाने प्रवास करत असतो. कशासाठी? याची सुरवात जन्मापासून आणि शेवट मृत्यू हे त्रिकाल सत्य आहे. तरी आम्ही वेगवेगळे मार्ग का अंगिकारतो? का आम्ही गरीब, श्रीमंत, धर्म, जात याने आपआपल्यात वितुष्ट निर्माण करून घेतो?

का आम्ही हिरोशिमा नागासाकीवर अणुबॉम्ब टाकतो?

का आम्ही लाखो लोकांना गॅस चेंबरमध्ये ढकलतो ?

का आम्ही ट्विन-टॉवर उडवून लावतो ?

का आम्ही एखाद्या धर्माचा पराकोटीनं द्वेष करतो?

आम्ही-मानव-पृथ्वीवरचा सर्वांत बुद्धिमान-प्राणी-खरंच सुसंस्कृत झालेले आहोत का?

हे जे विविध मार्गानं आपण हेवेदावे करतो, ते बरोबर आहेत का?

रणवीरच्या मनात विचार चमकून गेला.

त्याची गाडी गंगापूर धरणाच्या आवारात शिरली. प्रवेश-द्वारावर कुणीही चौकीदार नव्हता. त्याला कुणीही हटकलं नाही.

आज त्यानं त्याचं स्पेशल इन्व्हेस्टिगेशन ऑफिसर, सेंट्रल गव्हर्नमेंटचं ओळखपत्र बरोबर आणलेलं होतं. त्यामुळे त्याची खरी ओळख लपून राहणार होती, पण त्यामुळे त्याला कुणीही अडवू शकणार नव्हतं.

गाडीतून उतरताना त्यानं त्याचं पिस्तुल पाठीमागे पँटमध्ये अडकवलं आणि त्यावरनं शर्ट टाकला आणि सायलेन्सर खिशात सरकवला.

रणवीर गंगापूर धरणाच्या भिंतीवरून चालत निघाला. मासेमारीचे ज्यांना परवाने होते, त्यांचे तराफे पाण्यात तरंगताना दिसत होते.

या गंगापूर धरणात विविध प्रकारचे मासे होते. जसे राऊ, कटला, कोंबडा, वाडीस, टीलीपा, कटार्नी, मरळ, वाम. गोड्या पाण्यातल्या माशांची चव समुद्रातल्या माशांपेक्षा वेगळी असते. नाशिककरांना राऊ, कोंबडा आणि वाम जास्त आवडत.

त्या तराफ्यांवर आत्ता कोणीही नव्हतं. रणवीरला डाव्या हाताला धरणाचे दरवाजे उघडण्यासाठीचं पॉवर हाऊस दिसलं. तिथेही कुणीही नव्हतं. रणवीर तसाच धरणाच्या नऊ दरवाजांजवळून दक्षिणेकडे चालत गेला. त्या दरवाजांजवळ पोहोचल्यावर त्यानं प्रत्येक दरवाजात डोकावून बघितलं. कुठे बॉम्ब सदृश वस्तू दिसते का? कुठे इलेक्ट्रिक वायरी दिसतात का? कोणी त्या आडोशात लपलंय का? रणवीरला वेगळं, खटकणारं असं काहीही दिसलं नाही. तिथं कोणा व्यक्तीचा वावरही जाणवला नाही.

रणवीरनं उजवीकडच्या लांबपर्यंत पसरलेल्या पाण्याच्या साठ्याकडे बघितलं. धरण जवळ-जवळ ऐंशी ते नव्वद टक्के भरलेलं दिसत होतं. त्र्यंबकेश्वर परिसरात झालेल्या तुफान पावसाचा तो परिणाम होता. पाण्याचा निळा रंग दिसत नव्हता. पावसाच्या पाण्यामुळे ते गढूळ झालेलं होतं. वाहणाऱ्या वाऱ्यामुळं धरणाच्या पाण्याच्या पृष्ठभागावर लहान-लहान लाटा निर्माण होत होत्या. धरणाच्या पाण्याच्या बाजूच्या भिंतीवर काळ्याशार दगडांचा थर भिंतीच्या उतारावर लावलेला होता. त्यावर या लहान लाटा येऊन आदळत होत्या. त्यांचा छपाक-छपाक असा आवाज खंड न पडता येत होता. घोंघावणारा वारा वाहत होता.

रणवीर तसाच चालत पुढे गेला. त्याला डावा कालवा विमोचनच्या टॉवरजवळ काही माणसं दिसली. रणवीर सहज चालत असल्यासारखा पण पूर्ण सतर्क होऊन टॉवरकडे जाऊ लागला. तिथे त्याला एक टेंपो उभा दिसला. धरणाची भिंत आणि टॉवर यामध्ये बांधलेल्या लोखंडी पुलाजवळ जेव्हा तो पोहोचला, तेव्हा त्याला टॉवरमध्ये सात-आठ जण काहीतरी काम करत असलेले दिसले.

धरणाच्याच कडेला त्या लोखंडी पुलाच्या अलीकडं लहानसं, तात्पुरतं छप्पर बांधलेलं दिसलं. पावसापासून किंवा उन्हापासून त्या छपरामुळे संरक्षण मिळत होतं. त्या छपरात धरणाच्या भिंतीच्या कठड्यावर दोन माणसं बसलेली दिसली. रणवीर त्यांच्याजवळ थांबला.

ते सरकारी चाकरीतले आहेत, हे त्यांच्याकडे बघितल्याबरोबर रणवीरच्या लक्षात आलं. त्यांच्याशी गप्पा मारता मारता आजूबाजूचा परिसर तो न्याहाळत होता. धरणाच्या भिंतीच्या पूर्वेकडे पायथ्याशी त्याला डोमसारखं बांधकाम दिसलं. त्याच्या आजूबाजूला झाडंझुडपं उगवलेली दिसत होती. त्याची कुठल्याही प्रकारची निगा ठेवलेली दिसत नव्हती.

"तिथे अगोदर छान बाग होती. तिथला एक कर्मचारी म्हणाला, "तिकडे आता आमचे कुठलेच साहेब लक्ष देत नाहीत. त्यामुळे त्याची अशी दुर्दशा झाली." त्या घुमटापासून थोड्या अंतरावर एक दगडी स्मारक बांधलेलं दिसत होतं. त्या विषयी मात्र ते कर्मचारी काहीही बोलायला तयार नव्हते. रणवीरनंही जास्त जोर लावला नाही.

धरणाच्या भिंतीवर रणवीर उभा होता, तिथून साधारण दोनशे पन्नास ते तीनशे मीटरवर धरणाच्या भिंतीवरच एक लहानसं मंदीर बांधलेलं दिसत होतं. "ते सावरे बाबांचं मंदीर आहे." दुसऱ्या कर्मचाऱ्यानं माहिती पुरवली. तो पुढे सांगत होता, "धरणाच्या भिंतीच्या दक्षिण टोकाला असलेल्या सावरगावातून एक व्यक्ती नियमितपणे या सावरेबाबांना, जो धरणातल्याच एका टेकडीवर वास्तव्य करून होता, दूध आणून देई. ऊन, वारा, पाऊस काहीही असो, त्या व्यक्तीनं त्याचा नियम मोडला नव्हता. तो सावरेबाबांना दूध देण्यासाठी जातच असे. त्या व्यक्तीच्या या सेवेनं प्रसन्न होऊन सावरेबाबांनी त्यास नागीण हा आजार बरा करण्याचा मंत्र दिला असं म्हणतात. त्याच बाबांचं हे मंदीर आहे."

रणवीर त्या लोखंडी पुलावरून डाव्या कालव्याच्या टॉवरपर्यंत चालत गेला. तिथे काम करणाऱ्यांचं सहज बघितल्यासारखं करून निरीक्षण केलं. त्यातली दोन मुलं त्याच्याकडे चोरट्या नजरेनं बघत होती. त्याचबरोबर आपण फार कामात आहोत, असं भासविण्याचा प्रयत्न करत होती. रणवीरनं त्या दोघांचे चेहरे लक्षात ठेवले. रणवीरला टॉवरमध्ये, खाली उतरलेला अमीर दिसला नव्हता.

परत धरणाच्या भिंतीवर येऊन तो दक्षिणेकडे चालत निघाला. पाण्याच्या खाली धरणाच्या भिंतीच्या तळाशी जर स्फोटकं पेरून ठेवली असतील तर? रणवीरच्या मनात विचार आला. त्याने मोबाईलवर जेडी सरांशी संपर्क साधून आपल्या मनातली शंका बोलून दाखवली.

थोड्याच वेळात दोन तरबेज पाणबुडे धरणावर पाठवतो, सर म्हणाले.

"ठीक आहे सर, त्यांना धरणाच्या दक्षिण टोकाकडून पाण्यात उतरायला सांगा आणि उत्तरेकडे सरकत धरणाची भिंत तपासायला सांगा." रणवीर

म्हणाला.

''तसंच ते करतील, ते कुणाच्याही नकळत त्यांचं काम आटोपतील,'' सर म्हणाले.

रणवीरनं फोन बंद करून खिशात टाकला. तो तसाच सावकाश चालत काही वेगळं दिसतं का? कुणा माणसांची चोरटी हालचाल, नको त्या ठिकाणी ठेवलेलं सामान, उगाचच रेंगाळणारी माणसं यांचा शोध घेत होता.

गंमत-जंमत हॉटेलला लागून असलेल्या धरणाकडे येणारा रोड रणवीरला दिसला. तो तसाच पुढं निघाला.

त्यावेळी त्या रोडच्या दक्षिणेला झाडांच्या आडोशात उभी असलेली निळ्या रंगाची मारूती व्हॅन मात्र त्याला दिसली नाही.

रणवीरला त्याच्या डाव्या हाताला दाट झाडी असल्याचं जाणवलं. तसाच पुढे गेल्यावर त्याला त्याच्या उजव्या हाताला पंपिंग स्टेशन दिसलं. तो धरणाच्या दक्षिण टोकाला पोहोचला, तोपर्यंत जेडी सरांनी पाठवलेले पाणबुडे तिथे पोहोचले होते. तिथल्या झाडांच्या आडोशात त्यांनी त्यांचा पाण्यातला पोशाख चढवला. पाठीवर ऑक्सिजन सिलेंडर लावले. रणवीरनं त्यांना काय शोधायचं हे परत एकदा सांगितले. 'धरणात पाण्याखाली वायरींचं जाळं किंवा असंच काही संशयास्पद दिसल्यास त्याला हात लावू नका, ताबडतोब पाण्याबाहेर या आणि मला सूचना द्या. मी आता असाच भिंतीवरून चालत धरणाच्या उत्तर टोकाकडे जाईन.'

''तुमचा पाण्यातला प्रवास आणि माझा भिंतीवरून चालण्याचा वेग सारखा ठेवण्याचा प्रयत्न करीन,'' रणवीर म्हणाला.

दोन्ही पाणबुडे पाण्यातनं काही अंतर चालत गेले. त्यांच्या मांड्यांपर्यंत पाणी पोहोचल्यावर त्यांनी पाण्यात सूर मारला. पाण्याच्या पृष्ठभागावर बुडबुडे तयार झाले आणि जसजसे पाणबुडे पुढे सरकत होते, तसतसे तेही काही अंतरापर्यंत सरकताना दिसत राहिले. नंतर मात्र पाण्याचा पृष्ठभाग पूर्णपणे शांत झाला. त्या पाणबुड्यांनी पाण्यात बऱ्यापैकी खोली गाठली होती.

रणवीरनंही धरणाच्या भिंतीवरून उत्तरेकडे सावकाश चालायला सुरुवात केली. अजूनपर्यंत तरी, त्या दोन मुलांच्या चोरट्या नजरांशिवाय त्याला काहीही खटकलं नव्हतं. सगळीकडे नेहमीसारखीच शांतता होती. त्यात काही प्रेमी युगुलं धरणाच्या पाण्याच्या बाजूच्या उतारावर बसलेली दिसत होती.

ते ईमेल खरोखरच दोन प्रेमींमधले तर नसतील? त्यांनी एकमेकांना इथे, गंगापूर धरणावर भेटण्याचे संकेत तर दिलेले नसतील? कुणीतरी खरंच त्या

सफरचंदांच्या पेट्या पाठविलेल्या असू शकतात. त्या व्यवस्थित पोहोचल्याची पोच दिली गेली असेल. आपण मात्र त्याचा भलताच अर्थ काढलेला असू शकतो. चालता-चालता रणवीरचं विचारचक्र चालू होतं. एक डोळा धरणाच्या पाण्याच्या पृष्ठभागावर होता. त्या पृष्ठभागावर काळी डोकी वर येतात का हे तो बघत होता.

मग त्या वडराईतल्या खुनाचं काय? कराचीला केल्या गेलेल्या फोनचं काय? ईमेलची देवाणघेवाण झालेल्या लॅपटॉपचे आय.पी. अॅड्रेस पाकिस्तानमधलेच होते. त्याचा काय अर्थ?

एचएएलच्या गेटजवळ मोटरसायकलवरचा आणि कराचीच्या इन्फॉर्मरनं पाठवलेल्या फोटोतली व्यक्ती एकच होती, त्याचं काय?

नक्कीच धरणाला धोका आहे. रणवीरचं अंतर्मनही त्याला तेच सांगत होतं. डाव्या कालव्याचा टॉवर ओलांडून तो पुढे गेला. तिथल्या माणसांचं कोंडाळं आता निघून गेलेलं होतं. टॉवरमध्ये काम करणारे त्यांच्या सामानाची आवराआवर करत होते.

रणवीर सावकाश चालत धरणाच्या उत्तर टोकाला पोहोचला. थोड्याच वेळात पाण्यातनं काळी डोकी वर आली. ते दोघंही पाणबुडे धरणाच्या उत्तर टोकाला पोहोचले होते. डोळ्यांवरचा पाण्यातला चष्मा आणि पाठीवरचे सिलेंडर त्यांनी काढून ठेवले. थोडा वेळ त्यांनी त्यांचा श्वासोच्छवास नियमित होऊ दिला.

अगोदर या ऑक्सिजन सिलेंडरमध्ये ऑक्सिजन व नायट्रोजन यांचं मिश्रण असायचं, पण पाणबुडे जसजसं पाण्यात खोल जायचे, त्या-त्या प्रमाणात पाण्याच्या खोलीमुळे त्यांच्यावरचा दाब वाढत जायचा. त्यामुळे त्या सिलेंडरमधला नायट्रोजन पाणबुड्यांच्या रक्तात विरघळायचा. पाणबुडे जसजसे वर येऊ लागायचे, तसतसा त्यांच्यावरचा पाण्याचा दाब कमी-कमी होऊ लागायचा. त्यामुळे रक्तात मिसळलेला नायट्रोजन बाहेर पडायला लागायचा. हा नायट्रोजन रक्तातून बाहेर पडताना त्या पाणबुड्यांना खूपच त्रास होई, भयंकर वेदना होत म्हणून आजकाल ऑक्सिजन बरोबर नायट्रोजनच्या ऐवजी हेलियम वायू वापरतात. ही समस्या समुद्रामध्ये खोलवर जाणाऱ्या पाणबुड्यांना जास्त जाणवते.

पाणबुड्यांचा श्वास नियंत्रित झाल्यावर रणवीरकडं बघत 'नाही' म्हणून त्यांनी मान डोलावली. पाण्यात वेगळं असं त्यांना काहीही दिसलं नाही. बॉम्ब सदृश कुठलीही वस्तू आढळली नाही, ना वायरिंगचं जाळं दिसलं.

त्यांनी रणवीरला सांगितलं की धरणाच्या भिंतीपासून साधारण दहा मीटरपर्यंतचा पाण्यातला सर्व परिसर आम्ही धुंडाळला. शंका येण्यासारखं काहीही दिसलं नाही.

"ठीक आहे," रणवीर म्हणाला. "तुम्ही जाऊ शकता. मी जेडी सरांना सविस्तर काय ते कळवतो."

"ओ.के. सर," असं म्हणून ते दोघं त्यांचं सामान घेऊन निघून गेले.

धरणाच्या आतल्या बाजूनं आत्तातरी धोका नव्हता. रणवीरच्या मनात आलं.

सूर्य पश्चिमेला झुकलेला होता, आकाशात ढग विखुरलेले होते, त्यांची दाटी झालेली नव्हती, लगेच पाऊस येण्याची शक्यता दिसत नव्हती.

चिमणा कंकर किंवा छोटा बाजच्या झुंडीच्या झुंडी धरणाच्या परिसरातून उडत नाशिककडे निघाल्या होत्या. दिवसभरात त्यांनी मासे, खेकडे, बेडूक यांच्यावर धरणातील परिसरात ताव मारलेला असेल. लांबून ते काळे दिसत असले तरी, त्याच्या पंखांवर हिरव्या आणि तांबूस रंगाची झाक असते. संध्याप्रकाशात क्षणभर ते रंग चमकलेले रणवीरला दिसले.

डाव्या कालव्यातले ते काम करणारे लोकही रणवीरला बाहेर पडताना दिसले. तेव्हाच त्याच्या मोबाईलची रिंग वाजली. जेडी सरांचा फोन आला होता.

जेडी सर सांगत होते, "रात्री एक दीडच्या सुमाराला गुजराथमधल्या छारा जेटीवर एक मच्छिमारी करणाऱ्या बोटीचा आवाज, नंतर गाडीत काहीतरी ठेवलं गेल्याचा आवाज आणि मग गाडी सुरू होऊन निघून गेल्याचं एचपीसीएलच्या सुरू झालेल्या कामावरच्या चौकीदारानं कळविलं होतं. रात्रीच्या अंधारात त्याला काही दिसलं मात्र नव्हतं."

"जव्हार-त्र्यंबकरोडवर अंबोली घाटाच्या अलीकडे झाडींमध्ये एक बेवारस प्रेत सापडलं होतं, पाठीमागून त्याच्या डोक्यात गोळी घालण्यात आली होती. तारीख होती आठ जून."

"आठ जूनच्या रात्री (पहाटेचे तीन वाजून तीस मिनीट) त्र्यंबक चौफुलीवरून एक निळी मारूती व्हॅन, नाशिक पासिंगची जव्हारकडून नाशिककडे जाताना दिसली. त्या रात्री दुसरी कुठलीच गाडी गेली नाही, त्यामुळे चौकावरच्या लोकांच्या ती लक्षात राहिली होती."

जेडी सरांनी दिल्लीतल्या रॉच्या हेड ऑफिसला वडराईची घटना, त्या संदर्भातला अंदाज कळवल्यानंतर सर्व देशात रॉचे एजंटस् कामाला लागले

होते. समुद्रकिनारा, विमानतळ या मार्गांनी येऊ शकणाऱ्या कुठल्याही संशयित व्यक्ती वा वस्तूची माहिती ताबडतोब कळवण्यास सांगण्यात आलं होतं. या येणाऱ्या माहितीच्या महापुरात कोस्टल-गार्डस्, समुद्र किनाऱ्यावर असणारी पोलीस-स्टेशन्स यात पश्चिम किनारपट्टीवरच्या गुजरात ते गोव्यापर्यंतच्या किनारपट्टीवरील पोलीस-स्टेशन्स व कोस्टल-गार्डच्या माहितीवर जोर देण्यात आला होता.

येणाऱ्या या सर्व माहितीतल्या महापुरातून वर उल्लेखित माहिती महत्त्वाची वाटत होती. पण यावरून ती नाशिक पासिंगची निळी व्हॅन संशयास्पद असण्याची शक्यता दिसत होती, पण त्या व्हॅनचा नंबर मिळालेला नव्हता. त्यात बसलेल्या व्यक्ती एक की जास्त समजलेलं नव्हतं. त्यात काय सामान होतं, समजलेलं नव्हतं. त्या व्हॅनचा गंगापूर धरणावर होणाऱ्या हल्ल्याशी काही संबंध होता का? तेही अजून समजलेलं नव्हतं.

रणवीरनं तो धरणावर आल्यापासून सर्व तपशील जेडी सरांना सांगितला. त्याला अजूनतरी कुठेही, काहीही संशयास्पद आढळलेलं नव्हतं. ती दोन मुलं सोडल्यास. तसं त्यानं सरांना सांगितलं. सरांनी ''ऑल द बेस्ट'' म्हणून फोन ठेवला.

'ऑल द बेस्ट'मधला दबाव, चिंता रणवीरला जाणवली.

धरणावर काम करणाऱ्या लोकांना घेऊन टेंपो निघून गेला होता. रणवीर फोनवर बोलत असताना आपल्याला काहीतरी धूसरसर दिसलं होतं, ते त्याला खटकलं होतं, पण काय? हे तो आठवण्याचा प्रयत्न करत होता. तो आता धरणाच्या उत्तर टोकाला होता. धरणाच्या भिंतीवरच्या खांबावरचे दिवे लागलेले होते. त्यामुळे त्या भिंतीवरच्या रस्त्यावर ठरावीक अंतरानं प्रकाश आणि अंधार यांचे पट्टे तयार झाले होते.

तो तसाच धरणाच्या भिंतीवरून चालत दक्षिणेकडे निघाला. धरणाच्या अलीकडचा लोखंडी दरवाजा तिथल्या चौकीदारानं लावून टाकला. रणवीर तसाच पुढं चालत राहिला. डाव्या कालव्याच्या टॉवरजवळ पोहोचत असताना त्याला त्याच्या डावीकडे दगडी पायऱ्या खाली जाताना दिसल्या, की ज्या आता अंधारात होत्या. रणवीरला अचानक आठवलं, आपल्याला काय खटकत होतं ते.

ज्यावेळी टेंपो परत निघाला, त्यावेळी ती दोन मुलं टेंपोत बसली नव्हती. त्यांच्याबरोबर अजून एक मुलगा होता आणि ते तिघंही याच दगडी पायऱ्यांनी खाली उतरताना रणवीरला दिसले होते.

रणवीरनं डोळे मोठे करून खाली बघण्याचा प्रयत्न केला. पण काळोखाशिवाय खाली काहीही दिसत नव्हतं. त्या दगडी पायऱ्याही अंधारात बुडालेल्या होत्या.

दिवसा आपण हा खालचा परिसर जवळून डोळ्याखालून का घातला नाही, म्हणून तो स्वत:वरच चरफडला.

खालच्या डोमपर्यंत जाऊन यायचा त्यानं निर्णय घेतला. आणि तो सावकाश सावधपणे त्या दगडी पायऱ्या उतरू लागला. त्याने त्याच्याकडची टॉर्च पेटवली नाही. थोड्याच वेळात त्याला पायऱ्यांखालची जमीन लागली.

रातकिड्यांच्या आवाजाव्यतिरिक्त काहीही ऐकू येत नव्हतं, अधूनमधून येणाऱ्या लांब अंतरावरच्या कुत्र्यांच्या भुंकण्याचा आवाज व वटवाघुळांच्या चीत्काराव्यतिरिक्त.

रणवीर आता खालच्या रस्त्यावर उभा होता. आपल्याला कुणाचीही चाहूल लागत नाहीये, पण आपल्यावर कुणीतरी नजर ठेवून आहे असं त्याला प्रबळपणे वाटू लागलं. आपल्या आजूबाजूला धोकाच-धोका आहे असं त्याचं अंतर्मन सांगू लागलं. आपले हाताचे तळवे ओलसर झाले आहेत, हृदय जोरात धडधडतंय हे रणवीरला जाणवलं. तो धावतच रोडच्या कडेला गेला, दिवसा धरणाच्या भिंतीवरून खाली नजर टाकताना, आपण या भागात काय काय बघितलं हे तो आठवण्याचा प्रयत्न करू लागला.

तिथल्या डोम व्यतिरिक्त सर्व चित्र धूसरपणे त्याला आठवत होतं. आडोसा घेण्यासारखी जागा तो शोधत होता. वडराईतला अली जर इथे असेल, तर त्याचं ते सायलेन्सर लावलेलं ग्लॉक १७ पण त्याच्याकडे असेल. कदाचित आपल्याला फक्त खट आवाज येईल, मग आपल्या शरीरातल्या कुठल्यातरी भागातून गरम उष्ण प्रवाह खाली सरकताना जाणवेल, तो घाव जर वर्मी बसला तर आपण येथेच कोसळू. मग ते त्यांचा कार्यभाग आरामात साधतील. आजच्याच रात्री धरण उडवून देतील. उद्याची, दहा जूनची ते वाट बघणार नाहीत. हजारो नाशिककर मृत्युमुखी पडतील. लाखो बेघर होतील. हे विचार रणवीरच्या मनात झपकन येऊन गेले.

त्याला अंधारात एका मोठ्या आंब्याच्या झाडाचा आडोसा मिळाला. त्यानं त्याची पाठ झाडाच्या खोडाला दाबून धरली. त्या झाडाच्या खोडाचा खडबडीतपणा त्याला दिलासा देऊन गेला.

त्यानं त्याचं स्मिथ ॲण्ड वेसन, एम ॲण्ड पी ९ पिस्तुल, तो कच्च्या रस्त्याच्या मध्यात असतानाच पॅंटच्या मागून उजव्या हातानं त्यानं उपसून

काढलं होतं. त्याच्या स्टेनलेस स्टीलच्या बॉडीचा गारवा त्याला दिलासा देऊन गेला होता. पिस्तुलची सतरा अधिक एक राऊंडची क्षमता होती आणि आत्ता ते पूर्णपणे भरलेलं होतं. या पिस्तुलाच्या नावामुळे त्याला ते पिस्तुल आवडे. पिस्तुलवर त्यानं सायलेन्सर चढवला.

झाडाच्या खोडाआडून त्यानं डोमकडे नजर टाकली. सगळीकडे शांतता वाटत होती. पिस्तुलच्या दस्त्यावरची दोन्ही हातांची पकड त्यानं घट्ट केली. आता त्याची भीती कुठल्याकुठं पळून गेली होती. त्याचं मन आता अतिशय स्वच्छ झालं होतं. नाशिककरांवर संकट येऊ द्यायचं नाही, वहिदाला न्याय मिळवून द्यायचा, हे त्यानं आता पक्कं ठरवलं होतं.

दोन्ही हातात पिस्तुल धरत, कमरेतून खाली वाकत तो पटकन डोमच्या बाजूला अजून जवळ असणाऱ्या झाडाकडे तीरासारखा धावला, पण रस्त्यातला मोठा काळा दगड त्याला थोडा उशीरा ओझरता दिसला, त्याला चुकविण्यासाठी तो डावीकडे वळला. त्याचवेळी त्याला खट आवाज आला. एक गोळी त्याच्या उजव्या खांद्याला चाटून गेली. खांद्याजवळचा शर्ट जाळून मधल्या कातडीलाही त्या गोळीची उष्णता जाणवली.

रणवीर तसाच जमिनीवर कोसळला. जमिनीवर दगड धोंडे नव्हते. त्यामुळे त्याला जास्त दुखापत झाली नाही.

ती गोळी अलीनं झाडली होती. अली आणि लतीफ त्या तीनही मुलांना सकाळी धरणावर सोडल्यानंतर गंमत-जंमत हॉटेलच्या बाजूच्या रोडनं धरणाच्या पायथ्याशी पोहोचले होते. त्यांनी त्यांची निळी मारूती व्हॅन झाडीमध्ये सहजासहजी कुणाला दिसणार नाही, अशा पद्धतीनं लावली होती. ते दोघेही गाडीतच बसून धरणावरच्या हालचालींचे निरीक्षण करत होते.

रणवीर जेव्हा धरणाच्या भिंतीवरून चालत दक्षिणेला गेला, तेव्हाच अलीच्या मनात पाल चुकचुकली होती. रणवीर जेव्हा परत फिरला आणि उत्तर दिशेला जाऊ लागला तेव्हा त्यानं लतीफला धरणाच्या भिंतीवर पाठवलं होतं. जेव्हा रणवीर त्या दोन्ही पाणबुड्यांशी बोलत होता, तेव्हा लतीफ लांबून बघत होता. लतीफ ताबडतोब त्यांच्या गाडीजवळ परत आला होता आणि त्यानं काय बघितलं ते अलीला सांगितलं होतं.

सावधगिरी म्हणून ते तेव्हाच डोमजवळच्या झाडीमध्ये येऊन लपले होते. थोड्याच वेळात ती तीनही मुलं डोममध्ये आली होती. अलीने त्यांना डेफ्त चार्ज आजच धरणावर चढवायचे आहेत आणि पाण्यात लोटून द्यायचे आहेत असं सांगितलं, लोटण्याच्या अगोदर डेफ्त चार्जच्या वरच्या बाजूला असलेल्या

चकतीवरचा काटा पन्नास फुटांवर करण्याचं त्याने त्यांना सांगितलं. डेफ्त चार्जचं वजन खूप जास्त होतं. त्यामुळे कुणा एकाकडून ते धरणाच्या भिंतीवर चढवणं कठिण होतं. म्हणून मग दोन जणांनी मिळून एक डेफ्त चार्ज हळूहळू धरणाच्या भिंतीवर नेण्याचं ठरलं. इक्बाल आणि मसूद यांनी एक डेफ्त चार्ज न्यायचा अमीर आणि लतीफ यांनी दुसरा डेफ्त चार्ज न्यायचा. आणि मग इक्बाल आणि मसूदनं परत येऊन तिसरा डेफ्त चार्ज न्यायचा.

तीन डेफ्त चार्ज सावरेबाबाच्या मंदिराजवळ ठेवायचं ठरलं. मग इक्बाल, मसूद आणि अमीर यांनी ते डेफ्त चार्जर्स पन्नास फुटांची ॲडजेस्टमेंट करून पाण्यात ढकलायचे असं ठरलं.

पण त्या अगोदर त्यांना समोर दिसणाऱ्या रणवीरचा बंदोबस्त करायचा होता.

रणवीरला पायऱ्यांवरनं उतरताना बघून त्या तिघाही मुलांना त्यानं झाडींमध्ये आवाज न करता चुपचाप बसायला सांगितलं होतं. तिघंही अफीमच्या अंमलाखाली होते.

रणवीर जेव्हा धरणावरच्या दगडी पायऱ्यांवरून खाली उतरत होता, तेव्हाच खरं म्हणजे अली त्याला उडवणार होता. पण नंतर त्यानं विचार बदलला. त्याला अजून जवळ येऊ देण्याचा निर्णय त्यानं घेतला. जेव्हा रणवीर धरणाच्या पायऱ्या आणि डोम यांच्या मधल्या कच्च्या रस्त्यावर आला तेव्हा तो अगदी स्पष्ट दिसत होता. रस्त्याच्या तांबूस पांढऱ्या पट्टीवर जणू मध्येच उगवलेल्या सहा फुटी अशोक वृक्षासारखा.

रणवीरनं त्याचवेळी त्याचं पिस्तुल काढलं होतं. त्या अंधारातही स्मिथ ॲण्ड वेसनची स्टेनलेस स्टिल चमकलेलं अलीनं हेरलं होतं. अलीनंही त्याचं ग्लॉक पिस्तुल तयार ठेवलं होतं.

रणवीरला अलीनं पिस्तुलातून झाडलेल्या गोळीची प्रकाश-शलाका ओझरती दिसली होती. जमिनीवर कोसळल्याबरोबर त्यानं अंदाजानं त्या दिशेनं गोळी झाडली. गोळी झाडल्या झाडल्या रणवीरनं त्याची जागा, स्क्रोल करत पटकन बदलली. तिकडं अलीनंही तेच केलेलं असल्यानं रणवीरच्या गोळीनेही तो वाचला. पण त्याच्या मागेच असलेल्या लतीफच्या खांद्यात गोळी घुसली. ती त्याच्या खांद्यातल्या वरच्या स्नायूंना तोडत स्कॅपुला, ज्याला शोल्डर ब्लेड पण म्हणतात, त्याचे तुकडे करत पाठीमागून बाहेर पडली. लतीफ गुरासारखा ओरडत मागे कोसळला.

रणवीरनं एक मेला किंवा जखमी झाल्याची मनात नोंद केली. किती

आहेत हे? रणवीरच्या मनात विचार आला. तो शक्यतो आवाज न करता अंदाजे डोमच्या दिशेनं जमिनीवरनं सरपटत सरकत होता. प्रत्येक वेळी पुढे सरकण्याची दिशा बदलत होता.

त्याला मोगऱ्याचा वास नाकात शिरल्याचं जाणवलं. पण तो मोगऱ्याच्या फुलांचा नाही हे त्याच्या पटकन लक्षात आलं. कारण हा वास फारच तीव्र होता, मंद नव्हता, मोगऱ्याच्या अत्तराचा असावा. तो तसाच सावकाश पुढे सरकत राहिला.

एका झुडपाच्या आडोशाला तो थोडावेळ थांबला. डोमच्या परिसराचं सावधपणं बारकाईनं निरीक्षण करू लागला. त्याला डोमच्या पलीकडच्या झाडाच्या खोडामागून दोन गोलसर आकार बाहेर आलेत व ते थोडे हलतांना दिसतायत असं लक्षात आलं. नेम धरून रणवीरनं दोन गोळ्या झाडल्या. दोन अस्पष्ट, आश्चर्ययुक्त दबक्या आवाजापाठोपाठ धप, धप असा जमिनीवर पडण्याचा आवाज आला. ते दोघंही संपले, हे रणवीरच्या लक्षात आलं. एक जखमी आणि दोन गेले. रणवीरनं मनात म्हटलं.

मेलेल्या दोघांमधला एक इक्बाल होता, तर दुसरा मसूद. दोघांनाही मृत्यूनं अचानक गाठलं होतं, त्यांच्या नकळत. बाजूच्या झाडाच्या खोडाजवळ अमीरनं मटकन बैठक मारली होती. त्याचं सर्वांग थरथर कापत होतं. भीती घालवण्यासाठी त्यानं आपल्या तोंडात अजून अफीम कोंबून घेतलं. त्याचं विचारचक्र थांबलं. भावनांचा उमाळा थांबला. तो सुन्न होऊन झाडाच्या खोडाजवळ पडून राहिला.

रणवीरनं दोन गोळ्या झाडतांना आपली जागा काही फुटांनी बदलली होती आणि आधीच्या जागेवर दोन गोळ्या येऊन आपटल्या होत्या. रणवीर परत थोडक्यात वाचला होता.

आता तो एका दगडाच्या आडोशाला होता. अलीनं ज्यावेळी गोळ्या झाडल्या त्यावेळची त्याची पोझीशन त्याला बघता आली नव्हती, म्हणून तो निपचित त्या दगडाआड पडून राहिला होता आणि आपले सर्व प्राण कानात आणून, येणाऱ्या आवाजांकडे लक्ष देत होता.

इकडे अलीला जाणवायला लागलं की, आपली ही मोहीम फसलेली आहे. लतीफ गंभीर जखमी होता, इक्बाल आणि मसूद मारले गेले होते, अमीर अंधारामुळे त्याला दिसत नव्हता. आपला जीव वाचवणं एवढंच अलीला समजत होतं. लतीफ जिथं जखमी होऊन पडलेला होता, त्याच्याच बाजूला अली पण होता. लतीफच्या शरीरातून रक्त वाहात होतं. तो विव्हळत होता,

पण जगू शकत होता. घाव वर्मी लागलेला नव्हता. अली त्याच्याजवळ पोहोचल्या बरोबर लतीफ काहीतरी बोलण्याचा प्रयत्न करत होता. तेवढ्यात अलीनं त्याचा बळकट हात त्याच्या तोंडावर ठेवला. लतीफच्या डोळ्यातले आशाळभूत भाव जाऊन ते भितीनं विस्फारले गेले. अलीनं त्याच्या पिस्तुलच्या सायलेन्सरचं टोक लतीफच्या कानशिलाजवळ ठेवून चाप ओढला. लतीफला आपल्या डोळ्यासमोर प्रकाशाचा स्फोट झाल्यासारखं जाणवलं. त्यात त्याला त्याची पाच वर्षांची मुलगी हात पसरवून त्याच्याकडं धावत येताना दिसली. मग फक्त कुट्ट अंधार. त्याचे ते सताड उघडे डोळे निर्जीव झालेले होते.

रातकिड्यांच्या आवाजातूनही रणवीरला तो खट आवाज जाणवला. पण ही गोळी आपल्या दिशेनं नव्हती, हेही त्याच्या लक्षात आलं. तो तसाच कानोसा घेत थांबला. त्याला झाडांच्या आडोशानं एक काळसर आकृती एका झाडाच्या खोडापासून दुसऱ्या झाडाच्या खोडाकडं पटकन सरकताना दिसली. ती काळी आकृती हळूहळू उत्तरेकडे सरकत होती, रणवीरपासून लांब. रणवीर पटकन उठून त्याच्या जवळच्या झाडाच्या खोडाच्या आडोशानं उभा राहिला. खोडाच्या आडून त्यानं सावकाश त्या काळ्या आकाराच्या हालचालींची नोंद घेतली. त्या आकृतीला आता पुढचा आडोसा घेण्यासाठी दहा फुटांच्या मोकळ्या जागेतूनच जावं लागणार होतं. ती मोकळी जागा रणवीरला अतिशय स्पष्ट दिसत होती. रणवीर तयारीत आडोशाला उभा राहिला. अगदी हलकीशी, खाली पडलेल्या झाडांच्या पानांची सळसळ त्याला ऐकू आली आणि त्या पाठोपाठ दोन गोळ्या त्याच्या दिशेने झाडल्या गेल्या. पण त्या त्याच्यापासून पाच ते दहा फुटांवरून निघून गेल्या. म्हणजे आपली पोझीशन त्या काळ्या आकृतीला माहीत नाही. त्यानं या गोळ्या अंदाजानं झाडलेल्या होत्या, हे रणवीरच्या लक्षात आलं.

रणवीरनं खोडाआडून त्या मोकळ्या जागेत बघितलं, ती काळी आकृती मागे बघत पुढे धावत सुटली होती. रणवीरनं पाठीचा, मानेखालचा, डावीकडचा नेम धरून गोळी झाडली.

धावणाऱ्या व्यक्तीला पाठीमागून धक्का दिल्यावर जसा तो अडखळतो, तशी ती काळी आकृती अडखळली. आपला तोल सांभाळण्यासाठी त्या आकृतीनं दोन्ही हात हवेत फेकले, पण जणू पायातली शक्ती गेल्यासारखी ती आकृती पुढे तोंडावर जमिनीवर आदळली आणि निपचित झाली.

रणवीर पंधरा मिनिटं वाट बघत बसला पण त्याला कुठलीही हालचाल जाणवली नाही. तो झाडाच्या खोडाआडून अतिशय सावधपणं बाहेर येणार तेवढ्यात त्याला एक आकृती डोमच्या मागून सहज चालत आल्यासारखी

दिसली. रणवीरला त्याच्याकडे कुठलही शस्त्र दिसत नव्हतं. तो अमीर होता. अफीमच्या अंमलाखाली. तो जसा रणवीरच्या जवळून जाऊ लागला, तसा रणवीरनं एका झटक्यात त्याला जमिनीवर पाडलं अणि दाबून धरलं. रणवीरनं त्याच्या डाव्या पायाचा गुडघा अमीरच्या मानेवर दाबून ठेवला होता. रणवीरनं त्याचे सर्व कपडे व शरीर तपासलं. त्याच्याजवळ त्याला कुठलंही शस्त्र सापडलं नाही.

रणवीरनं त्याचे हात तिथल्याच एका दोरखंडानं पाठीमागे करकचून बांधले. मग त्याला झाडाच्या बुंध्याला टेकवून बसविलं. अमीरनं कुठल्याही प्रकारचा प्रतिकार केला नाही.

मग रणवीर सावकाश चालत त्या काळ्या आकृतीकडे गेला. तोंड जमिनीकडे व हात दोन्ही बाजूला पसरलेल्या स्थितीत त्याला ती व्यक्ती दिसली. त्यानं आपलं पिस्तुल तयार ठेवून सावधपणे उजव्या पायाच्या ठोकरीनं त्याला सुलट केलं. फताडं नाक, सताड उघडे, तांबूस कोल्ह्यासारखे डोळे त्याच्याकडेच बघत होते, पण ते निर्जीव होते. तो अलीच होता. वहिदाला न्याय मिळाला होता. रणवीर परत अमीरकडे गेला.

रणवीर जे विचारेल त्याला अमीर पोपटासारखा उत्तर देऊ लागला.

अमीरनं दाखवलेले तीन डेफ्त चार्ज रणवीरने बघितले. अमीरनं कराची, अली, याकूब, इस्लामाबाद, नेपाळ, गोरखपूर, जोगेश्वरी ते नाशिक आणि नाशिकमधलं हॉटेल कुबेरच्या मागचं गेस्ट हाऊस व निळी मारुती व्हॅन सर्व काही धडाधडा ओकून टाकलं. अमीरला करीमविषयी काही माहिती नव्हती. पण रणवीरला माहीत होतं.

अमीरकडून अजून काही समजण्यासारखं नाही, हे जेव्हा रणवीरच्या लक्षात आलं तेव्हा त्यानं जेडी सरांना फोन लावला. पहिल्याच रिंगला सरांनी फोन उचलला.

सर्व गोष्टी रणवीरनं तपशीलवार सरांना सांगितल्या. 'त्या अमीरला तिथेच व्यवस्थित बांधून टाक आणि त्या जागेतून बाहेर पड' असं सरांनी रणवीरला सांगितलं आणि फोन कट केला.

जेडी सरांनी लगेच साटम साहेबांना फोन लावला. थोडक्यात सर्व सांगून पुढचा सोपस्कार तुमच्या पद्धतीनं करा असं सांगितलं.

अर्ध्या तासात साटम साहेबांची टीम घटनास्थळी पोहोचली. अमीरला त्यांनी ताब्यात घेतलं. तो आता आयुष्यभर बेनाम म्हणून जेलमध्ये सडत पडणार होता.

तीन डेफ्त चार्ज त्यांनी ताब्यात घेतले. इक्बाल, मसूद, लतीफ आणि अलीची प्रेतं पोस्टमार्टमला पाठवून दिली.

पोस्टमार्टम रिपोर्टनुसार लतीफच्या डोक्यातली गोळी आणि वडराईतल्या चार खुनांमधल्या गोळ्या एकाच पिस्तुलामधून चालवल्या गेल्याचं निष्पन्न झालं. पण लतीफच्या खांद्यातली, इक्बाल व मसूदच्या डोक्यातल्या तसेच अलीच्या पाठीतल्या गोळ्यांचा त्यांना उलगडा झाला नाही.

दुसऱ्या दिवशी सकाळी सर्व सविस्तर रिपोर्ट जेडी सरांनी दिल्ली हेड ऑफिसला कळवला. इक्बाल, मसूद, अली पाकिस्तानी नागरिक. लतीफ भारतीय, एक पाकिस्तानी एजंट. अमीरनं दिलेल्या कबुली-जबाबाचा संदर्भ त्यात सरांनी जोडला होता.

आता भारत व पाकिस्तानचे परराष्ट्र मंत्रालय बघतील काय ते! सरांच्या मनात विचार आला.

नेहमीप्रमाणे पाकिस्तान इक्बाल, मसूद, अमीर व अली हे पाकिस्तानी नागरिक नाहीत म्हणून ठणकावून सांगेल, हेही सरांना माहीत होतं.

इक्बाल, मसूद, अमीरचे घरवाले त्यांची वाटच बघत राहतील आयुष्यभर. ते ट्रेकिंगवरून अजून का परत आले नाहीत म्हणून ते चौकशी करतील. त्यांचा काहीही मागमूस न लागल्यानं त्यांच्या हरवल्याची पोलीस स्टेशनमध्ये कंप्लेंट देतील. ती पोलीस कंप्लेंट कराचीतल्या त्या पोलीस स्टेशनमधल्या कुठल्यातरी फाईलमध्ये, कुठल्यातरी कपाटात वर्षानुवर्षं धूळ खात पडेल. आता त्या पालकांना त्यांची मुलं कधीच दिसणार नव्हती.

गंगापूर धरणावर सकाळ नेहमीसारखीच उगवली होती. डाव्या कालव्याचं काम सुरू झालं होतं. ती तीन मुलं कामावर न आल्यामुळे कॉन्ट्रॅक्टरची चिडचिड झाली होती. त्यामुळे त्याचं आजचं जेवढं काम व्हायला पाहिजे तेवढं होणार नव्हतं.

त्या तीन-चार माणसांचं टोळकं तसंच त्या छपराखाली बसून गप्पा मारत होतं. धरणाच्या खाली गंमत-जंमत हॉटेलच्या पाठीमागे काहीतरी भानगड झाल्याचं सांगण्यात येत असल्याबद्दल त्यांच्यात चर्चा सुरू होती.

कुणी म्हणत होतं, 'दारू वरून भानगडी झाल्या.'

कुणी म्हणत होतं, 'मित्रामित्रांचं काही तरी लफडं होतं.'

कुणी भावबंदकीचा संबंध जोडला.

न्यूज पेपरवाल्यांना सिव्हिल हॉस्पिटलमध्ये आलेल्या प्रेतांवरून सुगावा लागला. पण कुणी काही त्यांना धड सांगेना. शेवटी त्यांनी बातमी दिली.

‘नाशिकमध्ये गुंडांचं थैमान. पोलीस व प्रशासन झोपलंय का? गंगापूर धरणाच्या पायथ्याशी चार खून.’ वगैरे-वगैरे.

जेडी सरांनी न्यूज पेपर बाजूला ठेवला. त्यांच्या टेबलच्या ड्रॉवरमधून एक विशिष्ट मोबाईल बाहेर काढला आणि कराचीला फोन लावला.

याकूब त्याच्या दुकानात चहा पीत बसला होता. यू ट्यूबवर तो भारतीय समाचार ऐकत होता. आज दहा जून असल्यामुळे त्याला भारतातल्या बातम्यांमध्ये रस होता. त्याच्या खात्यात पंधरा लाख जमा झाले होते. त्यातला एकही पैसा त्यानं त्या मुलांच्या घरी पोहोचवला नव्हता. खरं म्हणजे त्याला त्यांची घरंच माहिती नव्हती.

संध्याकाळ झाली होती, आज बरीच गिऱ्हाईकं दुकानात येऊन गेली होती. आत्ताच एक तरुण पठाणी जॅकेट घ्यायला आला होता. त्याला सर्वांत भारी जॅकेट पाहिजे होतं. याकूबनं तो बसतो त्याच्या पाठीमागचा गठ्ठा काढून त्यातलं त्याच्या दुकानातलं सगळ्यात चांगलं जॅकेट त्याला दाखवलं होतं. पण त्या तरुणाला हवं असलेलं पांढरट, नारिंगी रंगाचं जॅकेट नसल्यानं तो परत निघून गेला होता.

तो तरुण दुकानात शिरला, त्यावेळी त्याच्या हातात एक सॅक होती. तो तरुण दुकानातनं बाहेर पडला, त्यावेळी त्याचे दोन्ही हात रिकामे होते.

याकूबला चहा निवांतपणे प्यायचा होता पण त्याच्या डोक्यावरच्या पंख्यामुळे चहा लवकर गार होऊन जाणार होता म्हणून त्याने फॅन बंद केला आणि बातम्यांकडे लक्ष देऊ लागला.

फॅन बंद केल्यामुळे त्याला एक वेगळा आवाज ऐकू येऊ लागला. बिप, बिप, बिप. याकूब त्याच्या खुर्चीतून उठून काऊंटरच्या बाहेर पडायचा जिवापाड प्रयत्न करत असतानाच कानठळ्या बसवणारा आवाज त्याला जाणवला. आपले कान फुटले आणि आपल्या सर्व बाजूंना ज्वाळा भडकल्यात. खालूनवरपर्यंत आपण फुग्यासारखे फुगतोय हे त्याला त्या क्षणभरात जाणवले. सगळ्यात शेवटी त्याला फक्त आपल्या पत्नीचा चेहरा आठवला. मग काळाकुट्ट अंधार.

दहा जूनच्या रात्री कराचीच्या एका न्यूज चॅनेलनं यू ट्यूबवर एक व्हिडिओ अपलोड केला. त्यातला निवेदक निवेदन करत होता, या दुकानदाराचे अंडरवर्ल्डशी संबंध असण्याची शक्यता तो अतिशय गंभीरपणे सांगत होता. दफन करण्यासाठी त्या माणसाचं काहीही शिल्लक न राहिल्याचं त्यानं सांगितलं. या स्फोटात मृत्युमूखी पडलेल्याचं नाव याकूब खान होतं असंही तो निवेदक म्हणाला.

जेडी सरांनी त्यांचा लॅपटॉप शटडाऊन केला. सेक्रेटरीला फोन करून सांगितलं, जर काही महत्त्वाचं असेल तरंच मला घरी कॉन्टॅक्ट कर आणि सर त्यांच्या केबिनमधून बाहेर पडले, आपल्या घराकडे जाण्यासाठी.

गंगापूर धरणाच्या पाण्याच्या साठ्याचा आकार साधारण फुलपाखराच्या उभ्या पंखांसारखा आहे. ते निळ्या पंखांचं फुलपाखरू सुरक्षित होतं.

♦

जगदिश दिगंबर देवरे

शिक्षण : एम.एस्सी. केमिस्ट्री (पुणे विद्यापीठ)

जन्म : ३ मार्च १९६२, मुंबई

१९८४ : सी.आय.आर.टी. भोसरी येथे पहिली नोकरी

१९८५ : के.ई.एस. इंजिनिअरींग कॉलेज येथे प्राध्यापक

१९८८ : नाशिक येथे ११ वी, १२ वी विज्ञानाचे क्लासेस सुरू केले.
(साळुंके, देवरे, भामरे, कश्यप क्लासेस)

२०२० : क्लासेसचे काम थांबवून ललित लेखनास प्रारंभ.

शोध

मुरलीधर खैरनार

श्वास रोखून धरायला लावणारं रहस्य... उत्कंठेचं टोक गाठायला लावणारा वेगवान घटनाक्रम... बुद्धिमत्ता कूटनीती आणि धाडस यांच्या जोरावर बहात्तर तास चाललेला रोमांचक अद्भुत थरार!

ही गोष्ट सुरू होते १६७० साली शिवाजीराजांनी दुसऱ्यांदा सुरत लुटली, तेव्हा. पण सुरतेहून स्वराज्यात परत येताना या लुटीतला प्रचंड ऐवज हरपला! कुठे गडप झाला हा खजिना? काय रहस्य दडलं होतं त्या खजिन्यात?

शिवकालातील अस्सल संदर्भ. वर्तमानातील वास्तव प्रवृत्ती. अन् या पार्श्वभूमीवर विणलेलं ऑथेंटिक, अनबिलीव्हेबल आणि अनपुटडाउनेबल अस्सल मराठी थ्रिलर!

विश्वस्त

वसंत वसंत लिमये

पुण्याच्या कॉफीशॉपमध्ये जमणारा, ऐतिहासिक रहस्यांचा मागोवा घेणारा 'जेएफके' नावाचा कलंदर ग्रुप. एका गडावरच्या भटकंतीत त्यांच्या हाती लागली एक अकल्पित खूण.
आणि मग सुरू झाला रोलरकॉस्टरसारखा एक थरारक प्रवास.
या प्रवासात प्राचीन, मध्ययुगीन संदर्भ आहेत; तसेच आजचे राजकीय, सामाजिक संदर्भही. आंतरराष्ट्रीय घटनांचे पडसाद आहेत.
अज्ञात इतिहास आणि वर्तमान वास्तव, कल्पित आणि सत्य यांच्यामधल्या पुसट, धूसर सीमारेषांवर आट्यापाट्या खेळणारी नाट्यपूर्ण, वेगवान घटनांच्या प्रवाहात वाचकाला खेचून नेणारी आणि खिळवूनही ठेवणारी कादंबरी.

राजहंस प्रकाशन

- १०२५ सदाशिव पेठ, नागनाथ पाराजवळ, पुणे ४११०३०. ✆ २४४६५०६३/२४४७३४५९.
  E-mail : rajhansprakashan1@gmail.com | Website : www.rajhansprakashan.com
- राजहंस पुस्तक पेठ, साई सरस्वती, शिक्षकनगर, गल्ली क्र. ७च्या सुरुवातीस, परमहंसनगर, वनाजजवळ, पौड रोड, पुणे ४११ ०३८. ✆ ९३२२६३०७०३
  E-mail : rajhanspustakpeth@gmail.com
- शॉप नं. २, सखारामकृपा अपार्टमेंट, अमर हिंद मंडळासमोर, गोखले रोड, दादर (प.), मुंबई ४०००२८. ✆ २४२२३९०१.
- नरेश सबजीवाले, गुलमोहर हॉलसमोर, खामला रोड, नागपूर ४४००२५. ✆ ९३७२२२५२०१.
- शुभांगी देशपांडे, १०, शून्य संकुल, सहजीवन कॉलनी, समर्थनगर, औरंगाबाद ४३१००१. ✆ ९०९६९४३३६९.
- पंकज क्षेमकल्याणी, ईशकृपा, अद्वैत कॉलनी, कॅनडा कॉर्नर सिग्नलजवळ, नाशिक ४२२००५. ✆ ९४२२२५२२०८.
- अक्षरदालन, निर्मलाय प्लाझा, कोळेकर तिकटी, कोल्हापूर ४१६०१२. ✆ २६४६४२४.
- डॉ. उमेश करंबेळकर, ३२५ मंगळवार पेठ, रघुकुल अपार्ट., सातारा ४१५००२. ✆ २८२५१०.
- बुक क्लब केंद्र, प्रसाद केळकर, ८५५ खण भाग, सांगली. ✆ ९४२३८२९३३२.
- रेवती जोशी, २, सुंदर कॉम्प्लेक्स, गैबीपीर मशिदीजवळ, होटगी रोड, सोलापूर ४१३००३. ✆ ९८५००६४०६६.
- मुग्धा शेवाळकर, ए जी ५, सुखसागर अपार्ट., टी.व्ही.एस. शोरूमजवळ, दुर्गाभाट, फोंडा, गोवा ४०३४०१ ✆ ८६०५८९१०१९ / ७८४१०२०७६६.

राजहंस प्रकाशन प्रा. लि.

www.ingramcontent.com/pod-product-compliance
Lightning Source LLC
LaVergne TN
LVHW010935051026
849532LV00003B/990
* 9 7 8 9 3 9 1 4 6 9 3 2 0 *